गोपाळ गणेश आगरकर :

व्यक्ती आणि विचार

संपादन आणि प्रस्तावना

वि. स. खांडेकर

AA000818

मेहता पब्लिशिंग हाऊस

© +91 020-24476924 / 24460313

Email : info@mehtapublishinghouse.com
production@mehtapublishinghouse.com
sales@mehtapublishinghouse.com

Website : www.mehtapublishinghouse.com

- *या पुस्तकातील लेखकाची मते, घटना, वर्णने ही त्या लेखकाची असून त्याच्याशी प्रकाशक सहमत असतीलच असे नाही.*

GOPAL GANESH AGARKAR : VYAKTI ANI VICHAR

by V. S. KHANDEKAR

गोपाळ गणेश आगरकर : व्यक्ती आणि विचार : वि. स. खांडेकर / व्यक्ती आणि वाङ्मय

© सुरक्षित

मराठी पुस्तक प्रकाशनाचे हक्क, मेहता पब्लिशिंग हाऊस, पुणे.

प्रकाशक : सुनील अनिल मेहता, मेहता पब्लिशिंग हाऊस,
१९४१, सदाशिव पेठ, माडीवाले कॉलनी, पुणे - ४११०३०.

मुखपृष्ठ : चंद्रमोहन कुलकर्णी

प्रकाशनकाल : १९४५ / १९४९ / १९५१ / जानेवारी, १९९७ /
पुनर्मुद्रण : ऑगस्ट, २०१६

P Book ISBN 9788171615902

E Book ISBN 9789386342881

E Books available on : play.google.com/store/books
m.dailyhunt.in/Ebooks/marathi
www.amazon.in

गोपाळ गणेश आगरकर

१९१५ - १६ सालची गोष्ट. मी इंटरच्या वर्गात होतो, तेव्हा डॉ. गुणे आम्हाला संस्कृत नाटक शिकवीत असत. 'उत्तररामचरिता'च्या त्यांच्या तासाची मी नेहमी मोठ्या उत्कंठेने वाट पाहात राही. कॉलेजातल्या पहिल्या वर्षी त्यांनी आम्हाला 'शाकुंतल' शिकविले होते. त्यात मी रंगून गेलो नव्हतो असे नाही; पण उत्तररामात शाकुंतलापेक्षा काहीतरी निराळीच गोडी आहे, असा मला त्यांच्या पहिल्या तासापासून अनुभव येऊ लागला. शब्दसौष्ठव, कलाचातुर्य, कल्पनाविलास इत्यादी गुणांत कालिदास भवभूतीपेक्षा श्रेष्ठ आहे हे सहज सिद्ध होण्याजोगे होते. सौंदर्य, माधुर्य, कोमलपणा इत्यादी वैशिष्ट्यांत भवभूतीला त्याच्याशी स्पर्धा करणे शक्य नव्हते, हे माझ्यासारख्या विद्यार्थ्यांच्याही चटकन लक्षात येत असे. पण उत्तररामाचा तास सुरू झाला, खेळकरपणाने 'शाकुंतल' शिकविणाऱ्या डॉ. गुण्यांच्या मुद्रेवर आणि स्वरात एक प्रकारचे गांभीर्य प्रतीत होऊ लागले, 'यथा स्त्रीणां तथा वाचां साधुत्वे दुर्जनो जन:', 'ते हि नो दिवसा गता:' अशासारखी मानवतेची चिरंतन दु:खे लीलेने व्यक्त करणारी भवभूतीची वाणी कानांत घुमू लागली. ज्या क्षणी रामचंद्र आपल्या डाव्या बाहूची उशी करून तिच्यावर निद्रावश झालेल्या सीतेचे मस्तक मोठ्या प्रेमाने ठेवतो, त्याच क्षणी तिच्याविषयी लोक किती साशंकतेने बोलत आहेत हे सांगणारा गुप्त हेर दुर्मुख प्रवेश करतो हे पाहून, दैवाच्या विचित्र लीलेच्या चित्रणाने पापण्यांच्या कडा ओल्या होऊ लागल्या म्हणजे माझ्या मनात येइ–कालिदासात नाही असे काहीतरी भवभूतीत आहे. कालिदास मेघांच्या श्यामल पंखांवर बसवून रसिक मनाला आकाश आणि पृथ्वी यांची विलक्षण शोभा दाखवीत असेल. मानवी वनलता आणि उद्यानलता यांचे सात्त्विक आणि उन्मादक सौंदर्य चित्रित करण्यातही त्याची प्रतिभा चतुर असेल; पण जीवनाच्या गाभ्याशी, हृदयात खोलखोल लपवून ठेवलेल्या मानवतेच्या मूक दु:खाशी त्याच्यापेक्षा भवभूतीचाच अधिक परिचय आहे. कालिदास वाचकाला

स्वर्गात नेणारा महाकवी असला, तर भवभूति त्याला पाताळात नेणारा महाकवी आहे. या कल्पनेने प्रेरित होऊन मी भवभूतीचा अभ्यास करू लागलो, तेव्हा त्याच्या बाह्यत: सामान्य भासणाऱ्या एकेका चरणात किती उत्कट काव्य भरले आहे याची मला जाणीव होऊ लागली.

आदर्शाच्या मागे लागणाऱ्या ध्येयवादी महात्म्याचे दु:ख हेच मानवी जीवनातले सर्वांत मोठे दु:ख आहे, हे. सांगण्याकरिता रामचरित्राची निवड करणाऱ्या त्याच्या प्रतिभेचे तर मला पहिल्यापासूनच कौतुक वाटे. पण पुढे पुढे कालिदासाच्या कल्पनारम्य चरणांनी होणाऱ्या गुदगुल्यांपेक्षाही अनुभूतीला जागृत करणाऱ्या आणि डोळ्यांपुढे रसपूर्ण करुणरम्य चित्रे उभी करणाऱ्या भवभूतीच्या अनलंकृत ओळींनी मनाला लागणारा चटका मला अधिक सजीव आणि अधिक सुखद वाटू लागला. 'अविदितगतयामा रात्रिरेव व्यरंसीत्' हा चरण असलेल्या श्लोकाचे ज्या दिवशी वर्गात विवेचन झाले, त्या दिवशी रात्री माझ्या डोळ्यांपुढे वनवासातल्या राम आणि सीता यांच्या मूर्ती पुन:पुन्हा उभ्या राहू लागल्या. माझ्या मनात कितीतरी कल्पनातरंग उद्‌भवले-तारकांचे दीप आणि वृक्षांचे पंखे असलेल्या धरित्रीच्या उघड्या महालात त्या प्रेमळ दंपतीने काय काय गोष्टी केल्या असतील? स्वयंवराच्या वेळी रावण शिवधनुष्यभंग करण्याकरिता उठला, तेव्हा आपली छाती कशी धडधडू लागली हे त्या वेळी सीतेने रामाला सांगितले असेल काय ? पितृवचन पाळण्याकरिता कैकेयीच्या इच्छेप्रमाणे आपण चौदा वर्षांचा वनवास हसतमुखाने स्वीकारला, पण तो स्वीकारताना हे ऐकून सीतेला किती दु:ख होईल या विचाराने मनातल्या मनात आपण अत्यंत अस्वस्थ झालो होतो, हे रामचंद्राने हसत हसत सीतेपाशी कबूल केले असेल काय? सूर्याच्या साक्षीने माणसे मोठमोठ्या प्रतिज्ञा करतात; पण त्यांच्या अंतरंगांतल्या नाजुक सुखदु:खांच्या स्मृती तारकांच्या साक्षीनेच प्रकट होत असतात.

'रात्र संपली; पण गोष्टी संपल्या नाहीत.' एक सहजसुंदर उद्गार! जितका साधा तितकाच रम्य आणि भावमधुर. जितका प्रसादपूर्ण तितकाच मानवी हृदयाच्या आर्ततेचे प्रतिबिंब दर्शविणारा! 'उत्तरराम' शिकत असतानाच मी वाचीत असलेल्या 'डोंगरीच्या तुरुंगातील आमचे एकशेएक दिवस' या आगरकरांच्या छोट्या पुस्तकात हे प्रतिबिंब स्पष्टपणे मला दिसले.

एक अरण्यातली रात्र; दुसरी तुरुंगातली रात्र. दोन्ही रात्रींत तीनचार हजार वर्षांचे अंतर. तिथे पति-पत्नींच्या गोष्टी चालल्या होत्या; इथे जिवाभावाचे मित्र बोलत होते! त्या दुसऱ्या रात्रीच्या गोष्टींची अवीट गोडी आगरकरांच्या तोंडूनच ऐकली पाहिजे. ते म्हणतात, "मी एम्.ए. करिता व टिळक एल.एल.बी. करिता अभ्यास करण्यासाठी कॉलेजात राहिलो आसता सरकारी नोकरी न पत्कारता देशसेवेत आयुष्य घालविण्याचा ज्या दिवशी निश्चय केला त्या दिवसापासून आम्ही जे जे बोललो चाललो होतो,

त्याची पुन:पुन्हा आठवण होऊन अनेक वेळा पुनरावृत्ती होत असे. अमुक गृहस्थाला कॅंपमध्ये भेटायला गेलो असता परत येताना काळोखात वाट चुकून बारावर दोन वाजण्याच्या सुमारास फिरता फिरता बंडावर कसे येऊन ठेपलो; शाळेच्या संबंधाने विष्णुशास्त्र्यांशी बोलणे लावण्यास गावात गेलो असता कॉलेजला परत येताना थंडीने किती कुडकुडलो; वचन दिले असता शाळा आणि छापखाना काढला त्या वेळेस कोणकोणत्या लोकांनी मागे घेतले; असल्या फंदात न पडणारे कोणकोण मनुष्य त्यांस घेरता आले; आपले मूळचे हेतू कोणते व ते कितपत सिद्धीस गेले आहेत; शास्त्रीबोवांच्या अकाली मृत्यूने आपल्या उद्योगांस केवढा धक्का बसला; आम्ही आरंभिलेली कामे आमच्या हयातीत व आमच्या पाठीमागे कित्येक वर्षे अप्रतिहत चालली तर आमच्या देशस्थितीवर त्यांचा काय परिणाम होईल; या देशावर इंग्रजांचे राज्य झाल्याने त्याचे कोणकोणत्या बाबतीत हित आणि अनहित होत आहे; लोकशिक्षण उत्तरोत्तर जारीने पसरत गेले तर हिंदुस्थानची भावी स्थिती काय होईल; नेटिव संस्थानांची सुधारणा होण्यास काय उपाय करावे; देशभाषा युनिव्हर्सिटीत आणण्याला कोणती युक्ती काढावी; शाळा आणि कॉलेज बांधण्यास पैसे कसे गोळा करावे; कोल्हापूर प्रकरणात आपली चूक किती आणि आपणांस भोगावी लागत असलेली शिक्षा किती न्याय्य आहे; आपण या तऱ्हेने येथे अडकून राहिल्याने लोकांच्या मनावर काय परिणाम होईल व आपल्या शाळेचे आणि छापखान्याचे किती नुकसान होईल; आणीबाणीच्या प्रसंगी आपणांस कोणकोण मित्र उपयोगी पडले व पुढे कोणाकोणाच्या मदतीवर आणि शब्दावर अवलंबून राहता येईल; आताप्रमाणे फिरून तुरुंगात न येण्यासाठी कोणत्या गोष्टीची खबरदारी ठेवली पाहिजे; फिरून तुरुंगात यावे लागले तरी ज्या गोष्टी केल्याच पाहिजेत अशा गोष्टी कोणत्या वगैरे नाही नाही त्या विषयांवर आमचा एकेक वेळ एवढ्या जोराने वाद चाले की—''

अरण्यात राम आणि सीता यांच्या गोष्टी थांबत असतील त्या पहाटे जाग्या झालेल्या पाखरांच्या गोड किलबिलाटाने. टिळक-आगरकर तेवढे भाग्यवान नव्हते! त्यांच्या गोष्टी जोरजोराने सुरू झाल्या, की आसपासचे शिपाई 'हळू बोला, हळू बोला' असा त्यांना इशारा करीत. तो इशारा त्यांना ऐकावाच लागे; पण इतके झाले तरी बोलता बोलता रात्र संपून जाई!

२.

रामचंद्राच्या जीवनाशी आगरकरांच्या आयुष्याचे असलेले साम्य केवळ या क्षणिक भावपूर्ण अनुभूतीपुरतेच मर्यादित नाही. एक प्राचीन काळी स्वतंत्र आर्यावर्तात जन्मलेला युवराज होता. दुसरा एकोणिसाव्या शतकात गुलाम झालेल्या हिंदुस्थानात

एका द्ररिद्री कुटुंबात जन्म पावलेला मुलगा होता. पण या दोघाही लोकोत्तर पुरुषांच्या कपाळी विधात्याने वनवास लिहून ठेवला होता. एकाने लोकानुरंजनाकरिता प्रिय पत्नीचा त्याग करून दु:खाला मिठी मारली, तर दुसऱ्याने लोकजागृतीकरता अंध समाजाचा रोष पत्करून आणि जीवश्चकंठश्च् मित्राचा आमरण विरोध स्वीकारून या जगात ध्येयवाद्याला दु:खाशिवाय दुसरा सोबती मिळत नाही, हे पुन्हा सिद्ध करून दाखविले. या दोघांच्या काळात अनेक शतकांचे अंतर असले, तरी त्यांचा प्रकृतिधर्म एकच होता. दोघांची ध्येयनिष्ठा सारखीच उत्कट होती. दोघेही सत्याचे उपासक, दोघेही आदर्शाचे भक्त! दोघेही ध्येयाकरता हसतमुखाने स्वसुखाच्या आहुत्या देणारे! भवभूतीच्याच शब्दांत सांगावयाचे तर दोघांचीही मने वज्रापेक्षा कठोर व फुलापेक्षा कोमल होती. असल्या उदात्त आणि उत्कट मनाची प्रवाहपतित जगाला आणि शेकडो शृंखलांनी जखडलेल्या सामान्य मनुष्याच्या बुद्धीला कल्पनाच करता येत नाही. आगरकरांची जिवंतपणी प्रेतयात्रा निघाली ती याच कारणामुळे. आगरकरांचे विभूतिमत्व त्यांच्या हयातीत बहुजनसमाजाला जाणवले नाही त्याचेही कारण हेच.

३.

आगरकरांना अवघे एकूणचाळीस वर्षांचे आयुष्य लाभले. अलौकिक व्यक्तींना आयुष्य देताना विधाता कृपण होतो हा जुना अनुभव दुर्दैवाने त्यांच्याही बाबतीत खरा ठरला. पण त्यांचा एकूणचाळीस वर्षांचा तोकडा जीवनपट कितीतरी करुणरम्य आणि धीरोदात्त घटनांनी नटला आहे.

१८५६ साल. कऱ्हाडजवळचे टेंभू गाव. त्या गावातल्या गणेशपंत आगरकरांना एक मुलगा होतो. भोवताली गोकुळ नसते; सहारा असतो. पण बारशादिवशी सरस्वतीबाई आवडीने आपल्या मुलाचे गोपाळ असे नाव ठेवतात. चिमणा गोपाळ यथाकाल रांगू लागतो, उभा राहू लागतो, बोबडे बोल बोलू लागतो. मुलाच्या या बाललीलांचे आईबाप कौतुक करतात. पण तो थोडासा मोठा होताच त्यांच्या पोटात गोळा उभा राहतो. आता गोपाळच्या शिक्षणाची काहीतरी व्यवस्था केली पाहिजे. खेडेगावातल्या दरिद्री कुटुंबाने ती कुठे आणि कशी करायची?

छोटा गोपाळ तेथून कऱ्हाडला येतो. तिथे त्याचे आजोळ असते. आजोळी त्याची शिक्षणाची सोय होते. कऱ्हाडला या बालजीवाला आपल्या आईची आठवण होत नाही असे नाही. मधूनमधून स्वप्नात तो टेंभूला जाऊन आईच्या गळ्याला मिठी मारतो. प्रसंगी तिच्या कुशीत डोके खुपसून अश्रूही ढाळतो. पण जागृतीत त्याचे बालमन आपल्या निर्धारापासून क्षणभरसुद्धा विचलित होता नाही. दारिद्र्य आणि दमा यांच्याशिवाय आपल्याला देण्याजोगे आपल्या आईबापांपाशी काही नाही हे जणूकाही त्याला कळून चुकलेले असते!

कऱ्हाडला गोपाळ जसा पोहण्यात पटाईत होतो तसा तो लिहिण्यातही तरबेज होतो. बारा वर्षे पुरी व्हायच्या आतच तो निबंध लिहू लागतो. पण या बुद्धिवान आणि महत्त्वाकांक्षी मुलाच्या वाटेत दुर्दैव पुन्हा दत्त म्हणून उभे राहते. कऱ्हाडला फक्त पहिल्या तीन इंग्रजी इयत्ता असतात. गोपाळ तिसरी पास होतो. 'पुढे काय?' हा प्रश्न त्याला भेडसावू लागतो. नाखुषीने आणि नाइलाजाने तो मामलेदार कचेरीत उमेदवारी करू लागतो. पण सरस्वतीच्या वीणेच्या मधुर झंकाराची कल्पना असलेले त्याचे मन लेखणीच्या कारकुनी कुरकुरीत रमू शकत नाही. तो उमेदवारी सोडून रत्नागिरीच्या आपल्या एका नातलगाकडे मोठ्या आशेने जातो. त्या नातलगापाशी पैशाची श्रीमंती असली तरी मनाची नाही, हा कटु अनुभव येताच गोपाळ वार लावून शिकू लागतो. प्रसंगी धोतरे धुऊन तो विद्यार्जनाला मदत मिळवितो. आधी शागीर्द आणि मग शास्त्री ही दृश्ये ज्याच्या आयुष्यात दिसतात असा एखाददुसरा रामशास्त्री दर पिढीला निर्माण होत असतो. गोपाळ त्यांपैकीच एक होता.

रत्नागिरीला आपला नीट जम बसत नाही असे पाहून तो कऱ्हाडला परत येतो. तिथे काही दिवस तो कंपाउंडरचे काम करतो. इतक्यात मामींच्याबरोबर सोबत म्हणून अकोल्याला जायची त्याला संधी मिळते.

तहानेने व्याकूळ झालेल्या माणसाला गंगा दिसावी, तशी गोपाळची स्थिति होते. तो अकोल्याला जाऊन पुढचा अभ्यास सुरू करतो. योग्य वेळी तो मॅट्रिक होतो. पुन्हा मागचाच भयंकर प्रश्न - 'पुढे काय?' - त्याच्यापुढे भुताप्रमाणे उभा राहतो. कॉलेजात जायची इच्छा अतिशय उत्कट; पण जायचे कसे? मदत कोण करणार? पर्वताचे उंच उंच शिखर गाठण्याची पांगळ्याची महत्त्वाकांक्षा - ती सफल झालेली कधी कुणी पाहिली आहे काय?

पण नेपोलियनप्रमाणे आगरकरांच्या कोशातही 'अशक्य' हा शब्द नव्हता. शिक्षकांनी गोळा करून दिलेले साठ रुपये घेऊन गोपाळरावांनी डेक्कन कॉलेजात प्रवेश केला. शिष्यवृत्ती संपादन करून, वर्तमानपत्रांत लिखाण लिहून आणि वक्तृत्वसमारंभांत बक्षीस मिळवून त्यांनी आपला कॉलेजचा खर्च कसाबसा चालविला. अशा तुटपुंज्या मिळकतीत विद्यार्थ्याचे हाल हाल झाले नाहीत तरच नवल! कित्येक वेळा त्यांनी एका सदऱ्यावर कॉलेजातले दिवस काढले. तो दिवसा धुऊन वाळत घातला तर अंगात घालायला दुसरा नाही; म्हणून रात्री जिकडेतिकडे सामसूम झाल्यावर स्वारीने अंगातला सदरा धुऊन वाळत घालावा आणि सकाळी तो वाळला म्हणजे अंगात घालावा!

अशा रीतीने दारिद्र्य जणूकाही आगरकरांच्या सत्त्वाची परीक्षाच घेत होते!

जीवनातल्या सर्व परीक्षांत सत्त्वपरीक्षा नेहमीच अतिशय अवघड असते. इतर परीक्षांत उपयोगी पडणाऱ्या बुद्धीच्या बळावर ती कोणालाही उत्तीर्ण होता येत नाही.

तिच्यातून पार पडायला असामान्य आत्मबळच अंगी असावे लागते. सुदैवाने आगरकरांच्यापाशी ते भरपूर होते. बी. ए. होईपर्यंतच्या तीन वर्षांत ते दारिद्र्याशी अहोरात्र झुंजत राहिले. पण या झुंजीला कंटाळून त्यांनी आपला शिक्षणक्रम सोडला नाही; किंवा पदवीधर होताच एखादी लठ्ठ पगाराची नोकरी मिळवून आतापर्यंतच्या हालअपेष्टांचा वचपा भरून काढावा, असा विचारही त्यांच्या मनाला शिवला नाही. कॉलेजातल्या तीन वर्षांत त्यांच्या बुद्धीचा वेगाने विकास होत चालला होता. मिल्ल आणि स्पेन्सर त्यांनी नुसते वाचले नव्हते; ते पचविले होते. आपला देश राजकीय गुलामगिरीत पिचत आहे, आपला समाज सामाजिक गुलामगिरीत कुजत आहे हे ते हरघडी उघड्या डोळ्यांनी पाहत होते, आणि त्याच्या उद्धाराची तळमळ त्यांना अस्वस्थ करून सोडीत होती. टिळकांसारखा त्यांच्याइतकाच निग्रही आणि देशप्रेमी मित्र त्यांना लाभला होता. या दोघा मित्रांनी कॉलेजात असतानाच एके दिवशी निश्चय केला — सरकारी नोकरी न पत्करता देशसेवेत आयुष्य घालवायचे. आगरकरांनी आईला पत्र लिहिले, 'आपल्या मुलाच्या मोठाल्या परीक्षा होत आहेत, आता त्याला मोठ्या पगाराची चाकरी लागेल व आपले पांग फिटतील, असे मोठाले मनोरथ, आई, तू करीत असशील; पण मी आताच तुला सांगून टाकतो की, विशेष संपत्तीची, विशेष सुखाची हाव न धरता मी फक्त पोटापुरत्या पैशांवर संतोष मानून सर्व वेळ परहितार्थ खर्च करणार.'

१८७९ च्या सप्टेंबर महिन्यातल्या एका रात्री नारायण पेठेतल्या विष्णुशास्त्री चिपळूणकरांच्या घरी नर-नारायणाची ही आधुनिक जोडी विचारविनिमयाकरिता आली. विष्णुशास्त्र्यांचा भाषाभिमान आणि देशाभिमान जाज्वल्य होता. निबंधमालेच्या पानापानांतून या अभिमानाचे स्फुल्लिंग उठत होते. सरकारी नोकरीच्या पाशातून ते नुकतेच मोकळे झाले होते.

तीन नद्यांच्या संगमाप्रमाणे तीन गुणी व्यक्तींचा संगमही दुर्मिळ असतो. महाराष्ट्राच्या सुदैवाने या वेळी हा अपूर्व त्रिवेणीसंगम घडून आला. टिळक, आगरकर आणि चिपळूणकर या तिघांच्या देशसेवेच्या संकल्पातून 'न्यू इंग्लिश स्कूल' ही शाळा, व 'केसरी' आणि 'मराठा' ही वृत्तपत्रे जन्माला आली. लोकजागृतीच्या ध्येयाने प्रेरित झालेले हे तीन तेजस्वी देशभक्त नव्या महाराष्ट्राच्या क्षितिजावर चमकू लागले. पण दैवाला हा अपूर्व योग पाहवला नाही. दुर्दैवाने दोन वर्षांनी विष्णुशास्त्री वारले!

पण विष्णुशास्त्र्यांच्या मृत्यूमुळे त्यांनी सुरू केलेल्या कुठल्याही कार्याला खंड पडला नाही. 'केसरी'ची गर्जना महाराष्ट्रातल्या कानाकोपऱ्यांतून निनादू लागली. 'न्यू इंग्लिश स्कूल'ची विलक्षण भरभराट झाली. टिळक-आगरकरांना बुद्धिमान सहकारी लाभल्यामुळे लवकरच फर्ग्युसन कॉलेज जन्माला आले. कॉलेजात असताना या जोडीने देशसेवेची जी उज्ज्वल स्वप्ने पाहिली होती, त्यांतले एक एकं सत्यसृष्टीत उतरू लागले.

पण सत्यसृष्टी ही स्वप्नसृष्टीपेक्षा निराळी आहे. भावनेच्या भरात आणि ध्येयवादाच्या धुंदीत या जोडीला आपण एकजीव आहो असे नेहमीच वाटत आले होते. आपल्या विचारांतल्या विरोधाची आणि स्वभावातल्या भेदांची त्यांना कल्पनाच नव्हती. भरतीच्या पाण्याखाली लपलेले खडक ते पाणी ओसरू लागताच जसे वर डोके करतात त्याप्रमाणे शाळा, कॉलेज व वर्तमानपत्रे थोडीफार सुस्थिर होताच ते सारे भेद आणि विरोध जाणवू लागले. 'केसरी' निघाल्यापासून त्याच्या लेखनाचा भार मुख्यत: आगरकरांनीच वाहिला होता. पण आता सामाजिक विषयावर स्वत:च्या मनाप्रमाणे स्पष्टपणे 'केसरी'त लिहिणे त्यांना कठीण होऊन बसले. तत्त्वनिष्ठ आगरकरांची कुचंबणा होऊ लागली. सामाजिक सुधारणेच्या बाबतीत रूढिग्रस्त समाजाला चुचकारून भागणार नाही, प्रसंगी त्याच्यावर चाबकाचाही प्रयोग केला पाहिजे, अशी त्यांची श्रद्धा होती. टिळकांना ही श्रद्धा मान्य नव्हती. आगरकरांनी 'केसरी' सोडून दिला आणि 'सुधारका'ची स्थापना केली.

'केसरी' सोडताना आगरकरांना किती दु:ख झाले असेल याची कुणालाही सहज कल्पना करता येईल. टिळकांच्यासारख्या जीवश्चकंठश्च मित्राशी अटीतटीचे विचारयुद्ध करतानाही त्यांचे मन मागच्या दहा वर्षांतल्या अनेक प्रेमळ आठवणींनी व्याकूळ होऊन जात असेल. कितीतरी अविस्मरणीय रात्री त्यांच्या डोळ्यांपुढे पुन:पुन्हा उभ्या राहात असतील. सरकारी नोकरी न पत्करता देशसेवेला वाहून घ्यायचे, असा दोघांनीही डेक्कन कॉलेजात एका रात्री निश्चय केला होता. विष्णुशास्त्र्यांशी विचारविनिमय करण्याकरिता दोघेही पावसाळ्यातील एका रात्री कॉलेजातून गावात आले होते, आणि थंडीने कुडकुडत कॉलेजवर परत गेले होते. डोंगरीच्या तुरुंगातल्या अनेक रात्री या दोघांनी फिरून तुरुंगात यावे लागले तरी ज्या गोष्टी केल्याच पाहिजेत, अशा गोष्टी कोणत्या हे निश्चित करण्यात घालविल्या होत्या. आपणा दोघांची एकरूपता अभंग आहे असेच ते मानीत आले होते. पण —

तत्त्वनिष्ठा ही एक अत्यंत कठोर देवता आहे.

जीवनातल्या अनेक नाजूक भावनांचा बळी घेतल्याशिवाय ती प्रसन्न होत नाही, हा अनुभव आगरकरांनाही यायचा होता. 'सुधारक' काढल्यापासून आगरकरांना टिळकांशी अखंड झुंज घ्यावी लागली, त्यांचे कठोर वाक्प्रहार पदोपदी सहन करावे लागले, आपल्या कार्यासाठी त्यांच्यावर लेखणीने घाव घालावे लागले. हे करताना त्यांच्या भावनाप्रधान मनाला क्लेश झाले नसतील असे कसे म्हणता येईल? पण त्यांच्या भावनाशीलतेने त्यांच्या ध्येयनिष्ठेला कधीही दगा दिला नाही. मध्यरात्री कोंडाण्यावर चढणाऱ्या आणि प्राणांची पर्वा न करता लढणाऱ्या तानाजीच्या वीरश्रीने त्यांनी आमरण 'सुधारक' चालविला. तो चालविताना त्यांनी पैशाकडे पाहिले नाही, की कीर्तीकडे लक्ष दिले नाही. त्यांची नजर एका ध्रुवताऱ्यावर खिळली होती; तो

तारा म्हणजे लोकजागृती हा. आपल्या समाजात जो जो लहानमोठा दोष त्यांना दिसला, त्याच्या त्याच्यावर शस्त्रवैद्याच्या कुशलतेने आणि त्यांच्या हातातल्या शस्त्रांना जी धार असते ती आपल्या लेखणीला देऊन त्यांनी सदैव निर्भय टीका केली. राघोबादादाला देहान्त प्रायश्चित्त सांगण्याचे अलौकिक नीतिधैर्य रामशास्त्र्याला आयुष्यात एकदाच दाखवावे लागले; पण जुन्याच्या भजनी लागून गुलाम झालेल्या, परंपरा पवित्र असलीच पाहिजे या कल्पनेने अंध होऊन पदोपदी चाचपडत राहणाऱ्या, आणि मंद बुद्धीने व बधिर भावनांनी जीवन कंठीत राहिल्यामुळे आपली प्रगती कुंठित करून घेतलेल्या हिंदू समाजाच्या गळी अनेक कटु सत्ये उतरविण्याचे कार्य आगरकरांनी 'सुधारक' काढल्या दिवसापासून निष्ठेने आणि धैर्याने केले. हिंदू समाजाला अधोगतीला नेणाऱ्या राक्षसी रूढींविरुद्ध त्यांनी 'न भूतो न भविष्यति' असे युद्ध पुकारले. या लोकविलक्षण लढाईत त्यांना सत्याशिवाय दुसरा कुणी सोबती नव्हता, आणि लेखणीशिवाय त्यांच्या हातात दुसरे कोठलेही शस्त्र नव्हते. कर्तव्य केल्याच्या समाधानाशिवाय दुसऱ्या कोठल्याही सुखाची त्यांना आशा नव्हती. पण ते अखंड लढत राहिले. जखमांची पर्वा न करता, अंगातून वाहणाऱ्या रक्ताच्या धारांकडे लक्ष न देता ते आमरण झुंजत राहिले. त्यांच्या मृत्यूच्या वेळी महाराष्ट्र हळहळत उद्गारला असेल, 'एक सत्पुरुष गेला.' पुढल्या पन्नास वर्षांनी महाराष्ट्राची खात्री करून दिली की, आगरकर नुसते सत्पुरुष नव्हते; ते महापुरुष होते.

४.

आगरकरांच्या ज्या विशिष्ट गुणांनी त्यांना महापुरुष केले, त्यांपैकी काहींची बीजे त्यांच्या स्वभावात लहानपणापासूनच दृग्गोचर होत होती. ते अकोले हायस्कुलात शिकत असताना विष्णू मोरेश्वर महाजनी त्यांचे शिक्षक होते. त्यांनी आगरकरांचे वर्णन पुढे दिल्याप्रमाणे केले आहे: अंगयष्टी उंच, सडपातळ व काटक होती. डोळे पाणीदार होते. भाषण ठसक्याचे व आत्मप्रत्ययाने मुसमुसलेले असे होते. स्वभाव मनमिळाऊ, लोकांच्या उपयोगी पडणारा असा होता. बुद्धी चपल व ग्राहक होती.

स्मृती मध्यमावर. शब्दापेक्षा अर्थाकडे लक्ष फार. वेळ फुकट दवडायचा नाही असा निश्चय.

आगरकरांच्या या आत्मप्रत्ययाची त्या वेळची एक आख्यायिका प्रसिद्धच आहे. त्यांना शाळेत यायला उशीर झालेला पाहून त्यांचे एक शिक्षक म्हणाले, "तुम्ही असेच मागे पडणार! तुमच्या हातून काय होणार आहे?'' आगरकरांनी लगेच शिक्षकांना उत्तर दिले, "आपल्यासारखा एम्.ए. होईन तरच नावाचा आगरकर.''

आगरकरांनी या अभिमानाला अहंकाराचे स्वरूप मात्र कधीच येऊ दिले नाही. आत्मविश्वास हा व्यक्तिविकासाचा पाया असतो, ही त्यांच्या विद्यार्थिजीवनाची शिकवण

आहे. पण व्यक्तीपुढे जर उच्च सामाजिक ध्येय नसले, तर आत्मविश्वासाचे रूपांतर बहुधा अहंकारात होते. आगरकरांचे सामाजिक मन इतक्या लहानपणी जागृत झाले होते आणि त्याची जागृती इतकी परमावधीला पोचली होती, की अहंकार त्यांच्या वाऱ्यालासुद्धा कधी उभा राहिला नाही. याविषयी आगरकरांच्या पत्नी यशोदाबाई यांची एक आठवण ध्यानात ठेवण्याजोगी आहे. त्या म्हणतात, 'रानड्यांच्याबद्दल ते नेहमी माझ्यापाशी मोठ्या आदराने बोलत व म्हणत - पुण्यात काय किंवा सबंध महाराष्ट्रात काय, पुष्कळ लोक शिकून मानाच्या व अधिकाऱ्याच्या जागांवर चढलेले आहेत. ते सर्व कोणी आपली संपत्ती वाढविण्याच्या खटपटीत आहेत, तर कोणी बायकामुलांत गुंग आहेत. पण रानड्यांच्या घरी आपले केव्हाही या; देशोन्नतीचे विचार, चर्चा आणि तळमळ यांविषयी त्यांच्या आपल्या काहीतरी योजना सुरूच आहेत.' रानड्यांचा हा आयुष्यक्रम पाहून आजार य प्रापंचिक गोष्टी यांत आपला फार वेळ जातो, म्हणून त्यांना अतिशय वाईट वाटे.

आपला आजार आपल्या देशसेवेच्या आड येत आहे, म्हणून आगरकरांना वाईट वाटणे स्वाभाविक होते. पण या आजाराची खंत करीत मात्र ते बसले नाहीत. त्यांचे लेखन गांभीर्य, आवेश आणि तळमळ यांनी भरलेले असले; तरी ते विनोदाला पारखे नव्हते. किंबहुना मोठमोठ्या माणसांमध्ये सहसा न आढळणारी विनोददृष्टीची देणगी त्यांना लाभली होती. दम्यावर अनेक औषधे घेऊनही त्यांना मुळीच गुण आला नाही. दुसऱ्या कुणीही हा निराशाजनक अनुभव कडवट शब्दांनी व्यक्त केला असता; पण आगरकर नेहमी म्हणायचे, 'माझा कोठा म्हणजे जगातील सर्व वनस्पतींची एक मात्राच बनली आहे. माझ्या मरणानंतर जर कोणी तो कोठा सांभाळून बाळगून ठेवला, तर कदाचित हेमगर्भाच्या मात्रेप्रमाणे जगाला या मात्रेचाही उपयोग होईल!' विनोद आणि सहृदयता ही तत्त्वत: सख्खी भावंडे असली, तरी व्यवहारात त्यांचे नेहमी पटतेच असे नाही. विनोदाला सहृदयतेचा पाठिंबा नसेल तर तो धटिंगणाप्रमाणे वागू लागतो, आणि सहृदयतेला विनोदाची जोड नसेल तर ती एखाद्या वेड्या बाईप्रमाणे एकच छंद घेऊन बसते, हा जगाचा नित्याचा अनुभव आहे. पण आगरकरांच्या स्वभावात या दोन दुर्मिळ वृत्तींचा मधुर संगम झाला होता. मुलाने घोडा घोडा करण्याचा हट्ट धरला, तर तो पुरवायला स्वारी एका पायावर तयार व्हायची. इतकेच नाही, तर खेळता खेळता मुलाने पाठीवर कोरडा उडविला म्हणजे 'सामाजिक सुधारणा घोड्याच्या धावेप्रमाणे लवकर अमलात याव्या म्हणून मी लोकांना शब्दांचे चाबूक मारतो, त्याची प्रतिकृतीच यशवंत माझ्या पाठीवर करीत आहे.!' असे त्याच्यावर भाष्यही व्हायचे. याच यशवंताचे गणित कच्चे होते. मधूनमधून आगरकर स्वत: याला उदाहरणे सांगत, ती समजावूनही देत; पण काही केल्या त्याची समजूत पटत नसे. अशा वेळी रागावून ते एखाददुसरी चपराक त्याला देत, पण मग

दिवसभर ही गोष्ट त्यांच्या मनाला लागत असे. अशा वेळी ते यशोदाबाईंना म्हणत, 'त्याला समजलं नाही यात त्याचा काय दोष? उगीच मारायला नको होते मी!'

आगरकरांच्या आयुष्यात अपत्यवात्सल्यापासून समाजसुधारणेच्या तळमळीपर्यंत या सहृदयतेचा आविष्कार सदैव उत्कटत्वाने होत गेला. 'केसरी' आणि 'सुधारक' यांच्यातले भांडण हा सामाजिकदृष्ट्या आवश्यक असा एक विचारकलह होता. त्यात आवेशाला जागा होती; अपशब्दांना नव्हती. ते वाग्बाणांचे युद्ध असले, तरी वैयक्तिक कुचेष्टेला त्यात वाव नव्हता. पण प्रत्येक युद्ध आरंभी धर्मयुद्ध असले, तरी लढता लढता त्यात अधर्माचा प्रवेश होऊ लागतो. टिळक-आगरकरांच्या वाग्युद्धातही हेच घडले. 'असले विसंगत वर्तन, कायद्याचा हिशेब चोख रीतीने करता येणाऱ्या गणित्याला साधण्यासारखे आहे; व त्याच्या या शास्त्रातील पांडित्याला जर कायद्याची थोडीशी फोडणी दिलेली असेल, तर त्याला त्या वर्तनाची कुरूपता सामान्य लोक चकतील अशा रीतीने छपविता येणार आहे हे आम्ही कबूल करतो,' असा आगरकरांनी टिळकांना टोमणा मारला. टिळक त्यांच्याप्रमाणे भावनाशील नव्हते. त्यांनी 'गंजीवरला कुत्रा' असा अहेर करून या टोमण्याची परतफेड केली. इतकेच नव्हे, तर आगरकरांना 'स्वार्थसाधू' हा किताब बहाल केल्यावर तो आरोप कमी तिखटपणाचा वाटूनच की काय, 'माळावरला महारोगी' म्हणूनही त्यांनी एकदा त्यांचा उल्लेख केला!

एकेकाळच्या जिवलग मित्राकडून होणारा आपल्या हेतूंचा विपर्यास आणि आपल्या व्यक्तित्वाचे विडंबन पाहून आगरकरांना दुःख होणे आणि राग येणे स्वाभाविक होते. पण त्यांच्या या दुःखातून आणि रागातून द्वेष कधीच निर्माण झाला नाही. अशा द्वेषाचा आरोप आपल्यावर होत आहे असे वाटताचा त्यांनी लिहिले, 'टिळक आणि आगरकर यांचा खाजगी द्वेष! आणि तो कशासाठी? टिळक आगरकरांचे किंवा आगरकर टिळकांचे काही एक लागत नाहीत; आणि म्हणून एकाला दुसऱ्याचा खाजगी द्वेष करण्याचे कारण आजपर्यंत झालेले नाही. इतकेच नव्हे, त्यांपैकी निदान एकाच्या मताने तरी ते केव्हाच होण्याचा संभव नाही... खुद्द आगरकरांच्या किंवा आगरकरांच्या निकट आप्तांच्या डोळ्यांस पाणी येण्यासारखी काही अनिष्ट गोष्ट घडेल तेव्हा इतरांपेक्षा टिळकांस व जेव्हा टिळकांच्या घरी तसा अनिष्ट प्रकार घडेल, तेव्हा आगरकरांस विशेष वाईट वाटून डोळ्यांस पाणी येईल, व मतभेदामुळे उत्पन्न झालेल्या वैराचा एका क्षणात विसर पडून एक दुसऱ्याला मदत करण्यास सहज प्रवृत्त होईल !'

केवळ लिहिण्याच्या ओघात आगरकरांनी ही वाक्ये लिहिली नव्हती. त्यांच्या हळुवार हृदयाचे आर्त उद्गार होते ते. त्यामुळे आपला अंतकाळ जवळ आला असे वाटताच केवळ कर्तव्यासाठी टिळकांना करावा लागलेला विरोध विसरून जाऊन

डेक्कन कॉलेजात किंवा डोंगरीच्या तुरुंगात ज्या जिव्हाळ्याने आपण आपल्या या जिवलग मित्राशी तासन्तास बोलत होतो, तो एकदाच-शेवटचा गोड घास म्हणून अनुभवावा अशी तीव्र इच्छा त्यांच्या मनात उत्पन्न झाली. ही हृदयस्पर्शी हकीगत सांगताना यशोदाबाई म्हणतात, 'मरणासमयी सुखाने मरण यावे यासाठी त्यांनी एकच इच्छा ठेवली होती, आणि ती म्हणजे टिळकांशी झालेले वितुष्ट नाहीसे करणे. ते सारखे म्हणत, टिळकांशी वाकुडपणा ठेवून मला शांतपणे मरण यायचे नाही. यांच्या मृत्यूच्या आधी टिळक आमच्याकडे आले, भेटले, बसले, कितीतरी बोलले आणि मग हे गेले.'

आगरकरांच्या या असामान्य सहृदयतेचा वाङ्मयीन आविष्कार म्हणजे त्यांची सर्वस्पर्शी रसिकता. 'व्यापाराखेरीज आपला तरणोपाय नाही' हे समाजाला समजावून सांगत असतानाही त्यांचे काव्यप्रेम कधी कमी झाले नाही. 'कवी, काव्य आणि काव्यरती' या विषयावरला त्यांचा लेख त्यांच्या रसिक व मर्मज्ञ वृत्तीचा द्योतक आहे. अर्थशास्त्रदृष्ट्या बालविवाहाचा विचार करीत असतानाच शेक्सपिअरच्या 'हॅम्लेट'चा सुरस अनुवादही ते करीत होते. इतके कशाला, गावात चांगला हरिदास आल्याची बातमी लागली, की आगरकरांची स्वारी हटकून त्याच्या कीर्तनाला हजर व्हायचीच!

ज्यांच्या अंगी रसिकता असते अशा अनेक बुद्धिमान लोकांना रसिकता आणि रंगेलपणा यातले अंतर प्रथम कळत असले, तरी ते पुढे पुढे जाणवेनासे होते. या दोन्ही प्रवृत्तींत एक अतिशय सूक्ष्म सीमारेषा आहे. प्रवाहपतिताप्रमाणे जीवन कंठणाऱ्यांना किंवा शरीरसुखाच्या मोहाला बळी पडणारांना ती सहसा दिसत नाही. ज्यांनी जीवनाचा व्यापक दृष्टीने विचार केला आहे, आत्म्याचे स्वातंत्र्य शरीराचा स्वैराचार नव्हे हे ज्यांना पुरेपुर उमजले आहे त्यांच्याच लक्षात ती येते. रसिकता व अंतर्मुख वृत्ती यांचे मोठे मनोहर मिश्रण आगरकरांत झाले होते. त्यामुळे कुठल्याही बाह्य सौंदर्याला त्यांनी कधीच भलती किंमत दिली नाही. सामाजिक क्रांतीचा पुरस्कार हिरीरीने करीत असूनही त्यांचा पोशाख अत्यंत साधा राहिला याचे मर्म हेच होते. ते एकदा मुंबईला गेले असताना सुधारक म्हणून जिकडेतिकडे गाजलेले आगरकर कसे दिसतात, हे पाहण्याकरिता जमलेल्या तमासगिरांची त्यांच्या मूर्तीच्या दर्शनाने मोठीच निराशा झाली. 'हेच का ते सुधारक? त्यांच्या तर पागोट्याचे बंद गळ्याला लोंबताहेत!' असे म्हणत त्या बिचाऱ्यांना आपला रस्ता सुधारावा लागला.

दुसऱ्या एका गृहस्थाची अशीच गंमत सांगतात. 'स्त्रियांनी जाकिटे घातली पाहिजेत,' हा आगरकरांचा लेख त्याने वाचला होता. स्त्रियांच्या जाकिटाबद्दल इतका अट्टाहास करणारा हा पुरोगामी गृहस्थ घरी सुटाबुटात वावरत असेल आणि त्याच्या तोंडात अहोरात्र चिरुटाशिवाय दुसरे अग्निहोत्र दिसत नसेल अशी स्वाभाविकच त्याने आपली कल्पना करून घेतली. आगरकरांना भेटण्याकरिता तो मुद्दाम त्यांच्या घरी

आला. आगरकर घरी आहेत की नाहीत याची चौकशी करण्याकरिता तो त्यांच्या घराजवळ असलेल्या एका स्वतंत्र खोलीकडे वळला. त्या खोलीत धाबळीची बाराबंदी अंगात घातली आहे, एक पंचा नेसून दुसरा डोक्याला गुंडाळलेला आहे आणि हातातल्या चिलमीचे मनसोक्त सेवन चालले आहे अशा थाटात बसलेली एक मूर्ती त्याने पाहिली. आगरकरांकडे आलेला हा कोणीतरी कोकणातला भिक्षुक असावा असे वाटून त्या गृहस्थाने ऐटीत प्रश्न केला, 'आगरकर कुठे आहेत?' चिलीम ओढणाऱ्या गृहस्थांनी शांतपणाने प्रतिप्रश्न केला, 'त्यांच्याशी आपलं काय काम आहे?' तो गृहस्थ उत्तरला, 'त्यांची कीर्ती ऐकून त्यांना भेटण्याकरिता मी आलो आहे.' पंचा नेसलेल्या आणि चिलीम ओढीत बसलेल्या त्या गृहस्थांनी त्याला उत्तर दिले, 'आगरकर म्हणतात तो मीच!'

आगरकरांच्या साधेपणाच्या मुळाशी जे संयमाचे आणि सामाजिक जबाबदारीचे तत्त्वज्ञान होते, तेच त्यांच्या आचारविचारांत आणि उच्चारांत सदैव दिसून येत असे. ते स्वत: नाट्यकलेचे मोठे भोवते होते. पण त्यांचे सहकारी प्रो. वासुदेवराव केळकर हे महिना न् महिना जेव्हा एका नाटक मंडळीत मुक्काम ठोकू लागले, तेव्हा त्यांचे हे वर्तन आगरकरांना मुळीच आवडले नाही. त्यावेळच्या नाटक मंडळ्यांत व्यसनी माणसांचा भरणा फार असे; त्यामुळे केळकरांसारख्या प्रोफेसरांनी एखाद्या नाटक मंडळींत महिनान्‌महिना पडून राहणे अनेक दृष्टींनी अनिष्ट होते. या बाबतीतले आगरकरांचे खालील उद्गार अत्यंत मननीय आहेत. ते वरचेवर म्हणत, 'आम्ही विद्यार्थ्यांना शिकविणार, तयार करणार; आमचे आचरण पाहून विद्यार्थी तयार होणार. आम्हीच जर नाटकी आणि व्यसनी लोकांत राहू लागलो, त्यांच्यासारखेच झालो तर आमच्यापासून आमचे विद्यार्थी शिकणार तरी काय ? हेच का?' समाजाचे नेतृत्व स्वीकारणाऱ्या मनुष्याने - मग त्याचा पेशा शिक्षकाचा असो वा लेखकाचा असो, समाजसेवकाचा असो अथवी राजकारणी पुरुषाचा असो - शुद्ध चारित्र्याची चाड बाळगली पाहिजे, या गोष्टीविषयी त्यांचा केवढा कटाक्ष होता व तो किती यथार्थ होता हे या उद्गारांवरुन दिसून येईल.

आगरकरांच्या विशुद्ध, उदात्त आणि प्रेरक व्यक्तित्वाचे कितीतरी लहानमोठे आकर्षक पैलू दाखविता येतील. विद्यार्थी, शिक्षक, लेखक, संपादक अणि समाजसुधारक यांपैकी कोणत्याही दृष्टीने त्यांच्याकडे पाहिले, तरी ते आदर्शच वाटतात. त्यांचे हे सर्व वैयक्तिक गुण त्यांच्या लेखनात आणि शिकवणीत उत्कटत्वाने प्रतिबिंबित झाले आहेत. त्यामुळे त्यांच्या निबंधांत विशाल दृष्टी, सत्यप्रीती, जिव्हाळा, आवेश आणि तळमळ यांचा अपूर्व संगम झालेला आढळतो. मराठी भाषेला भूषणभूत झालेल्या निबंधकारांत त्यांचे स्थान अत्यंत उच्च आहे. पण साहित्यकार म्हणून त्यांनी मिळविलेले पहिल्या प्रतीचे यश हे काही कलेचे यश नाही; ते विचारशक्तीचे

यश आहे. ते समाजाविषयी त्यांना वाटणाऱ्या अलौकिक आपुलकीचे यश आहे. आपल्या भोवतालचे जग सुखी व्हावे म्हणून प्रामाणिकपणाने तळमळणाऱ्या एका महान आत्म्याचे ते यश आहे. निबंधाचे तंत्र काय असते किंवा काय असावे, याचा आगरकरांनी फारसा अभ्यास किंवा विचार केला नसावा; पण सर्व प्रकारच्या गुलामगिरीत खितपत पडलेल्या स्वत:च्या समाजाच्या अधोगतीच्या कारणाचा मात्र त्यांनी कसून अगदी मूलगामी पद्धतीने वर्षानुवर्षे विचार केला. या विलक्षण विचारप्रक्षोभातच त्यांच्या हृदयंगम निबंधलेखनाचा उगम आहे.

५.

आगरकरांनी लोकजागृतीच्या एकमेव हेतूने आपले सारे निबंधलेखन केले असले, तरी त्यांच्या अनेक स्वाभाविक वङ्मयगुणांचा विलासही त्यांच्या ठिकाणी आढळतो. लेखणी हे त्यांच्या दृष्टीने खड्ग होते, कुंचला नव्हता; पण त्यांच्या या खड्गाची मूठ रत्नजडित होती. या कुंचल्याच्या मोहक पण कृत्रिम रंगांना ज्यांची सर कधीच येणार नाही, असे विलक्षण पाणी त्या खड्गाच्या तळपत्या धारेतून चमकत होते. बुद्धिवाद हाच उद्याच्या सुखी मानवतेच्या जीवनाचा पाया झाला पाहिजे हे प्रतिपादन करताना ते म्हणतात, 'विचारी पुरुषांनी ही गोष्ट लक्षात ठेवली पाहिजे की, जे आचार चमत्कारिक धर्मकल्पनांवर बसविलेले असतात, ते विवेकाच्या कसाला लावून पाहण्यात काही अर्थ नाही. जे लोक तसल्या आचारांचे अनुकरण करीत असतात, त्यांच्या मनात त्यांच्या औचित्याचा विचार कधीच येत नाही. पूर्वापार चालत आलेल्या गाढ विश्वास शृंखलांनी निगडित होऊन गेल्यामुळे मागून आलेले लोण डोळे मिटवून पुढल्यांस नेऊन पोहोचविणे एवढेच ते आपले कर्तव्य समजतात. धर्म-मंदिराची रचाई श्रद्धेच्या किंवा विश्वासाच्या पायावर झालेली आहे, असे हिंदू धार्मिकांचेच म्हणणे आहे असे नाही.

पृथ्वीवरील कोणत्याही प्रकारच्या धार्मिकांस विश्वासाशिवाय त्राता नाही व थारा नाही. यासंबंधाने बुद्धिवादाचे नाव काढले की त्यांच्या अंगावर काटा उभा राहतो. एखाद्या दिवाळखोर कर्जबाजाऱ्यास ज्याप्रमाणे आपल्या प्राप्तीचा आकडा आपल्या खर्चाच्या आकड्याशी ताडून पाहण्याचे धैर्य होत नाही, किंवा ज्यांची जीविताशा फार प्रबळ झाली आहे त्यांना आपल्या रोगाची चिकित्सा सुप्रसिद्ध भिषग्वर्याकडून करवत नाही, त्याप्रमाणे श्रद्धाळू धार्मिकास आपल्या धर्मसमजुती व त्यांवर अवलंबणारे आचार यांस बुद्धिवादाच्या प्रखर मुशीत घालण्याची छाती होत नाही.

त्यांना अशी भीति वाटते, की ते हिणकस ठरल्यास पुढे काय करावे? आम्हाला असे वाटते की, असले भित्रेपणे फार दिवस चालावयाचे नाही. विवेक पूर्ण जागृत झाला नव्हता तोपर्यंत विश्वासाने किंवा श्रद्धेने प्रत्येक गोष्टीत आपला अंमल

चालविला, यात काही वावगे झाले नाही. जसा लोकांस तसा मनास कोणीतरी शास्ता पाहिजे; व ज्याप्रमाणे मुळीच राजा नसण्यापेक्षा कसलातरी राजा असणे बरे, त्याप्रमाणे वर्तनाचे नियमन करणारे असे कोणतेच तत्त्व नसण्यापेक्षा विश्वासासारखे एखादे स्खलनशील तत्त्व असणेदेखील इष्ट आहे. पण हे कोठपर्यंत? अधिक चांगले तत्त्व अस्तित्वात आले नाही तोपर्यंत. ते आले की, जुन्या प्रमादी तत्त्वाने आपली राजचिन्हे श्रेष्ठ तत्त्वाच्या स्वाधीन केली पाहिजेत. हे सरळ अधिकारांतर येथून पुढे विश्वास आणि विवेक यांच्या दरम्यान होणार आहे.

तर्कशुद्ध व स्पष्टोक्तिपूर्ण प्रतिपादनाच्या या सुंदर पण छोट्या नमुन्यातही निबंधकार या नात्याने आगरकरांच्या अंगी वसत असलेल्या एका, दुर्मिळ गुणाचा प्रत्यय येतो. तो गुण म्हणजे त्यांची कविप्रकृती. आगरकरांनी उभ्या जन्मात काव्याची एकही ओळ लिहिली नसेल; पण त्यांच्या व्यक्तित्वाचे आणि म्हणूनच लेखनाचे आकर्षकत्व त्यांच्यामध्ये सदैव जागृत असलेल्या-कल्पक आणि भावनाशील कवीमुळे वाढले आहे यात मुळीच शंका नाही. प्रतिभेच्या या प्रकृतिधर्मामुळेच 'वृद्ध हे समाजनौकेचे भरताड होत; तरुण शिडे होत! पहिल्याशिवाय समाजात स्थिरता राहणार नाही, आणि दुसऱ्याशिवाय त्याला गती येणार नाही', 'आरामवाटिका ही मोठ्या शहराची फुफ्फुसे होत', 'दहा-बारा किंवा पंधरा-सोळा वर्षांच्या पोरास संसाराचे विंचू लावण्यात, ज्या कन्यांना ऋतुदेखील प्राप्त झाला नाही अशांस वैधव्याग्नीने पोळण्यात अथवा एखादी जाईची कळी निवडुंगावर किंवा सोनचाफ्याचे फूल कोरांटीवर आणून टाकण्यात काय शहाणपणा वा भूषण असेल ते असो!', 'भास्कराचार्यांचे भास्कराचार्यत्व वेधशाळेत' असली लहानमोठी मनोज्ञ आणि मार्मिक वाक्ये ते सहज लिहून जातात.

मात्र, तर्कशुद्ध पण प्रखर अशी सामाजिक टीका हा त्यांच्या निबंधाचा आत्मा असल्यामुळे, त्यांच्या प्रतिमेचा प्रकृतिधर्म कवीचा असूनही कल्पनाविलासात ते कधीही रममाण झालेले आढळणार नाहीत; पण कवि-प्रकृतीमुळे कुठलेही दृश्य आपल्या डोळ्यांपुढे घडत आहे असा भास वाचकांना व्हावा इतक्या परिणामकारक रीतीने ते चित्रमालिकांच्या साहाय्याने रेखाटण्याची हातोटी त्यांना साधली आहे. बालविवाह आणि प्रेमविवाह यांतील विरोधाचे हे चित्र पाहा.

'ज्यांच्या अवयवांची पूर्ण वाढ झाली आहे, ज्यांच्या शरिराच्या प्रत्येक भागावर तारुण्याचे तेज चकाकत आहे, विषयवासना जागृत झाल्यामुळे उल्हासाने, उत्कटतेने, अननुभूत सुखास्वादाच्या अहर्निश चिंतनाने ज्यांच्या अंगव्यापारात, दृष्टीत व चर्येत लज्जा, अधीरता, साशंकपणा वगैरे परस्परविरोधी अनेक मनोविकार वारंवार प्रतिबिंबित होऊ लागले आहेत; एकमेकांस प्रिय होण्याविषयी ज्यांचे हरएक प्रयत्न चालले आहेत; विद्या, वित्त, सौंदर्य वगैरे गुणांनी आपणांस होईल तितके अलंकृत करून

मोह पाडण्याविषयी जे अहोरात्र झटत आहेत; ज्यांना आपण रतिमन्मथाचे पुतळे आहो व विधात्याने आपली विवाहमैत्री व्हावी असे योजूनच आपणांस निर्माण केले आणि आपल्याहून अधिक सुखी असे दांपत्य कोठेही असू शकण्याचा संभव नाही असे वाटू लागले आहे; अन्योन्य समागम दुरावणारा प्रत्येक क्षण ज्यांस युगतुल्य झाला असून, जे सूर्याच्या अश्वास मंदगतित्वाबद्दल निंदू लागले आहेत व यामिनीस आपली समागमकारिणी मैत्रीण मानून तिच्या वाटेकडे जे डोळे लावून बसले आहेत अशा स्त्रीपुरुषांच्या प्राथमिक रतिसुखाची बहार कोणीकडे आणि पंतोजींचा मार खाणाऱ्या व अभ्यासाखाली अर्धमेल्या झालेल्या दुर्बल, भेकड आणि लुस्कान अशा आमच्या १६-१७ वर्षांच्या बहुतेक पोरांच्या आणि बाहुलाबाहुलीचा व भातुकलीचा ज्यांचा खेळ नुकताच सुटला आहे व नवरा म्हणून ज्याच्याशी आपला एकप्रकारे विशेष संबंध आला आहे असा पुरुषजातीपैकी कोणी एक इसम आहे, असे ज्यांना नुकतेच कोठे समजू लागले आहे अशा आमच्या १२-१३ वर्षांच्या निस्तेज, लाजाळू व अज्ञान पोरीच्या, बळजोरीच्या महालाची बहार कोणीकडे?'

•••

आधुनिक मराठी गद्याचा जन्म स.का.छत्रे यांच्या 'बाळमित्रा'च्या रूपाने १८२८ मध्ये झाला. पुढे १२ वर्षांनी लोकहितवादींची 'शतपत्रे' प्रसिद्ध होऊ लागली. १८५९ मध्ये विष्णुबुवा ब्रह्मचारी यांचा 'वेदोक्तधर्मप्रकाश' झळकला. १८६० - १८७० च्या दरम्यान मराठी कादंबरीचा जन्म झाला. कृष्णशास्त्री चिपळूणकरांचा 'अरबी भाषेतील गोष्टींचा सुरस अनुवाद'ही याच काळात निर्माण झाला. या सर्व लेखकांत रसिकता होती', ज्ञानप्रसाराची तळमळ होती आणि मातृभाषेची सेवा करण्याची उत्कट इच्छाही होती; पण प्रतिभागुणांच्या अभावामुळे या अर्धशतकात (१८१८ - १८७४) बहुतेक मराठी लेखक बालबोध लेखनापलीकडे फारसे पाऊल टाकू शकले नाहीत. त्यांच्यापैकी लोकहितवादी आणि विष्णुबुवा ब्रह्मचारी यांच्यामध्ये विलक्षण सामाजिक तळमळ होती. पण त्या तळमळीला अनुरूप असा वाणीचा विलास त्यांना साध्य झाला नाही. सुंदर व ओघवती भाषा हा कृष्णशास्त्री चिपळूणकरांचा विशेष होता; पण ज्या राजकीय किंवा सामाजिक जिव्हाळ्यांतून स्वतंत्र विचारसरणी आणि तिला अनुरूप अशी ओजस्वी भाषाशैली निर्माण होते, तो जिव्हाळा त्यांच्यापाशी नव्हता. त्यामुळे १८७४ साली निबंधमालेचा जन्म होईपर्यंत मराठी भाषेची स्थिती एखाद्या बाहुलीसारखी होती. ती दिसायला नीटनेटकी असली, तरी निरखून पाहणाराला तिचा निर्जीवपणा चटकन जाणवे. तिच्यावर वस्त्राभरणे झळकत असली, तरी सुंदर चिंध्या आणि खोटे मणी यांच्यापेक्षा त्यांची किंमत अधिक नाही हेही पाहणारांच्या लगेच लक्षात येई.

ही स्थिती विष्णुशास्त्र्यांनी आपल्या निबंधमालेने पालटून टाकली. बाहुलीची हा

हा म्हणता अल्लड बालिका झाली. जॉन्सन आणि मेकॉले यांच्यासारख्या इंग्लिश पंडितांच्या लेखनाशी स्पर्धा करणारे आकर्षक निबंध निबंधमालेतून भराभर प्रगट होऊ लागले. भाषा आणि देश यांच्या अभिमानाने स्फुरलेले विचार विद्युल्लतेप्रमाणे या निबंधांतून चमकू लागले. अवघ्या सात वर्षांत मराठी गद्याचा कायापालट झाला.

निबंधमालेचा आगरकरांच्या उमलत्या प्रतिभेवर किती परिणाम झाला असेल याची सहज कल्पना करता येईल. निबंधमाला १८७४ मध्ये निघाली. आगरकर १८७५ मध्ये मॅट्रिक झाले. अत्यंत संस्कारक्षम अशा या वयात आतापर्यंत कोणीही लिहिले नव्हते असे प्रभावी मराठी गद्य यांना प्रत्येक महिन्याला वाचायला मिळू लागले. 'लेखणी तलवारीपेक्षा श्रेष्ठ आहे' हे एक नुसते सुंदर सुभाषितच नाही तर ते शृंखलांनी जखडलेल्या राष्ट्रांतसुद्धा अनुभवायला येणारे ओजस्वी सत्य आहे, हे विष्णूशास्त्र्यांच्या उदाहरणावरून त्यांना दिसून आले. लहानपणापासूनच त्यांची प्रतिभा आत्मविकासाची धडपड करीत होती; तिला निबंधमालेने मार्ग दाखविला.

आगरकरांच्या शैलीवर विष्णुशास्त्र्यांची छाया असल्याचा मधूनच जो भास होतो त्याचा उगम या परिस्थितीत आहे. मात्र निबंधकार या दृष्टीने ते विष्णुशास्त्र्यांहून अत्यंत भिन्न आहेत. दोघेही पंडित, दोघेही देशभक्त, दोघेही भाषाप्रभू! पण दोघांच्या मनाच्या बैठकीत मात्र दोन ध्रुवांचे अंतर. विष्णुशास्त्री पांडित्यात रमून जातात; आगरकर विषयाचे तर्कशुद्ध व मूलगामी विवचेन कण्याचे साधन म्हणून पंडित्याचा उपयोग करतात. दोघांची देशभक्ती सारखीच उत्कट! पण विष्णुशास्त्र्यांची दृष्टी देशाच्या दिव्य अशा भूतकालाकडे अधिक वळलेली; आगरकरांची दृष्टी मुख्यत: त्याच्या उज्ज्वल भविष्याकडे लागलेली. विष्णुशास्त्र्यांनी लोकांचा भाषाभिमान व देशाभिमान जागृत केला हे खरे; पण त्यांच्या निबंधाचे विषय, प्रतिपादनाची पद्धत, भाषेचा विलास या सर्वांचे स्वरूप मुख्यत: वाङ्मयीन आहे. आगरकरांचे निबंध तसे नाहीत. ते अंतर्बाह्य सामाजिक आहेत. विष्णुशास्त्र्यांनी हीनगंडाने पछाडलेल्या समाजाचा राष्ट्राभिमान जागृत केला. आगरकरांनी आपली संस्कृती श्रेष्ठ आहे या खोट्या अभिमानाच्या धुंदीत कुंभकर्णाप्रमाणे झोपलेल्या समाजाच्या डोळ्यांत अंजन घालून त्याला विचारप्रवृत्त केले. आत्मविश्वासाशिवाय कुठलाही समाज जगू शकत नाही; पण आत्मपरीक्षणाशिवाय त्याची कधीही प्रगती होऊ शकत नाही. १८ व्या शतकात महाराष्ट्रीय समाजाची ही दोन्ही अंगे विकल झाली होती. विष्णुशास्त्र्यांनी पहिल्याला संजीवनी दिली. दुसऱ्यांच्या बाबतीत आगरकर धन्वंतरी ठरले.

मराठीचे हे पहिले दोन श्रेष्ठ निबंधकार अनेक दृष्टींनी एकमेकांचे पूरक होते. विष्णुशास्त्र्यांच्या राष्ट्राभिमानाचा वारसा लोकमान्य टिळकांकडे आला. टिळक, परांजपे, खाडिलकर, केळकर, अच्युतराव कोल्हटकर, सावरकर प्रभृतींच्या निबंधांनी ही परंपरा दोन पिढ्या अखंड चालविली. या निबंधकारांपैकी शिवरामपंत, अच्युतराव

व सावरकर हे कविप्रकृतीचे असल्यामुळे विषयाची निवड करण्यापासून तो भाषाशैलीपर्यंत सर्वत्र हे वैशिष्ट्य त्यांच्या निबंधांत आढळून येते. या दृष्टीने त्यांचे आगरकरांशी थोडे साम्य आहे; पण आगरकरांच्या लेखनाचा जो चिरकालीन परिणाम झाला, तो मराठी निबंधावर नाही; तर काव्य, विनोद व कथा या ललित वाङ्मयाच्या तीन प्रमुख विभागांवर.

केशवसुत हे आधुनिक मराठी कवितेचे जनक गणले जातात. त्यांच्या अनेक तेजस्वी कवनांना आगरकरांच्या लिखाणापासूनच स्फूर्ती मिळाली. श्रीपाद कृष्ण कोल्हटकर हे मराठी विनोदाचे निर्माते. त्यांच्या विनोदी बुद्धीचे पोषण आगरकरांनी केले नसले तरी तिच्या विलासाला वळण लावण्याचे श्रेय त्यांनाच द्यावे लागेल. या दृष्टीने 'सुदाम्याच्या पोह्या'तला 'शिमगा' हा विनोदी लेख आगरकरांच्या 'पांचजन्याचा हंगाम' या निबंधाशी ताडून पाहण्याजोगा आहे. आगरकरांनी 'सुधारक' काढला तेव्हा 'महात्म्याला शोभण्याजोगे कृत्य' असा त्यांचा हरिभाऊ आपट्यांनी जो गौरव केला त्याचा उगम नुसत्या कौतुकयुक्त आदरात नव्हता. हरिभाऊंचे कादंबरीलेखन 'सुधारक' निघण्यापूर्वी सुरू झालेले असले, तरी ज्या विशाल व भावपूर्ण दृष्टीने त्यांनी पुढे आयुष्यभर सामाजिक कथालेखन केले, तिचा सुंदर आविष्कार प्रथमत : 'पण लक्षात कोण घेतो' या कांदबरीतच झाला. 'सुधारक' १८८८ त निघाला आणि हरिभाऊंनी या कादंबरीचे लेखन १८८९ त सुरू केले. पुढे दोन पिढ्या मराठी ललित वाङ्मयातल्या सर्व प्रतिभावान लेखकांनी सामाजिक सुधारणेचा कैवार घेतला ही काही योगायोगाची गोष्ट नाही. आगरकरांच्या भावनायुक्त निबंधांचे संस्कारच या परिवर्तनाच्या मुळाशी होते. १९२० पर्यंत वाङ्मयीन टीका आणि राजकीय निबंध या दोन क्षेत्रांवर निबंधमालेची जशी छाया होती त्याप्रमाणे काव्य, कथा, विनोद व नाट्य या क्षेत्रांवर आगरकर वर्चस्व गाजवीत होते. ही शक्ती वाङ्मयविलासाची नव्हती, ती क्रांतिकारक विचारांची होती. आगरकरांच्या सामाजिक निबंधाची परंपरा जरी पुढे चालली नाही तरी त्यांचे वाङ्मय ही सुगंधाने दरवळणारी फुलबाग नसून ते अग्निज्वाळांनी रसरसलेले यज्ञकुंड आहे, ही जाणीव महाराष्ट्रातला सुबुद्ध समाज कधीच विसरला नाही.

६.

आज अर्धशतकाचा अवधी लोटल्यानंतर आगरकरांचे निबंध वाचणारा मनुष्य त्यांच्या वाङ्मयाला क्रांतिकारक हे विशेषण लावायला फारसा तयार होणार नाही. त्यांनी ज्या सामाजिक क्रांतीकरता जिवाचे रान केले, तिचे बाह्यस्वरूप आपल्या अंगवळणी पडल्याला एक पिढी होऊन गेली आहे. मानवी जीवन गतिमय असल्यामुळे कालचा क्रांतिकारक हा आजचा सुधारक ठरतो, व आजचा सुधारक हा उद्याचा

सनातनी होण्याचा संभव असतो! हे लक्षात घेऊन ऐतिहासिक दृष्टीने आगरकरांच्या वाङ्मयाकडे आपण पाहू लागलो तर असामान्य ओज, अलौकिक तळमळ, भविष्यकाळात डोकावू पाहण्याची शक्ती आणि विचारप्रवर्तमाचे विलक्षण सामर्थ्य ही क्रांतिकारक वाङ्मयाची प्रमुख लक्षणे त्यांच्या लेखनात स्पष्टपणे प्रीत होतात.

दारिद्र्य मनुष्याला अकाली प्रौढ करते. आगरकर तरी या नियमाला कुठून अपवाद होणार? आपल्या विद्यासंपादनाच्या उत्कट इच्छेला पदोपदी येणारे अडथळे पाहून लहानपणीच त्यांना सामाजिक विषमतेची तीव्रतेने जाणीव झाली असावी. स्वभावत:च :सहृदय असलेल्या या दरिद्री पण बुद्धिमान तरुणाने शिकता शिकता भोवतालच्या हरतऱ्हेच्या विषमतेविषयी सतत विचार केला असावा. कॉलेजमध्ये मोठ्या आवडीने केलेल्या इतिहासाच्या अभ्यासाने आणि मिल्ल स्पेन्सर इत्यादींच्या तत्त्वज्ञानाच्या परिचयाने त्यांच्या विचारांतले धुके साहजिकच नाहीसे झाले. आपली मातृभूमी ही एकेकाळी सुवर्णभूमी होती; पण आज ही सुवर्णभूमी धुळीला मिळाली आहे, हे आगरकरांना उघडउघड दिसत होते. या अध: पाताची मीमांसा त्यांची बुद्धी करू लागली. रोग्याच्या विकाराचे निदान करताना अंधळ्या जिव्हाळ्याचा काही उपयोग नसतो, तिथे वैद्यकशास्त्राचे ज्ञानच हवे हे लक्षात ठेवून, त्यांनी दलित आणि गलित अशा आपल्या समाजपुरुषाची कसून परीक्षा केली. त्यांची खात्री होऊन चुकली की, आपल्या राजकीय, सामाजिक आणि आर्थिक गुलामगिरीचे मूळ एकाच दीर्घकालीन हटवादी रोगात आहे. तो रोग म्हणजे पुराणप्रियता - अंधश्रद्धा - मुलामा उडून गेलेल्या जुन्या पितळेलाही सोने मानून कवटाळून बसण्याची वेडी प्रवृत्ती! आमचा धर्म श्रेष्ठ, आमचा देश श्रेष्ठ आमची संस्कृती श्रेष्ठ, असे ढोल बडवीत आणि त्या ढोलाच्या ढुमढुमाटात स्वत:ला बधिर करून घेऊन काळाच्या हाकेकडे दुर्लक्ष करीत हिंदुसमाज शतकानुशतके जीवन कंठीत आला आहे. डोळे असून अंधळा, कान असून बहिरा आणि पाय असून पांगळा झाला आहे तो! अशा समाजाच्या कपाळी लाजिरवाण्या गुलामगिरीशिवाय दुसरे काय लिहिलेले असणार?

•••

उज्ज्वल भूतकालाचे पोवाडे गाऊन काही कुणी वर्तमानकाळावर अधिराज्य गाजवू शकत नाही. व्यक्तीला काय किंवा राष्ट्राला काय आपले भाग्यमंदिर घडवावे लागते. ते घडविताना आपल्या रक्तामासाचा चिखल करावा लागतो, प्रसंगी पोटचे गोळे बळी द्यावे लागतात.

अगरकरांच्या पूर्वी अनेक लहानमोठे समाज- सुधारक महाराष्ट्रात आणि महाराष्ट्राबाहेर होऊन गेले असले तरी आपले जीवन अंधळेपणाने जुन्या चाकोरीतून चालविण्याचा अट्टाहास करणे अत्यंत आत्मघातकीपणाचे आहे, हे त्यांच्याइतके पूर्णतेने कुणीच जाणले नव्हते; आणि क्वचित कुणी जाणले असले तरी त्यांच्याइतक्या परिणामकारकतेने

ते समाजाला कुणीही समजावून दिले नव्हते. रस्त्यात भीक मागून पोट भरणाऱ्या भिकाऱ्याने आपला बाप नवकोटनारायण होता हे पुन:पुन्हा सांगितल्याने त्याचे केविलवाणे दैन्य अधिकच उघडे पडते. आपला समाज या भिकाऱ्यासारखेच लाचारीचे वर्तन करीत आहे, अशी आगरकरांची खात्री होऊन चुकली होती. म्हणे, प्राचीन काळी आमच्यामध्ये गार्गी-मैत्रेयीसारख्या विदुषी निर्माण होत असत आणि त्या मोठ्योठ्या महर्षींशी तत्त्वज्ञानासारख्या गहन विषयावरसुद्धा वादविवाद करीत असत. स्त्रीला चूल आणि मूल यापलीकडे दुसरे काहीही कर्तव्य नाही असे समजणाऱ्या आणि साध्या अक्षर-ओळखीला तिला पारखे करणाऱ्या समाजाने ही जुनीपुराणी बढाई मारण्यात काय अर्थ? म्हणे, चंद्रगुप्त, विक्रम, शालिवाहन, प्रताप आणि शिवाजी असे वीरपुरुष आमच्यात होऊन गेले; त्यांनी बलाढ्य शत्रूंना धूळ चारून आर्यांचा स्वातंत्र्यध्वज या सस्यश्यामल भूमीत डौलाने फडकत ठेवला. कंबरेशी काटकोन करून युनियम जॅकपुढे माना लवविणाऱ्या प्रौढांनी आणि अदबीने जोडलेल्या हातांत पदवीची सुरळी घेऊन 'युवर मोस्ट ओबिडियंट सर्व्हंट' हा मंत्र जपत सरकारी नोकरीकरिता कलेक्टरांच्या नाहीतर मामलेदाराच्या कचेरीत हेलपाटे घालणाऱ्यांनी त्या स्वातंत्र्यध्वजाचे स्मरण करावे हे एकप्रकारचे विडंबनच नव्हते काय? ज्या देशातल्या दर्यावर्दी लोकांना मासे मारण्याशिवाय दुसरा धंदा उरलेला नाही, तो देश एकेकाळी साऱ्या जगाशी व्यापार करीत होता; किंवा ज्या देशातल्या कोट्यवधी लोकांना धड लाज राखण्यापुरतेसुद्धा वस्त्र मिळत नाही, त्या देशात आंब्याच्या कोयीत मावणारी तलम धोतरजोडी तयार होत होती ही फुशारकी आपल्या अधोगतीची आणि कर्तव्यशून्यतेची द्योतक आहे हे आगरकरांनी पूर्णपणे ओळखले. जगाच्या मागे पडलेले लोकच जुन्याची पूजा करण्यात दंग होऊन जातात. शर्यतीत ईर्षेने धावणारांची नजर नेहमी पुढे पाहत असते. या हतभागी हिंददेशाला पुन्हा वैभवाच्या शिखरावर चढायचे असेल, या दुर्दैवी हिंदु समाजाला माणुसकीला शोभणाऱ्या सुखाचा आणि स्वातंत्र्याचा पुन: अनुभव घ्यायचा असेल, तर ज्या अनेक जुनाट गंजलेल्या शृंखलांनी त्याचे जीवन जखडून टाकले आहे, ज्या शृंखला नसून फुलाचे हार आहेत असे मानण्यापर्यंत त्याच्या अंधत्वाची मजल गेली आहे, त्या शृंखलांचे सत्यस्वरूप त्याला पटविले पाहिजे, तीक्ष्ण शस्त्रांनी त्या तटातट तोडून टाकल्या पाहिजेत आणि त्या तोडताना कुठे जखम झाली किंवा प्रसंगी रक्त वाहू लागले तर त्याची पर्वा करता कामा नये, असे मनाशी ठरवूनच आगरकरांनी लेखणी हातात घेतली.

•••

या लेखणीने पहिला हल्ला चढविला तो हिंदू समाजाच्या अत्यंत जीर्ण झालेल्या धर्मकल्पनांवर. पाच हजार वर्षांपूर्वी या धर्माने तेहतीस कोटी देव जन्माला

घातले, आकाशाच्या पलीकडे स्वर्ग-नरकाच्या वसाहती स्थापल्या आणि त्यांतल्या एका वसाहतीत अप्सरा आणि अमृत व दुसऱ्या वसाहतीत यमदूत आणि तप्त लोहरस असली बक्षिसे व शिक्षा ठेवून पाप-पुण्याच्या हजारो भ्रामक कल्पना समाजात प्रसृत केल्या.

अस्तित्वात नसलेल्या परलोकांवर दृष्टी ठेवून इहलोकीचे जीवन माणसाने जगावे, असल्या खोट्या तत्त्वज्ञानाची निर्मिती करून या धर्माने खऱ्याखुऱ्या जीवनमूल्याचा सामान्य मनुष्याला फारसा विचारच करू दिला नाही. परिस्थितीपासून पोशाखापर्यंत या हिंदू समाजात सदैव बदल होत गेले, पण त्याच्या आरंभीच्या धर्मकल्पना मात्र जशाच्या तशाच राहिल्या. या विसंगतीचे परिणाम आगरकरांना सभोवार सर्वत्र दिसत होते. कॉलेजात व्हॉल्टेअर वाचणारे घरी गरुडपुराण प्रमाण मानून मृतात्म्यांची उत्तरक्रिया करीत होते! शेक्सपीयरच्या 'रोमिओ ॲण्ड ज्यूलिएट' या प्रेमकथेमध्ये रंगून जाणारे लोक आपल्या परकऱ्या पोरींची लग्ने लावीत होते आणि त्या बालवधूंपैकी जिला दुर्दैवाने वैधव्य येईल तिला न्हाव्यापुढे बसवून तिचे मुंडन करण्यात धर्मपालनाचे समाधान मिळवीत होते. धर्म, देवता, परलोक, पुनर्जन्म यांच्याविषयीच्या जुन्या कल्पना जोपर्यंत समाजाच्या मनावर ताबा गाजवीत आहेत, तोपर्यंत ही विपरीत दृश्ये समाजात दिसत राहणारच हे जाणून, आगरकरांनी निर्भयपणे सर्वांना बजावले, 'आकाशातून देव येथे कधी आले नाहीत व येथून ते परत आकाशात कधी गेलेही नाहीत. आम्हीच त्यांना येथल्या येथे निर्माण करतो, त्याच्या गुणांचे पोवाडे गातो आणि चाहील तेव्हा त्यांस नाहीसे करतो. जो जो बुद्धीचा विकास होत जाऊन कार्यकारणांचा संबंध चांगला कळू लागतो, तो तो प्राथमिक वा पौराणिक कल्पना मिथ्या भासू लागून, भूत, पिशाच्च, देव, दानव वगैरे शुद्ध कल्पनेने उत्पन्न केलेल्या शक्तींची असत्यता प्रत्ययास येते. पूजेस व प्रार्थनेस ओहोटी लागते, आणि काही वेळ सर्व ब्रह्मांडास उत्पन्न करून त्याचे पालन व नाश करणाऱ्या अशा एका परमात्म्याच्या कल्पनेचा उदय होतो. पण पुढे वादान्त विचारांच्या कुंडात पेटलेल्या अग्नीत हे द्वैतही खाक होऊन जाते आणि 'अहं ब्रह्मास्मि' एवढा अनिर्वचनीय विचार मागे राहतो. व्यक्तींच्या वा राष्ट्राच्या धर्मविचाराचा हा कळस आहे. येथपर्यंत ज्याची मजल आली त्याला सर्व धर्म तुच्छ आहेत.

७.

मानवतेच्या विकासाच्या इतिहासात धर्माचे स्थान उपेक्षणीय नाही हे आगरकरांना मान्य आहे. पण धर्म हीसुद्धा एक सामाजिक संस्था आहे, काळाबरोबर तिचे स्वरूप बदलले नाही तर ती प्रगतीला प्रेरक न होता उलट मारक होते हे ते कटाक्षाने प्रतिपादन करतात. अन्यायी राजापेक्षा त्याचे जुलमी अधिकारीच जसे प्रजेला अधिक

संत्रस्त करून सोडतात, त्याप्रमाणे चुकीच्या धर्मकल्पनांपेक्षाही रूढींच्या रूपाने होणारी त्यांची अम्मलबजावणी मानवतेच्या दु:खाला अधिक कारणीभूत होते हे ओळखून त्यांनी हिंदू समाजात सर्रास प्रचलित असलेल्या अनेक हास्यास्पद आणि अमानुष रूढींवर पुन:पुन्हा हल्ले चढविले आहेत. शेकडो वर्षांच्या वचनांचा आणि हजारो वर्षांच्या परंपरांचा आधार असल्यामुळे या राक्षसी रूढी प्रबळ होऊन बसलेल्या असतात. शंकराच्या वरदानाने उन्मत झालेल्या भस्मासुराप्रमाणे धर्माच्या आधारावर त्यांचा नंगा नाच समाजात सुरू राहतो. सामान्य व्यक्तीच्या अंगी त्यांच्याविरुद्ध बंड पुकारण्याचे धैर्य सहसा नसते. प्राचीन काळच्या मोठमोठ्या ऋषींपेक्षा काही आपण शहाणे नाही अशी समजूत करून घेऊन, ही सारी दुबळी माणसे आपणांवर होणारे अन्याय मुकाट्याने सोशीत राहतात. सामान्य मनुष्याचा हा मानसिक दुबळेपणा आधी नाहीसा झाला पाहिजे या जाणीवेने आगरकर म्हणतात, 'कोणतेही आचार घालण्यास पूर्वीच्या ऋषींस जितका अधिकार होता तितकाच आम्हांसही आहे; पूर्वकालीन आचार्यांवर ईश्वराची जितकी कृपा होती तितकीच आम्हांवरही आहे; बऱ्यावाइटाची निवडानिवड करण्याची बुद्धी त्यांना होती तितकी किंवा तीहून अधिक आम्हांसही आहे; अनुजांसाठी त्यांचे अंत:करण जितके कळवळत होते, तितके किंवा त्याहून अधिक आमचे कळवळत आहे; सृष्टिविषयक व तत्कर्तृत्वविषयक ज्ञान जितके त्यांस होते तितके किंबहुना त्याहून बरेच अधिक आम्हांस आहे. सबब त्यांनी घालून दिलेल्या नियमांपैकी जेवढे हितकारक असतील तेवढ्यांचेच आम्ही पालन करणार व जे अपायकारक असतील ते टाकून देऊन त्यांच्या जागी आम्हांस निर्दोष वाटतील असे नवे घालणार. एका ऋषीविरुद्ध दुसरा ऋषी हुडकीत बसण्याचा व साऱ्यांचा मेळ घालण्याचा प्रयत्न करण्यात अर्थ नाही.

कुठल्याही क्रांतिकारकाच्या आत्मविश्वासाचा स्वार्थलोलुप सत्ताधीशाकडून आणि स्थिरताप्रिय समाजाकडून नेहमीच अधिक्षेप व उपहास केला जातो. या विरोधकांची भिस्त आपल्या संख्याबळावर असते. पण क्रांतिकारकांच्या अंगांत शालिवाहनाची दिव्यशक्ती संचार करीत असते, ती मातीच्या बाहुल्यांतून शूर शिपाई निर्माण करू शकते हे या विरोधकांच्या लक्षातच येऊ शकत नाही. सत्य हे संख्याबळावर अवलंबून नसते, याचा त्यांना विसर पडलेला असतो; सत्याची मूर्ती कितीही लहान असली तरी स्वभावत:च बटु वामनाचे बळ त्याच्या अंगी निर्माण होत असते. ते बळ कुठल्याही बळीला लीलेने पाताळात घालू शकते. सत्याच्या सामर्थ्यावरल्या या गाढ श्रद्धेमुळेच येऊ घातलेल्या सामाजिक क्रांतीकडे तुच्छतेने पाहणाऱ्या सनातनी वृत्तीच्या लोकांना आगरकर बजावून सांगतात, "हिंदूधर्म-विचारांत आणि सामाजिक आचारांत जेवढे काही निर्दोष व हितावह आहे; त्याला कशाचीही भीती नाही. मनु आणि पाराशर यांच्या आधाराशिवाय ते अढळ राहणार आहे. पण जे अहितकारक

व सदोष आहे, निदान सध्याच्या स्थितीत ज्याच्या अपायकारित्वाबद्दल संशय नाही, ते सारे पाश्चिमात्य ज्ञानकुंडात जळून खाक होणार. एखाद्या दुसऱ्या मनूची आणि पाराशराची कथा काय? आमच्या अर्वाचीन विचारांस ज्या धार्मिक व सामाजिक गोष्टी अप्रशस्त वाटू लागल्या आहेत, त्यांस शेकडो मनूंचे आणि सहस्रावधी पाराशरांचे आधार दाखविलेत व त्या विचारांचा प्रसार न व्हावा म्हणून त्यांच्या मार्गात कोट्यवधी लोकांचा मूर्खपणा, वृथा धर्माभिमान आणि उठावणीचे आरडे यांचे अडथळे आणून घातले तरी ज्याप्रमाणे पर्वतांच्या माथ्यावरील सरोवरांच्या भिंती फोडून तुफान वेगाने कड्यावरून पडू लागलेल्या वारिवाहाची गती कुंठित करण्यास कोणीही धजत नाही, त्याप्रमाणे आमच्या मूर्खपणाच्या सामाजिक व धार्मिक समजुतीस लागलेला वणवा कोट्यवधी अजागळ कीटकांच्या क्षुद्र पक्षवाताने किंवा मोठ्या किड्यांच्या शुष्क श्वासवाताने विझण्याचा मुळीच संभव नाही. उलट, हेच त्यात होरपळले जाण्याचा संभव आहे.'

८.

आगरकरांनी पुरस्कारिलेल्या या बुद्धिवादी तत्त्वज्ञानामुळे ज्यांची अंधश्रद्धा डिवचली जात होती, ज्यांच्या मानीव मोठेपणाला धक्का पोहोचत होता, किंवा स्वार्थाचा पाया समूळ उखडला जाण्याचा संभव होता, ते सारे वर्ग त्यांच्या विरोधकांत सामील झाले यात नवल नव्हते. आश्चर्याची गोष्ट ही की, ज्यांची सर्वसामान्य मते आगरकरांच्या विचारांहून फारशी भिन्न नव्हती अशा सुबुद्ध सुशिक्षितांच्या एका मोठ्या वर्गाने या विरोधकांचे पुढारीपण पत्करले. आधी आपल्या पायांतल्या राजकीय शृंखला तोडूया, सामाजिक शृंखलांचा पुढे सावकाश विचार करता येईल असा या विरोधकांचा मुख्य सूर होता. आगरकरांना तो मान्य होणे शक्य नव्हते. राजकीय पारतंत्र्याची त्यांनाही मनस्वी चीड येत होती. इंग्लिश राज्यात पोटभर अन्न मिळत नाही, हे भीषण दृश्य त्यांनाही पदोपदी दिसत होते; पण सामाजिक गुलामगिरीची उपेक्षा करून राजकीय गुलामगिरी नाहीशी होईल या गोष्टीवर त्यांचा काडीचाही विश्वास नव्हता. एखादा किल्ला लढविताना सेनापतीने तटबंदी आणि तोफखाना यांची जितकी काळजी घेतली पाहिजे, तितकीच किल्ल्यात भरपूर अन्नसामग्री आहे की नाही, आणि त्यातल्या विहिरीचे पाणी दूषित झाले आहे किंवा काय याविषयीही त्याने चिंता वाहिली पाहिजे असे त्यांना वाटे. ते म्हणतात, 'आठ-दहा वर्षांच्या पोरीस साठ-सत्तर वर्षांच्या थेरड्याच्या कबजात देणाऱ्या, किंवा जिला बारावे वर्षदेखील लागलेले नाही अशा मुलीच्या आपत्तीचा विचार न करता तिच्याशी संभोग कण्याचा हक्क नवऱ्यास आहे असे प्रतिपादन करणाऱ्या, अथवा नवऱ्याच्या प्रेताबरोबर त्याच्या बायकोचे केस जाळले तरच त्यास सद्गती मिळते अशी बडबड करणाऱ्या अमानुष लोकांनी

आम्हांस राजकीय हक्क द्या म्हणून तोंडे वेंगाडणे हे अत्यंत विसंगत व अस्वाभाविक आहे. बाहेरची गुलामगिरी नको असेल तरी अगोदर घरची गुलामगिरी नाहीशी करण्याचा प्रयत्न केला पाहिजे. गृहसुधारणेस प्रतिकूल असणाऱ्या लोकांनी केवढीही हुल्लड करून दिली, तरी अखेरीस ते मागे पडल्याशिवाय राहत नाहीत, हे इजिप्शियन, पर्शियन, मुसलमान वगैरे लोकांच्या इतिहासापासून समजण्यासारखे आहे. ज्या देशांतील गृहे पारतंत्र्याच्या आणि जुलमाच्या शाळा आहेत, त्या देशांत महापुरुषांची परंपरा निर्माण कशी व्हावी, आणि ज्ञान, कला, संपत्ती व स्वातंत्र्य वगैरे इष्ट वस्तूंची त्यांस प्राप्ती होऊन त्यांचा उपभोग त्यांना चिरकाल कसा मिळावा हे आम्हांस समजत नाही.'

•••

'बाहेरची गुलामगिरी नको असेल, तर अगोदर घरची गुलामगिरी नाहीशी करण्याचा प्रयत्न केला पाहिजे' ही आगरकरांची शिकवण किती यथार्थ होती, हे गेल्या पन्नास वर्षांतल्या हिंदी राजकारणाच्या इतिहासाने सिद्ध केले आहे. गांधीजींना आगरकरांचे नाव कदाचित ऐकूनही ठाऊक नसेल! पण काळाने लोकमान्यांच्या क्रांतिकारक राजकारणाचा वारसा जसा त्यांच्याकडे दिला, तसा आगरकरांच्या सामजिक क्रांतीचा ध्वजही त्यांनाच आपल्या हातात घ्यावा लागला. राजकीय स्वातंत्र्य व समाजसुधारणा ही क्षेत्रे एकमेकांपासून अलग ठेवण्याची अनिष्ट प्रथा गांधीजींनी नाहीशी केली यातच त्यांचे पुढारी या नात्याने खरे मोठेपण आहे. ही एकाच रथाची दोन चाके आहेत, किंबहुना हे एकाच धनुर्धराचे दोन हात आहेत ही गोष्ट अखंड आणि अविश्रांत प्रचार करून त्यांनी बहुजनसमाजाच्या गळी उतरविली. हिंदभूमीच्या स्वातंत्र्याप्रमाणे बालविधवेच्या सौभाग्याचीही चर्चा महात्माजींच्या लेखात आढळते, आणि हिंदी शेतकऱ्यांच्या भीषण दारिद्र्याप्रमाणे हिंदी स्त्रीवर लादलेल्या विचित्र दास्याचाही ते अत्यंत आपुलकीने विचार करू शकतात याचे कारण प्रगती सर्वांगीण असते या त्यांच्या दृढ श्रद्धेत आहे. आगरकरांनी आयुष्यभर तर्कशुद्ध पद्धतीने याच विचारसरणीचा पुरस्कार केला.

९.

'आधी घरची गुलामगिरी नाहीशी झाली पाहिजे,' असे प्रतिपादन करणाऱ्या आगरकरांनी निकटवर्ती मध्यमवर्गाच्या संसाराकडे जेव्हा दृष्टी वळविली, ज्या गृहिणीमुळे घराला नंदनवनाचे स्वरूप येते तिचे अंतरंग जेव्हा त्यांनी न्याहाळून पाहिले, तेव्हा भवभूतीचे 'करुणस्य मूर्तिः' म्हणून उल्लेखिलेली अभागिनी सीताच या नाही त्या रूपाने पिढ्यान् पिढ्या हिंदू समाजात घरोघर वावरत आली आहे अशी त्यांची खात्री होऊन चुकली. तिच्यावर होणारा जुलूम केवळ अमानुष होता! भातुकली खेळण्याच्या

वयात तिच्यावर अक्षता टाकल्या जात होत्या, अल्लडपणाने खेळण्याच्या वयात तिला मातृपदाचा भार वाहावा लागत होता, वैधव्य येताच धर्माच्या नावाखाली तिचे विद्रूप विडंबन केले जात होते, मुलांना जन्म देणे व त्यांच्या खस्ता काढणे याच्यापलीकडे तिच्या आयुष्याला दुसरे कुठलेही ध्येय उरले नव्हते, आणि पती व्यसनी असला, निर्दय असला, अगदी पशू असला तरी दरवर्षी वटपौर्णिमेला आणि हरताळकेला 'देवा जन्मोजन्मी हाच पती मला दे' अशी परमेश्वराकडे तिला प्रार्थना करावी लागत होती ! स्वातंत्र्य हा शब्दच तिला अपरिचित होता! स्त्री ही निसर्गत: पुरुषाची प्रभावी जीवनस्फूर्ती असायची! पण हिंदूरूढीने तिला अगतिक कारुण्यमूर्ती करून ठेवले होते!

सामाजिक गुलामगिरीची मूर्तिमंत प्रतिमा असलेल्या मध्यम वर्गातल्या स्त्रीला बंधमुक्त करण्याकरिता आगरकरांनी केलेले लिखाण वाचताना डोळ्यांसमोर जे चित्र उभे राहते ते खोलीत बसून शांतपणे लिहिणाऱ्या पांढरपेशा विद्वानाचे नव्हे, तर धर्मयुद्धाच्या भावनेने प्रेरित झाल्यामुळे रणांगणावर ज्याची तलवार सारखी तळपत आहे अशा योद्ध्याचे ! स्त्री-स्वातंत्र्याचा तर्कशुद्ध रीतीने पुरस्कार करताना आगरकर कुठल्याही नाजूक प्रश्नापाशी थबकले नाहीत किंवा कुठलीही समस्या अर्धवट सोडून सुवर्णमध्याचे मृगजळ शोधण्याचा त्यांनी कधी प्रयत्न केला नाही. स्त्रियांना पुरुषांच्या बरोबरीने शिक्षण दिले पाहिजे, एक सामाजिक घटक या नात्यानेच समाजाने स्त्रीच्या हक्कांचा आणि कर्तव्यांचा विचार केला पाहिजे, विवाहाच्या बाबतीत पुरुषांपेक्षा तिचे स्वातंत्र्य रतिमात्रही कमी असता कामा नये या गोष्टी तर त्यांनी प्रतिपादन केल्याच पण मुलांमागून मुले होऊ लागल्यामुळे स्त्री नकळत सर्वस्वी संसारात गुरफटली जाऊ लागते आणि यौवनात पदार्पण करताना तिच्या मनात उद्भवलेले आकांक्षांचे अंकुर जागच्या जागी जळून जातात हे लक्षात घेऊन त्यांनी मांडलेले विचार आजच्या काळातही अनेकांना अस्वस्थ करून सोडतील. आगरकर म्हणतात, 'सध्या स्त्रियांना जी इतकी मुले होतात ती त्यांच्या संतोषाने होतात असे आम्हांस वाटत नाही. यासंबंधाने पुरुषांकडून स्त्रियांवर जुलूम होतो असा आमचा समज आहे. बाळंतपणाच्या क्लेशाची यत्किंचित झळ पुरुषांच्या प्रत्ययास येण्यासारखी असती, तर त्यांनी आपल्या मनोविकारांना इतके सैल सोडले नसते. 'परदु:ख शीतळ' या तत्त्वावर सध्या त्यांचे वर्तन चालले आहे. स्त्रियांप्रमाणेच त्यांनाही कधी-कधी प्रसूतिवैराग्य येण्याचा प्रसंग असता तर उभयतांच्या संमतीने बराच भूभार कमी होता. तथापि हा सांप्रतचा अन्याय फार दिवस चालेल असे दिसत नाही. जसजसा पुरुषांत विद्येचा अधिकाधिक प्रसार होईल, तसतसा स्त्रियांतही त्याचा उपक्रम होऊन तो वाढत जाणार. तो वाढत गेला म्हणजे स्त्रियांना आपले खरे हित कशात आहे आणि ते साधावे कसे हे समजू लागणार, आणि ते समजू लागले, की पुरुषांना हा आपला

सांप्रतचा जुलूम सोडून द्यावा लागणार. विवाहाच्या कामी स्त्री-पुरुषांची संमती जितकी अवश्य आहे, तितकीच संमती विवाहाच्या अमलातही दृष्टीस पडू लागली पाहिजे. तसे होऊ लागेल तेव्हाच स्त्रियांची पुष्कळ विपत्ती टळेल.'

स्त्री आणि पुरुष यांच्या चारित्र्याकडे पाहताना समाज जी भिन्न नीतिमूल्ये वापरतो त्यांचाही त्यांनी एके ठिकाणी असाच अत्यंत स्पष्ट रीतीने निषेध केला आहे. ते म्हणतात, 'स्त्रीच्या अनीतीपासून उत्पन्न होणारे अवांतर दुष्परिणाम कितीही वाईट असले, तरी ही गोष्ट निर्विवाद आहे की, स्त्रीच्या अनीतीबरोबर पुरुषालाही अनीतिमान व्हावे लागते. पुरुष आपली नीती भ्रष्ट होऊ देणार नाहीत, तर स्त्रियांच्या हातून अनीती घडणे अशक्य होणार आहे. जाति-विशिष्ट अनीतीत स्त्री व पुरुष या उभयतांकडून सारखा दोष घडत असून, आमच्या नीतिकर्त्यांनी स्त्रियांचे वर्तनच इतके दंड्य व दूष्य का मानले आहे हे समजत नाही. आम्हांस तर असे वाटते की, पुरुषांचा स्वार्थ, पुरुषांचा मत्सर व पुरुषांचे अधिक बल हे या पक्षपाताचे, या विषमतेचे, या गर्हणीय अन्यायाचे कारण होय. या. निर्दय मात्सर्यामुळे वन्यपशूंहून आम्ही क्रूर झालो आहो.'

१०.

बालविवाह, स्त्रीशिक्षण, पुनर्विवाह, स्त्रीस्वातंत्र्य, सोवळे-ओवळे, स्त्री-पुरुषांचे पेहराव, प्रेत-संस्कार इत्यादी मध्यम वर्गालाच मुख्यत: महत्त्वाच्या वाटणाऱ्या विषयांवर आगरकरांना बरेचसे लिखाण करावे लागले. हा दोष तत्कालीन परिस्थितीचा होता. आगरकरांचा दृष्टिकोन कधीच आपल्या वर्गापुरता संकुचित नव्हता. समाजाचे सर्व थर व जीवनाची सर्व अंगे त्यांना सारखीच प्रिय होती. समाजाच्या सर्व थरांचा व त्यांच्या सर्व अंगांचा समतेच्या तत्त्वज्ञानानुसार होणारा विकास हाच त्यांच्या दृष्टीने सुधारणेचा खराखुरा अर्थ होता. पण परिस्थितीमुळे त्यांच्या लेखनात मध्यम वर्गाच्या अनेक प्रश्नांना अवास्तव महत्त्व प्राप्त झाले; आणि त्यांच्या मृत्यूनंतर त्यांची परंपरा चालविण्याचे काम लौकिक दृष्टीने ज्यांच्याकडे गेले त्या राजकारणात मवाळ व आर्थिकदृष्ट्या सुखवस्तू असलेल्या सुधारकांनी आपल्या बंगल्यापलीकडे फार दूरवर सहसा दृष्टी फेकली नाही. अशा स्थितीत आगरकरांच्या विचारांना अत्यंत व्यापक असे अधिष्ठान आहे हे बहुजनसमाजाच्या लक्षात कसे यावे? पण आज त्यांचे लिखाण सहज चाळले तरी समाजाच्या सर्व थरांविषयी त्यांना सारखाच जिव्हाळा वाटत होता, आणि त्यांच्या सर्व अंगांचा सतत विकास व्हावा याविषयी ते सारखेच दक्ष होते याची हवी तेवढी प्रत्यंतरे मिळतील. रेल्वेच्या नोकरांवर होणाऱ्या आर्थिक अन्यायाविषयी ते कळवळून लिहितात, 'रेल्वेची नोकरी म्हणजे शुद्ध गुलामगिरी होऊन बसली आहे! अगदी हलक्या स्टेशनावरील स्टेशनमास्तराच्या किंवा तारमास्तराच्या

कर्तव्यतत्परतेवर शेकडो लोकांचे प्राण अवलंबून असतात. असल्या गरीब लोकांच्या शिरावर येवढी जबाबदारी टाकली असून, त्यांना पोटभर अन्न मिळू नये, आठवड्यांतून दोन पैसे मागे टाकता येऊ नयेत, वर्षातून महिनाभर हक्काची रजा मिळू नये, एक दिवस विश्रांती मिळू नये, वीस-पंचवीस वर्षे इमानेइतबारे नोकरी केल्यावर लहानशा पेन्शनची आशा असू नये व हातपाय लुळा झाला असता कसलाही आधार असू नये ही किती कष्टावह व किती निर्दयपणाची सेवा आहे बरे!.... असली नोकरी करणारांची शरीरे ओतीव लोखंडाची केली असली, तरी तीसुद्धा चारसहा महिन्यांत झिजून जाऊन मोडकळीस येतील असे वाटते. मग हाडामासाच्या माणसांची कथा काय? पण या गोष्टींकडे आमच्या कांडरसाहेबांचे कधी लक्ष गेले आहे काय? कशाला जाईल? हवे तितके नेटिव लोक पैदा होत आहेत तोपर्यंत ते या हृदयभेदक स्थितीकडे कशाला पाहतील?'

अर्धपोटी राहणाऱ्या श्रमिकांची आर्थिक दु:स्थिती सुधारण्याची त्यांना जेवढी आवश्यकता वाटते, तेवढीच वाङ्मयातही आपल्या समाजाची अकुंठित प्रगती व्हावी अशी उत्कट इच्छा त्यांच्या मनात वास करीत आहे. 'विकारविलसिता'च्या प्रस्तावनेत ते लिहितात, 'रोमिओ, लियर, ऑथेल्लो, सीझर आणि हॅम्लेट हे नायक एकाच कवीने निर्माण केले असावेत किंवा ज्यूलिएट, रीगन, कार्डिलिया, डेस्डेमोना आणि ऑफिलिया या तरुणांगना एकाच कल्पनेतून निघाल्या असाव्यात ही परम आश्चर्याची गोष्ट नाही का? आमच्या इकडील कवी दशरसांच्या पाशात अगदी जखडून गेल्यामुळे स्वभाववैचित्र्यवर्णन हा गुण त्यांच्यांत दुर्मिळ झाला आहे असे म्हणावयास हरकत नाही. चारुदत्त व वसंतसेना, दुष्यंत व शकुंतला, राम व सीता, मालती व माधव या नायक-नायिकांच्या युगुलांत म्हणण्यासारखे प्रकृतिवैचित्र्य काय आहे?'

कविकल्पनांच्या उंच उड्डाणांकडे इतक्या बारकाईने पाहणारी त्यांची दृष्टी खाली मैदानाकडे वळती, तरी तिथेही आपल्यात काय कमी आहे आणि ते वैगुण्य कसे भरून काढले पाहिजे हे चटकन तिला दिसून येते. 'सणांचा व खेळांचा ऱ्हास' या लेखात आगरकर म्हणतात, 'कोणत्याही देशातील लोकांत नाना प्रकारचे व्यायामशील खेळ खेळण्याची हौस असणे व तसले खेळ खेळणाऱ्या लोकांची मोठी संख्या त्यांत दृष्टीस पडणे हे त्या देशाच्या सुस्थितीचे मोठे व्यंजक आहे... सध्या जो तो 'अभ्यास' – 'अभ्यास' 'बुक' – 'बुक' 'काम' – 'काम' करू लागला आहे. असली अपायकारक श्रमव्यग्रता काही कामाची नाही. तिच्या योगाने नानाप्रकारचे क्लेश सोसावे लागून आयुष्य क्षीण होते. कधीकधी पूर्ण अनध्याय करून मनाला व शरिराला नित्य श्रमाच्या जुंवापासून खुले केले पाहिजे व जेणेकरून सारी वृत्ती अत्यंत उल्हासमय व कार्यक्षम होईल अशा प्रकारचे आचरण केले पाहिजे. अशा प्रकारचे

आचरण हातून घडण्याला प्रत्येकास नानाप्रकारचे खेळ खेळण्याची व सण करण्याची हौस पाहिजे.’

व्यक्तिजीवनाकडे सूक्ष्मतेने पाहणाऱ्या आगरकरांची राष्ट्रीय दृष्टी किती विशाल होती, हे पुढील उताऱ्यावरून दिसून येईल. ‘बिट्रिश मालाचा पाय आमच्या घरात घुसल्यापासून काय विपरीत स्थिती झाली आहे पाहा! कापसाची बोंडे गोळा झाली न झाली तोच गठ्ठे बांधून ते इंग्लंडला रवाना करण्याविषयी इंग्रज व्यापारी कंपन्यांचे एजंट तक्षकासारखे दक्ष! हा कापूस इंग्लंडला जाऊन पोहोचल्यावर तेथे त्याची ठाणे व्हावयाची आणि ती फिरून आमची ढुंगणे झाकण्यासाठी व आम्हांपासून मूळ कापसाच्या किमतीच्या दसपट किंमत काढण्यासाठी परत यावयाची! इंग्रजी कपड्यांची काय गोष्ट सांगावी? किती मऊ, किती स्वच्छ, किती स्वस्त, किती बारीक व किती हलका!... रावापासून रंकापर्यंत लागणारा पाहिजे तो जिन्नस - मग तो एका दमडीचा असो किंवा एका लाखाचा असो - इंग्लंडच्या कृपेमुळे त्याची आम्हाला वाण पडेनाशी झाली आहे; पण दुर्दैवामुळे एकच अडचण आम्हाला पडते. ती ही की, या सर्व वस्तूंबद्दल आम्हांला किंमत द्यावी लागते! त्या फुकट मिळत नाहीत! तेव्हा आता ही किंमत कोठून द्यावी ही पंचाईत आहे! कोठून द्यावी म्हणजे नोकरी करून - सरकारच्या पदरी सेवा करून! ठीक आहे, पण सरकार तरी सेवेबद्दल वेतन कोठून देणार? कोठून म्हणजे? करांतून! कर कोणापासून घेणार? देशातील लोकांपासून! देशातील लोक ते कर कशापासून देणार? आपल्या उत्पन्नातून! त्यांचे उत्पन्न कोठे आहे? ते उत्पन्न म्हणजे येथील कच्चा माल! म्हणजे काय झाले, की हिंदुस्थानातल्या बहुतेक लोकांनी कुणबट व्हावे आणि कच्चा माल तयार करून तो इंग्लिश व्यापाऱ्यांच्या अडत्यांना ते मागतील त्या दराने विकावा, आणि जी किंमत येईल तीतून सरकारला लागेल तेवढा कर देऊन बाकीच्यांत बहुतेक प्रजेने हवा तसा आपला गुजारा करावा!’

११.

देशाच्या राजकीय आणि आर्थिक गुलामगिरीविषयी आगरकरांनी असले तिखट उद्गार वारंवार काढले आहेत. पारतंत्र्याची इतकी चीड असणाऱ्या लेखकाची देशभक्त म्हणून पूजा व्हायचा तो काळ होता. पण आगरकरांच्या वाट्याला मात्र गेंदेदार गुलाबांऐवजी अणकुचीदार दगडधोंडे आले. देशाचे रक्तशोषण करणाऱ्या परकीय राज्ययंत्रावर तुटून पडणाऱ्या इतर नेत्यांच्या मिरवणुकी निघत असताना आगरकरांना फक्त आपली प्रेतयात्राच पाहायला मिळाली. ज्या रूढिग्रस्त समाजाचे डोळे उघडावेत म्हणून त्यांनी हसतमुखाने आपल्या आयुष्याचा होम केला, त्याच समाजाने त्यांना आमरण शत्रुवत् लेखले. त्यांच्या त्यागाविषयी, विद्वत्तेविषयी आणि चारित्र्याविषयी

समाज नि:शंक होता. आगरकर देवमाणूस आहेत हे त्यालाही नाकबूल करता येत नव्हते. त्यांचा गुन्हा फक्त एकच होता — तो म्हणजे ते देव न मानणारे देवमाणूस होते!

आगरकरांच्या काळच्या सुशिक्षितांपैकी ज्यांना देवधर्माच्या परंपरागत वेडगळ कल्पना पटणे शक्य नव्हते, त्यांनी आपल्या मनाचे समाधान करण्याकरता आर्यसमाज, ब्रह्मोसमाज, प्रार्थनासमाज वगैरे अधिक समंजस अशा पंथांचा आश्रय केला. या सर्व पंथांनी हिंदुधर्मातल्या अनेक भोळ्या आणि खुळ्या धार्मिक समजुतींचा त्याग करण्याचे धैर्य दाखविले होते हे खरे; पण त्या सर्वांना ईश्वराचे अस्तित्व मान्य होते. देवाच्या अस्तित्वाविषयी साशंक असलेल्या गौतम बुद्धालाच देव करून सोडणाऱ्या हिंदुसमाजाची मर्माची जागा त्यांनी ओळखली होती. तिथे घाव घालून त्याला चिडविण्याचे धाडस या पंथांच्या संस्थापकांत किंवा अनुयायांत नव्हते. आगरकरांनी मात्र अज्ञेयवादाचा पुरस्कार करून ते साहस केले.

आगरकरांच्या जीवनविषयक तत्त्वज्ञानात दैवाला थारा नाही. देवाला जागा नाही, परलोक आणि पुनर्जन्म यांना अद्भुतरम्य कविकल्पनांपलीकडे अस्तित्व नाही. ते सात्विक, ऐहिक जीवनाचे उपासक आहेत. प्रवृत्ती आणि निवृत्ती यांचा कलह फार प्राचीन असला, तरी या कलहात प्रवृत्ती विजयी होत आलेली आहे आणि पुढेही तिचेच स्वामित्व मानवी जीवनावर चालणार आहे हे सत्य ते क्षणभरसुद्धा डोळ्याआड करीत नाहीत! 'फलमूलाशन करून राहावे, पूर्ण वैराग्याचे अवलंबन करावे, पर्वताच्या ग्रहांत वास करावा आणि संसाराच्या भानगडीत पडू नये, असे निवृत्ती पंथांचे प्रचारक शेकडो वर्षे सांगत असता व बऱ्याच अंशी वागून दाखवीत असता 'प्रवृत्तिमार्गाकडे जग अधिक अधिक चालले आहे,' असे सांगून ते म्हणतात, 'अनेक उपभोगांची वांछा करावी, ते प्राप्त होण्यासाठी रात्रंदिवस झटावे आणि त्यांपासून होईल तितके सुख करून घ्यावे असा मनुष्यांचा सामान्य स्वभाव आहे!'

ऐहिक सुखोपभोग हा मानवी जीवनातला सर्वांत प्रमुख असा रस आहे. तो तुच्छ मानून मनुष्याला पारलौकिक सुखाच्या मृगजळामागे धावायला लावणे हा आगरकरांच्या दृष्टीने निव्वळ वेडेपणा आहे. भोगवृत्तीची वेळी-अवेळी निंदा आणि विरक्तीची स्थानी अस्थानी स्तुती करणाऱ्या आपल्या साधुसंतांना सामान्य मनुष्याचे मन आणि राष्ट्राच्या प्रगतीचे मर्म यांचे सर्वांगीण आकलनच झाले नव्हते. संयम म्हणजे संन्यास नव्हे हे साधे सत्य ते अनेकदा विसरले. त्यामुळे विरक्तिपर उपदेशाचा मारा आणि नैसर्गिक उपभोगेच्छेची ओढ यांच्या कात्रीत सापडलेला हिंदुसमाज परवा-परवापर्यंत दुटप्पी जीवन कंठित होता. या दुटप्पीपणामुळे झालेल्या कोंडमाऱ्याने त्याला दुबळे करून सोडले होते! यमनियम, व्रतवैकल्ये आणि पापपुण्याच्या भ्रामक कल्पना यांच्या शृंखलांनी जखडलेला सामान्य हिंदू मनुष्य शतकानुशतके एखाद्या कैद्याप्रमाणे जगत

आला होता. अशा सामान्य मनुष्याला दीर्घकाळाच्या तुरुंगवासातून मुक्त करण्याचा आगरकरांनी निकराचा प्रयत्न केला. तुरुंगाची सवय झालेल्या कैद्यांना बाहेर करमेनासे होते म्हणे! इथेही तेच घडले. रुढीच्या अंधारकोठडीत कोंडली गेलेली माणसे बुद्धिवादाच्या सूर्यप्रकाशात येताच त्याच्या तेजाने दिपून गेली, त्या तेजात काहीतरी विचित्र दाहकता आहे असे त्यांना वाटू लागले, परत अंधार-कोठडीत जाण्याकरता ती धडपडू लागली आणि आपल्याला या भयंकर प्रकाशाचे दर्शन करून देणारी व्यक्ती देवदूत नसून सैतान असली पाहिजे, असा तर्क करून त्यांनी तिला शिव्याशाप द्यायला सुरुवात केली!

आगरकरांनी आयुष्यभर हे शिव्याशाप फुलांप्रमाणे मानले आणि झेलले, देव आणि दैव या दोन कुबड्यांच्या आधारावर आजपर्यंत आपला समाज रखडत चालत आला आहे, बुद्धी आणि यत्न या दोन पायांचा उपयोग करून आपण धावू शकू याचा त्याला पुरापुरा विसर पडला आहे, त्याला स्वत:च्या पायांवर उभे करण्याकरिता कुणी त्याच्या कुबड्या काढून घेतल्या की आता आपण जमिनीवर कोसळतो असे वाटून तो त्याच्यावर संतापल्याशिवाय राहणार नाही, हे सारे ते पूर्णपणे जाणून होते! पण स्वत:चा छळ करणाऱ्या मूर्ख किंवा दुष्ट लोकांना सहानुभूतीने वागविणाऱ्या संतांचे औदार्य आगरकरांच्याही अंगी भरपूर होते. त्यांनी आपल्याला शिव्याशाप देणाऱ्या अंध जनतेचा कधीही तिरस्कार केला नाही. खरा सुधारक हा जितका सत्याग्रही तितकाच समाजप्रेमी असला पाहिजे, अशी त्यांची निष्ठा होती. ही निष्ठा त्यांनी आमरण आचरून दाखविली.

समाजक्रांतीकरिता आवश्यक असलेली विचारक्रांती करायला प्रवृत्त झालेल्या आगरकरांनी स्त्री-पुरुषांच्या पेहरावापासून त्यांच्या विवाहापर्यंत प्रत्येक गोष्टीत आपले काय चुकत आहे आणि ते कसे सुधारावे याची न कंटाळता सात वर्षे सांगोपांग चर्चा केली. गावाला जायला निघालेल्या अल्पवयस्क मुलाच्या सामानाची बांधाबांध करताना प्रेमळ आई जेवढी काळजी घेते, तेवढ्या वात्सल्याने त्यांनी सामान्य माणसांचे संसार सुखाचे कसे होतील हे पाहिले. हे पाहताना त्यांनी देवाधर्माच्या आणि पापपुण्याच्या प्रगती खुंटवणाऱ्या सर्व कल्पना झुगारून दिल्या. मात्र त्या झुगारून देताना, व्यक्तिस्वातंत्र्याचा जोरदार पुरस्कार करताना आणि प्रत्येकास शक्य तितके ऐहिक सुखोपभोग मिळाले पाहिजेत असे प्रतिपादन करताना आपल्या तत्त्वज्ञानाच्या विशाल सामाजिक बैठकीचा त्यांनी वाचकाला कुठेही विसर पडू दिला नाही. व्यक्तिस्वातंत्र्याचे ते कट्टे पुरस्कर्ते होते. पण स्वातंत्र्य म्हणजे स्वैराचार किंवा स्वच्छंदीपणा नव्हे, आणि दुसऱ्याच्या दु:खावर उभारलेले सुख हे मनुष्याने उपभोगण्याच्या लायकीचे सुख नव्हे, हे त्यांनी पुन:पुन्हा कटाक्षाने सांगितले आहे. 'The only freedom which deserves the name is that of pursuing our own in our own way, so long as we do not attempt to deprive others of theirs or their efforts to otbain it.' (दुसऱ्याच्या स्वातंत्र्याआड जे येत नाही तेच खरे स्वातंत्र्य) या मिल्लच्या उक्तीतले मर्म त्यांच्या प्रतिपादनात पूर्णपणे बिंबित झालेले आहे. म्हणून मानवजातीच्या बाल्यावस्थेत स्थापन झालेले, परलोकाकडे फाजील लक्ष लागून बसलेले आणि अनेक कारणांनी खऱ्याखुऱ्या जीवनमूल्यांना विसरून गेलेले पृथ्वीच्या पाठीवरले सर्व धर्म यापुढे निस्तेज होत जाणार हे भविष्य वर्तविताना, नव्या सार्वत्रिक भावी धर्माचे स्वरूप निश्चित करायला ते विसरले नाहीत. 'मनुष्यतेचे ऐहिक सुखवर्धन' हाच त्यांनी घोषित केलेला सार्वत्रिक भावी धर्म आहे. मानवी जीवन संकुचित करणाऱ्या जातींच्या आणि धर्मांच्या भिंती यापुढे जमीनदोस्त केल्या पाहिजेत; एवढेच नव्हे, तर राष्ट्राराष्ट्रामधल्या दुर्लंघ्य गगनचुंबी भिंतीसुद्धा शक्य तितक्या लवकर कोसळून पाडल्या पाहिजेत, असे आगरकरांना वाटत होते यात मुळीच शंका नाही. महाराष्ट्रातल्या पांढरपेशा वर्गाच्या सामाजिक दुःखांविषयीच त्यांनी मुख्यत: लिहिले असले, तरी 'मनुष्यतेचे ऐहिक सुखवर्धन' हाच उद्याच्या जगाचा धर्म होणार आहे, हे आपले सुंदर स्वप्न बोलून दाखविल्यावाचून त्यांना राहवले नाही.

एखाद्याने ईश्वराचे अस्तित्व अमान्य केले, मनुष्यांच्या पापपुण्यांचा हिशोब लिहिणारा चित्रगुप्त ही एक अद्‌भुतरम्य कल्पना आहे असे म्हटले, किंवा दुनियेच्या या दोन घटकांच्या वस्तीकरता येणाऱ्या प्राण्याचे भूतभिविष्य कुणालाही कळणे शक्य नाही असे प्रतिपादन केले, म्हणून काही त्याला कुठलीच नीतिमूल्ये संमत नाहीत असे होत नाही. उलट, काल्पनिक गोष्टींवर अंधश्रद्धा ठेवून निर्माण केलेल्या आणि केवळ रूढीमुळे पवित्र ठरलेल्या नीतिमूल्यांपेक्षा मानवी जीवनाचा सहानुभूतीने आणि शास्त्रीय दृष्टीने विचार करून निश्चित केलेली नीतिमूल्येच अधिक सुखसंवर्धक ठरतील अशी खात्री वाटत असल्यामुळेच तो 'जुनें जाउं द्या मरणालागुनि, जाळुनि किंवा पुरूनि टाका' असे तडफेने म्हणत असतो.

आगरकरांसारखे क्रांतिकारक जुन्या नीतीचा तीव्र निषेध करतात, याचे कारण ते मानवी नीतीचे खरेखुरे कैवारी असतात हेच आहे. खरे सुधारक जीवनाचे भक्त असतात; ते शब्दांचे अथवा संकेताचे दास होत नाहीत. आणि म्हणूनच मानवी जीवनाला खुरटवून टाकणाऱ्या जुन्या सांकेतिक नीतीविरुद्ध ते हत्यार उपसतात. नीतिमूल्ये ही केवळ परंपरापुनीत असता उपयोगी नाहीत, ती बुद्धिगम्य असली पाहिजेत, एवढेच काय ते त्यांचे म्हणणे असते. जुनी धर्मनिष्ठ नीतिमूल्ये काय किंवा नवी अर्थनिष्ठ नीतिमूल्ये काय, दोन्हीही विषमता निर्माण करणारी असल्यामुळे आणि ती विषमता सामान्य मनुष्याचा विकास कुंठित करून त्याच्या कपाळी पिढ्यान् पिढ्या गुलामगिरी लादीत असल्यामुळे, खऱ्या सुधारकाला समाजात चाललेल्या या

मूल्यांचा उदोउदो कधीही सहन होत नाही. नीतिमूल्ये ही मुख्यत: दया आणि न्याय यांच्यावर उभारली गेली पाहिजेत; परलोक आणि पैसा यांच्यावर आधारलेल्या मूल्यांच्या चौकटीत जीवनाचे चित्र कापून वेडेवाकडे करून बसविण्याचा प्रयत्न करणे हा नुसता मूर्खपणा नाही, तो अखिल मानव जातीविरुद्ध केलेला अक्षम्य गुन्हा आहे, असे त्याला मन:पूर्वक वाटत असते.

'समाजाच्या सर्व प्रकारच्या कल्पना आणि आचार यांत कालानुरूप फेरबदल होत गेल्याखेरीज त्याची प्रकृती निरोगी राहणार नाही. जे लोक अशा प्रकारच्या दशांतरास विरोध करतात ते त्याचे हितशत्रू होत' असे प्रतिपादन करून आगरकरांनी जुन्या धर्मनिष्ठ नीतिमूल्यांचा जसा धिक्कार केला आहे, त्याप्रमाणे इंग्रजांसारख्या साम्राज्यवादी राज्यकर्त्यांना 'हिंदुस्थानचे राज्य तुम्हांस कष्टावह झाले असले तर ते तुम्ही सोडून का देत नाही?' असा खोचक प्रश्न विचारून नव्या अर्थनिष्ठ नीतिमूल्यांचा घातकपणाही त्यांनी सूचित केला आहे.

नीतिमूल्ये ही धर्मनिष्ठ किंवा अर्थनिष्ठ असू नयेत, ती जीवननिष्ठच असली पाहिजेत; जीवन जसजसे बदलत जाईल तसतसा त्या मूल्यांतही फरक होणे अपरिहार्य आहे; ही आगरकरांची भूमिका जो ध्यानात घेईल त्याला निरनिराळ्या ठिकाणी विषयानुरोधाने त्यांनी जे बहुमोल विचार प्रदर्शित केले आहेत ते सुसंगत रीतीने एकत्र करून, त्यांच्या तत्त्वज्ञानाची ओळख करून घेणे कठीण जाणार नाही. हे तत्त्वज्ञान महाराष्ट्रातल्या मध्यम वर्गापुरते मर्यादित होते, असे खाली दिलेली त्यांची पाच सूत्रे वाचल्यावर कोण म्हणू शकेल?

(१) विचार करणारे, उपभोग घेणारे व काम करणारे असे जे सांप्रत काली प्रत्येक देशात तीन ठळक वर्ग दृष्टीला पडतात ते कायमचे नव्हेत. हळूहळू प्रत्येक व्यक्तीस विचार, उपभोग आणि काम ही समप्रमाणात करावी लागून, साऱ्यांच्या सुखानुभवाची इयत्ता सारखी होत जाणार आहे; व जो जो ती तशी होईल, तो तो मनुष्याची खरी उन्नती होऊ लागली असे म्हणता येईल.

(२) मनुष्यतेचे ऐहिक सुखवर्धन या सार्वत्रिक भावी धर्माची ज्यांनी दीक्षा घेतली असेल, त्यांनी कोणास न भिता आपल्या मनास जे शुद्ध, प्रशस्त व कल्याणप्रद वाटत असेल ते दुसऱ्यास सांगावे, आणि तदनुसार होईल तेवढे आचरण करावे.

(३) कोटिक्रमाची अस्त्रे पडताळून जो वादाला बसला तो आपल्या खऱ्या मतांची दाद सहसा लागू द्यायचा नाही. आळस, निरुद्योगीपणा, धनातितृष्णा, परस्त्री किंवा परपुरुष - चिंतन या गोष्टी अत्यंत त्याज्य आहेत, हे कोणत्या सुशिक्षित स्त्रीस किंवा पुरुषास कळत नाही? किंवा त्या तशा आहेत असे बोलण्यात किंवा लिहिण्यात कोण नाही म्हणत नाही? तथापि या अमंगळ गोष्टींचा आपणांस कधीही विटाळ झाला नाही असे किती स्त्रिया व पुरुष छातीला हात लावून म्हणू शकणार आहेत?

तात्पर्य, मनुष्याच्या वास्तविक स्थितीत व जाणूनबुजून दुसऱ्यापुढे यांचे जे बोलणेचालणे होत असते त्यात बरेच अंतर असते. हे अंतर नाहीसे होत जाणे व सर्व काळी त्यांचे एकच स्वरूप दिसू लागणे हे एक त्यांच्या सुधारणेचे व्यंजक होय.

(४) सध्या अगदी भिन्न अशा दोन सुधारणांचे आमच्या देशात संघटन झाले असल्यामुळे उभयतांचा मोठा संग्राम माजून राहिला आहे. हिंदू सुधारणेत जेवढा चांगला भाग आहे तेवढा गमावण्याची कोणासही भीती नको. जे चांगले आहे ते कोणीही टाकीत नाही... फार थोड्या काळात पूर्वपश्चिम सुधारणेतील अत्यंत हितकारक भाग जीत सामील झाले आहेत अशा एका नामी सुधारणेची येथे स्थापना होऊन, भारतीय आर्य अननुभूतपूर्व अशा आधिभौतिक व आध्यात्मिक सुखाचा उपभोग घेऊ लागतील.

(५) हा अज्ञानरोग सर्व शारीरिक रोगांच्या मुळाशी आहे. इतकेच नाही तर झाडून साऱ्या मानुषीय विपत्तींचे हेच बीज आहे असे म्हणण्यास हरकत नाही. मनुष्याचा व्यवहार सुरळीत चालण्यास व उत्तरोत्तर त्याचे पाऊल पुढे पडत जाण्यास ज्ञानवृद्धी व ज्ञानप्रसार यांसारखे साधन नाही.

१२.

आगरकरांच्या लिखाणात विखुरलेली असली विचारसंपन्न सूत्रे वाचली म्हणजे त्यांचा द्रष्टेपणा मनाला पुरेपूर पटतो. त्यांनी मार्क्स वाचला नसेल; पण समतावादाचे महाराष्ट्रातले ते पहिले बुद्धिवादी पुरस्कर्ते आहेत. एका हातात समतेचा ध्वज आणि दुसऱ्या हातात बुद्धिवादाचे खड्ग घेऊन आयुष्यभर एकाकी लढत असतानाही त्यांनी कधी कच खाल्ली नाही, माघार घेतली नाही, निराशेची पुसट छायासुद्धा आपल्या मनावर पडू दिली नाही. न्यायमूर्ती रानड्यांची अष्टपैलू बुद्धिमत्ता त्यांच्यापाशी नव्हती; पण रानड्यांच्या अंगी नसलेले वीरत्व आगरकरांमध्ये विपुलतेने वास करीत होते. लोकहितवादी व जोतीराव फुले यांची समाजसुधारणेची तळमळ आगरकरांच्यापेक्षा कमी तीव्र होती असे म्हणता येणार नाही. पण सामाजिक तत्त्वज्ञानाची बैठक आणि वाङ्मयीन प्रतिभेची झळाळी या दोन्ही गुणांत ते आगरकरांच्या मानाने फिक्के वाटतात. लोकमान्य टिळकांनी आगरकरांच्या मृत्यूनंतर पाव शतक हिंदी राजकारणाचे तेजस्वी नेतृत्व केले. असामान्य पांडित्य आणि अलौकिक वीरत्व यांचा संगम त्यांच्या ठिकाणी झाला होता; पण राष्ट्रपुरुष या नात्याने टिळक कितीही मोठे असले, तरी त्यांच्या स्वातंत्र्यवादात सर्वस्पर्शी सामाजिक क्रांतीला अतिशय गौण स्थान होते. नव्या जगाची, नव्या समाजरचनेची, सामान्य मनुष्याच्या संपूर्ण विकासाची आणि त्याच्या उद्याच्या सुखी संसाराची स्वप्ने टिळकांना सहसा पडत नसत. ती पाहण्याकडे त्यांची प्रवृत्तीच नव्हती.

त्यांची प्रतिभा पंडिताची होती, ती महाकवीची नव्हती! त्यांचे वीरत्व लढवय्याचे होते; ते संतांचे वीरत्व नव्हते!

सात्त्विक वीरत्व, व्यापक तत्त्वज्ञान, विशाल दृष्टिकोन आणि सामान्य मनुष्याच्या लहानसहान सुखदु:खांविषयी वाटणारा विलक्षण जिव्हाळा इत्यादि दृष्टींनी आगरकर आणि गांधीजी यांच्यांत फार साम्य आहे. एकीकडे कायदेभंग करणारे महात्माजी दुसरीकडे शेळीच्या दुधात कोणकोणते गुणधर्म आहेत याची चिकित्सा करीत बसलेले जसे आढळतात, त्याप्रमाणे एका लेखात सामाजिक क्रांतीचा संदेश हिरिरीने देणारे आगरकर दुसऱ्या लेखात पुणेरी जोड्यांच्या गुणावगुणांची मीमांसा करून 'जो कोणी वर सांगितलेल्या अडचणी व सोयी मनात आणून आम्हांस मानवेल असा जोड्याचा नवीन नमुना तयार करून देईल त्याला आम्ही दहापासून पंधरा रुपये बक्षीस देऊ' असे बक्षीस जाहीर करीत असलेले दिसतात. मनमोकळा विनोद हाही आगरकर आणि गांधीजी या दोघांचा एक आकर्षक विशेष आहे. वाढदिवसाच्या निमित्ताने 'आपणाला शंभर वर्षे आयुष्य लाभो' असा संदेश पाठविणाऱ्या मालवीयांना 'तुम्ही माझ्या आयुष्यातली पंचवीस वर्षे का कमी केलीत? मी सव्वाशे वर्षे जगणार आहे' असे उत्तर पाठविणारे गांधीजी आणि 'माझ्या पावशेर मिशांचा फिल्टर म्हणून मला चांगलाच उपयोग होतो' असे म्हणणारे आगरकर फार मोठे असूनही सामान्य मनुष्याला जवळचे वाटतात, याचे कारण त्यांची विनोदबुद्धी हेच आहे.

मात्र आगरकर आणि गांधीजी यांच्या अंतिम ध्येयात आणि व्यक्तित्वाच्या अनेक पैलूंत जरी थोडेफार साम्य असले, तरी ध्येयसिद्धीचे त्यांचे मार्ग अत्यंत भिन्न आहेत. उकाड्याने दूध नासावे त्याप्रमाणे मनुष्यस्वभावामुळे श्रद्धेचे रूपांतर हा हा म्हणता अंधश्रद्धेत होत जाते, आणि ती अंधश्रद्धा समाजाच्या अध:पाताला कारणीभूत होते, हा इतिहासाने पुन:पुन्हा शिकविलेला धडा आगरकर क्षणभरही विसरू शकत नाहीत. मानवतेच्या दृष्टीने चांगले आणि वाईट, मंगल आणि अमंगल, इष्ट आणि अनिष्ट यांचा निर्णय करण्याचा अधिकार बुद्धीकडेच दिला पाहिजे, असे ते आग्रहाने प्रतिपादन करतात. त्यांचा मनुष्याच्या आतल्या आवाजावर भरवसा नाही. मानवजातीच्या अनुभव दुंदुभीचा गगनभेदी निनाद एकसारखा त्यांच्या कानांत घुमत आहे. त्यामुळे भावनाप्रधान व्यक्तीच्या आत्मप्रामाण्यापेक्षा ते विचारवंताच्या बुद्धिप्रामाण्यालाच अधिक महत्त्व देतात. उलट, गांधीजी बुद्धिप्रामाण्याकडे अनेकदा साशंकतेने पाहत असलेले दिसतात.

बुद्धिवाद आणि श्रद्धावाद असे या भेदाचे स्थूल वर्णन होऊ शकले, तरी ते फार अपुरे आणि असमाधानकारक वाटते. गांधीजींच्या तत्त्वज्ञानाची परिणती न कळत निवृत्तिमार्गाच्या पुरस्कारात होते. सामाजिक जीवनात संन्यस्त वृत्तीला असे भलते

महत्त्व द्यायला आगरकर कधीच तयार झाले नसते. भोग भोगल्याने मनुष्याची तृप्ती होत नाही म्हणून त्याच्यापुढे सर्वांगीण संयमाचे ध्येय सदैव ठेवले पाहिजे असे गांधीजींना वाटते. सर्व समाज सुखी व्हावा म्हणून व्यक्तीला जो संयम पाळावा लागेल किंवा जो त्याग करावा लागेल तेवढाच आगरकरांना मान्य होता. संयमाकरिता संयम हे तत्त्व त्यांना कधीच संमत झाले नसते. प्रवृत्ती हा मानवी जीवनाचा आत्मा आहे, सुखोपभोग हा प्रत्येक मनुष्याचा हक्क आहे, या हक्कावर आवश्यक तेवढेच सामाजिक नियंत्रण असावे असे त्यांनी पुन: पुन्हा प्रतिपादन केले आहे.

नवे जग हवे, तर त्याकरता नवा मनुष्य निर्माण व्हायला हवा. आजचा सर्वसामान्य मनुष्य अधिक अंतर्मुख, अधिक तत्त्वनिष्ठ आणि अधिक त्यागप्रवृत्त झाल्याशिवाय नवे जग निर्माण होऊ शकणार नाही या श्रद्धेवर गांधीजींनी आपल्या सर्व तत्त्वज्ञानाची उभारणी केली आहे. पण सामान्य मनुष्याविषयी आगरकरांना त्यांच्याइतकाच जिव्हाळा वाटत असला, तरी त्याच्या विकासाला आणि कर्तृत्वाला अनेक नैसर्गिक व स्वाभाविक मर्यादा आहेत, हे ते सहसा विसरत नाहीत. सामाजिक क्रांतीची त्यांची तळमळ गांधीजींच्या इतकीच उत्कट आहे; पण ही क्रांति सर्वसामान्य मनुष्यस्वभाव बदलून घडवून आणता येईल असे त्यांना स्वप्नातसुद्धा खरे वाटले नसते. क्रांती नेहमीच असामान्य व्यक्तींच्या बुद्धीतून, त्यागातून आणि कर्तृत्वातून जन्म पावते. सामान्य माणसे या कामाला अपुरी पडतात. त्यांच्याविषयी आगरकरांनी एके ठिकाणी अत्यंत मार्मिक उद्गार काढले आहेत. ते म्हणतात, ‘भाविक व अभाविक, सुधारक व दुर्धारक, धर्मनिष्ठ व पाखंड यांपैकी नऊशे नव्याण्णव लोक ईझी गोइंग म्हणजे खुशालचेंडू असतात. कोणत्याही गोष्टीकरता मानेवर खडा ठेवून घेऊन किंवा भूकतहान वगैरे पडतील ते हाल सोसून श्रम करण्याचा त्यांचा मगदूर नसतो. व्याख्यानास जावे, गोड गोड बोलावे, पाच-चार वर्तमानपत्रांस किंवा एखाददुसऱ्या पुस्तकास उदार आश्रय द्यावा; मनाची फारच प्रसन्नता असल्यास एखादे छोटेखानी व्याख्यान झोडावे, किंवा लहान आर्टिकल खरडावे; आणि फारच झाले, तर प्रसंगविशेषी ज्याने त्याने पवित्र मानलेल्या कामाकरता रुपया दोन रुपये वर्गणी द्यावी इतके केले म्हणजे बहुतेकांची शिकस्त होते.’

सामान्य मनुष्य असा असतो हे गांधीजीही नाकबूल करणार नाहीत. पण तो तसा राहिला आहे म्हणूनच बुद्ध-ख्रिस्तांना पूज्य मानणारी राष्ट्रे आज राक्षसी संहारात आनंद मानीत आहेत; आणि एकीकडे वैभवाची गगनचुंबी शिखरे व दुसरीकडे दारिद्र्याच्या खोल खोल दऱ्या असली भीषण दृश्ये जगात दृष्टीला पडत आहेत असे ते म्हणतात. निसर्ग, समाज आणि आत्मा हे मनुष्याचे जेवढे मोठे मित्र तेवढेच मोठे शत्रू आहेत. या तीन शत्रूंपैकी निसर्ग आणि समाज यांच्याशी लढण्याचे शिक्षण सामान्य मनुष्याला आतापर्यंत थोडेफार मिळाले आहे; पण तो स्वत:शी लढायला

मात्र अद्यापि शिकलेला नाही. सामाजिक हिताच्या दृष्टीने या तिन्ही शत्रूंशी लढण्याइतकी त्याची तयारी झाली तरच यापुढे मानवता सुखी होऊ शकेल, असा गांधीजींच्या तत्त्वज्ञानाचा रोख आहे. आज आगरकर असते, तर त्यांनी गांधीजींच्या कर्तृत्वाचे आणि आशावादाचे कौतुक केले असते; पण, क्रांतीच्या शिखराकडे जाणारा सरळ व बुद्धिग्राह्य मार्ग म्हणून रशियातल्या समाजवादाचे अभिनंदन करण्याला ते मुळीच चुकले नसते.

१३.

आज आगरकर असते तर! किती विचित्र कल्पना वाटते ही! आगरकरांच्या बरोबरीचे लोकमान्य टिळक! जवळ जवळ पंचवीस वर्षे अभूतपूर्व राजकीय कर्तृत्व गाजवून ते गेले. ते गेल्यालासुद्धा पंचवीस वर्षे झाली. एक पिढी मागे पडली. अशा स्थितीत 'आगरकर असते तर' या कल्पनेशी चाळा करीत बसण्यात काय अर्थ आहे?

अगदी अपवादात्मक अशी आयुर्मर्यादा आगरकरांच्या वाट्याला आली असती, तर आयुष्याच्या नव्वदीत त्यांनी काय काय उद्गार काढले असते, याचे कल्पनाचित्र मोठे मनोरंजक होईल यात मात्र मुळीच संशय नाही. आगरकर आज असते, तर बोलपटाच्या कलेचे त्यांनी मोठ्या उत्साहाने स्वागत केले असते; मात्र या कलेचा उपयोग चमत्कारांनी भरलेली संतचित्रे काढून अडाणी बहुजनसमाजाची अंधश्रद्धा वाढविण्याकडे होत आहे हे पाहून त्यांना फार वाईट वाटले असते. दम्यावर पेनिसिलीन या नव्या औषधाचा चांगला उपयोग होतो हे ऐकून त्यांना शास्त्राच्या प्रगतीचे कौतुक वाटले असते; पण ज्यांना धड अन्नसुद्धा खायला नाही अशा हजारो दमेकऱ्यांना हे औषध मिळण्याची व्यवस्था व्हायला नको काय, असा प्रश्न विचारल्याशिवाय ते राहिले नसते. अमेरिकेतली विजयालक्ष्मी पंडितांची कामगिरी पाहून आपले एक सामाजिक सुखस्वप्न खरे झाले म्हणून ते हर्षभरित झाले असते; पण त्याबरोबरच भोवतालच्या असंख्य सुशिक्षित स्त्रियांच्या वेषभूषेच्या वेडाचा त्यांनी खरपूस समाचार घेतला असता. बंगालमधल्या भयंकर दुष्काळाच्या बातम्या ऐकून त्यांनी आपल्या तेजस्वी लेखणीने जसा सरकारवर अग्निवर्षाव केला असता, तसेच या चीड आणणाऱ्या गुलामगिरीत डोळे पुसत खितपत पडणाऱ्या भेकडांनाही त्यांनी आपल्या वाग्बाणांनी जर्जर करून सोडले असते.

आगरकर असते तर त्यांनी जे जे केले असते ते ते करण्याची जबाबदारी आजच्या महाराष्ट्राच्या तरुण पिढीवर आहे. कुठलीही क्रांती केवळ इच्छा करून होत नाही; ती घडवून आणावी लागते. क्रांती ही स्वप्नाळू रसिकांच्या सुगंधी फुलाना भाळणारी देवता नाही; त्यागी भक्तांच्या सर्वस्व दानाने उफाळणाऱ्या अग्निज्वाळाच तिला प्रसन्न करू शकतात!

'समाज ही काही स्वतंत्र मूर्तिमंत वस्तू नाही. समाजातील घटक हलले तर समाज हलतो, ते मंदावले तर तो मंदावतो आणि ते मागे हटू लागले तर तो मागे हटू लागतो,' असे आगरकर म्हणतात याचे रहस्य हेच आहे. हे हलण्याचे - पुढे जाण्याचे - सर्व प्रकारच्या शृंखला तोडून स्वतंत्र होण्याचे कार्य म्हणजेच क्रांती! हे कार्य कुठल्याही पिढीतल्या वृद्धांकडून होणे शक्य नसते. समाजनौकेला गती आणणारी शिडे असे आगरकरांनीच तरुणांचे वर्णन केले आहे. महाराष्ट्राच्या आजच्या तरुण पिढीने ते वर्णन सार्थ करून दाखविले पाहिजे.

आगरकरांचे चरित्र आणि वाङ्मय ही दोन्ही अशा तरुणांचे उत्कृष्ट मार्गदर्शन करतील. रफू करून अगर ठिगळे लावून जुन्या फाटक्यातुटक्या गोष्टी वापरीत बसणे असा आगरकरांनी सुधारणेचा कधीच अर्थ केलेला नाही. जे जे जीर्णतेमुळे निरुपयोगी होते, ते ते माणसाने फेकून दिले पाहिजे, अशीच त्यांची तेजस्वी शिकवण आहे. मग ती जीर्ण वस्तू राज्यपद्धती असो, समाजरचना असो अथवा जीवनमूल्ये असोत. जुने फेकून द्यायला जे धैर्य लागते ते बुद्धिवादाशिवाय सामान्य मनुष्याच्या अंगी येणे शक्य नसते. म्हणून बुद्धिवादाच्या पायावरच आजच्या महाराष्ट्रीय तरुणांनी आपले विचारमंदिर उभारले पाहिजे.

मात्र आगरकरांचा बुद्धिवाद म्हणजे 'खा पी, मजा कर' असे प्रतिपादन करणारा आधुनिक सुखवाद नव्हे. मोठी मोठी सुबुद्ध व सुशिक्षित माणसे बुद्धिवादाच्या बुरख्याखाली भोगवादी आयुष्य घालवून तरुणांची दिशाभूल करीत असतात. सामाजिक जीवनातली ही आत्मवंचनेची जागा तरुण पिढीने आरंभीच हेरून ती कटाक्षाने टाळली पाहिजे. बुद्धिवादाचा ध्वज तरुण पिढीने अवश्यमेव हातात घ्यायला हवा; पण त्याग हीच त्या निशाणाची काठी आहे आणि मनुष्यतेचे ऐहिक सुखसंवर्धन हेच तीन शब्द त्या निशाणावर कोरलेले आहेत, याचा तिने स्वतःला विसर पडू देता कामा नये. या शब्दांना बाध येईल असा कुठलाही विचार आपल्या मनात येऊ नये अथवा त्या उदात्त शब्दांचे पावित्र्य दूषित होईल असा कुठलाही आचार आपल्या हातून घडू नये याबद्दल तिने डोळ्यांत तेल घालून जपले पाहिजे. प्रत्येक खरा सुधारक जसा मूर्तीभंजक तसाच मूर्तीपूजकही असतो. तो आचारांच्या आणि आदर्शांच्या जुन्या फुटक्यातुटक्या मूर्ती फेकून देतो. त्या काही त्यांच्या जागी बसून स्वतःची पूजा करून घेण्याकरिता नव्हे तर त्या रिकाम्या जागी नव्या अधिक सुंदर आचरांची आणि अधिक उदात्त आदर्शांची प्रतिष्ठापना करण्याकरता हा विवेक लक्षात ठेवून महाराष्ट्राच्या आजच्या तरुण पिढीने गरिबी व गुलामगिरी यांची वाढ करणारी जुनी जीवनमूल्ये आणि जुनी समाजरचना यांच्याविरुद्ध बंड पुकारले तर गेले अर्धे शतक शब्दसृष्टीत तरंगत राहिलेली आगरकरांची अनेक सामाजिक सुखस्वप्ने सत्यसृष्टीत आणणारी शूर पिढी म्हणून इतिहास आदराने तिचा उल्लेख करील.

महाराष्ट्र दारिद्र्याबद्दल जितका प्रसिद्ध आहे तितकीच बंडखोरपणाबद्दलही त्याची प्रख्याती आहे. या भूमीत सोने पिकत नसले तेरी स्वातंत्र्यलालसेचा दुष्काळ कधीही पडलेला नाही. या भूमीत हिऱ्याच्या खाणी नसल्या तरी मानवी रत्ने दुर्मिळ नाहीत. जीवनाच्या प्रत्येक क्षेत्रात या भूमीच्या सुपुत्रांनी वेळोवेळी बंडाचे निशाण उभारून बहुजनसमाजाच्या प्रगतीचा मार्ग माकळा केला आहे. समाजाला समजणाऱ्या भाषेमध्येच त्याचे वाङ्मय निर्माण झाले पाहिजे, असे अट्टाहासाने सांगणारा एक संन्याशाचा मुलगा या भूमीत संतपदाला पोचला आहे. आपला पिता एका मुसलमानी राज्यातला श्रेष्ठ अधिकारी आहे याची जाणीव असूनही स्वातंत्र्याचे तोरण बांधणारा एक मिसरूड न फुटलेला क्षत्रिय युवक या भूमीत स्वराज्य - संस्थापक म्हणून गाजून गेला आहे. १८५७ साली याच भूमीचा अभिमान बाळगणाऱ्या एका महाराष्ट्रीय अबलेने प्रबल इंग्रजांना धूळ चारण्याचा चमत्कार करून दाखविला. महाराष्ट्राची ही बंडखोरपणाची परंपरा आगरकरांनी वैचारिक क्षेत्रापर्यंत आणून पोहोचविली. तिची ज्योत अखंड तेवत ठेवून तिच्या प्रकाशात प्रगतीचा मार्ग आक्रमण्यानेच महाराष्ट्राचे उद्याचे जीवन सुखी आणि सफल होईल.

१७-६-४५ **वि. स. खांडेकर**
कोल्हापूर

अनुक्रमणिका

सुधारक काढण्याचा हेतू / १

आमचे दोष आम्हास कधी दिसू लागतील? / ८

भारतीय कलांचे पुराणत्व / १५

सामाजिक घडामोड / २१

सुधारणा म्हणजे काय? / २६

करून का दाखवीत नाही? / ३०

पांचजन्याचा हंगाम / ३५

आयर्लंडकडे पाहून तरी जागे व्हा / ३९

कवी, काव्य, काव्यरती / ४२

भांडवल गेले; व्यापार गेला! / ४७

संतती आणि संपत्ती / ५१

कै. विष्णु कृष्ण चिपळोणकर / ५४

गुलामांचे राष्ट्र / ५९

काळजापर्यंत पोहोचलेली जखम / ६५

मूळ पाया चांगला पाहिजे / ६८

आणखी एक शहाण्याचा कांदा / ७२

महाराष्ट्रीयांस अनावृत पत्र / ७६

विविध विचार / ८१

सुधारक काढण्याचा हेतू

पर्वत, नद्या, सरोवरे, झाडे, पाणी, राने, समुद्रकिनारे, हवा, खाणी, फुले व जनावरे ज्यात स्पष्टपणे दाखविली आहेत असा एक, व ज्यात पारधी व पारध्याची हत्यारे, शेतकरी व शेतकीची अवजारे, बाजार व त्यातील कोट्यवधी कृत्रिम जिन्नस, न्यायसभा व त्यात येणारे शेकडो लोक, राजसभा व त्यात बसणारे - उठणारे सचिव, मंत्री वगैरे प्रमुख पुरुष, भव्य मंदिरे व उत्तुंग देवालये, बागा व शेते, झोपड्या व गोठे, अनेक पदवीचे व अनेक धंदे करणारे पुरुष व स्त्रिया आणि त्यांची अर्भके ही ज्यात व्यवस्थित रीतीने काढली आहेत असा एक, मिळून प्रत्येक खंडातील ठळक देशाचे दोन दोन चित्रपट तयार करवून ते पुढे ठेवले आणि त्यांकडे नि:पक्षपात बुद्धीने काही वेळ पाहत बसले तर विचारी पुरुषाच्या मनावर काय परिणाम होतील बरे? प्रथम सृष्ट पदार्थांच्या चित्रपटांचे अवलोकन केले तर त्यावरून असे दिसून येईल की, विस्तृतता, बहुविधता, मनोरमता, अद्‌भुतता, उपयुक्तता व विपुलता यांपैकी कोणत्याही गुणात या भरतखंडाचा त्रिकोणाकृती पट ग्रीस, इटली, आयर्लंड, युनायटेड स्टेट्स, ऑस्ट्रेलिया यांपैकी पाहिजे त्या रमणीय देशाच्या चित्रपटापाशी तुलना करण्याच्या हेतूने मांडला तर असे म्हणावे लागेल की, आमच्या वाट्यास सर्वोत्तम न म्हटला तरी उत्तमापैकी एक देश आला आहे. सह्य, विंध्य व कैलास यांसारख्या प्रचंड पर्वतांनी ज्याची तटबंदी झाली आहे; सिंधू, भागीरथी, नर्मदा, तापी, कृष्णा इत्यादी नदांनी व नद्यांनी ज्यातील क्षेत्रे सिंचण्याचे व उतारूंची व व्यापाराची गलबते व आगबोटी वाहण्याचे काम पत्करले आहे; हिंदी महासागराने ज्याला रशना होऊन शेंकडो बंदरे करून दिली आहेत; गुजराथ, माळवा, बंगाल, वऱ्हाड, खानदेश इत्यादी सुपीक प्रांतांनी ज्यास हवे इतके अन्नवस्त्र पुरविण्याची जबाबदारी घेतली आहे; ज्याच्या उदरांत कोठे ना कोठे तरी हवा तो खनिज पदार्थ पाहिजे तितका सापडण्यास पंचाईत पडत नाही; ज्याच्या रानात पृथ्वीवरील सर्व प्रकारच्या वनस्पती वाढत आहेत व सर्व प्रकारचे पशुपक्षी संचार करीत आहेत; ज्यात कोठे उष्ण कटिबंधातली; कोठे शीत कटिबंधातली व कोठे समशीतोष्ण कटिबंधातली हवा खेळत आहे. सारांश, ज्यातील कित्येक अत्यंत रमणीय प्रदेशांस 'अमरभूमी', 'नंदनवन', 'इंद्रभुवन', 'जगदुद्यान' अशा संज्ञा प्राप्त झाल्या आहेत, असा हा आमचा हिंदुस्थान देश

आधिभौतिक संपत्तीत कोणत्याही देशास हार जाईल किंवा यातील सृष्ट पदार्थांचा चित्रपट दुसऱ्या कोणत्याही देशाच्या चित्रपटापेक्षा कमी मनोरम ठरेल असे वाटत नाही.

याप्रमाणे सृष्ट पदार्थांच्या चित्रपटांचे अवलोकन करून पूर्ण समाधान पावल्यावर, दुसऱ्या पटाकडे वळल्याबरोबर चित्तवृत्तीत केवढा बदल होतो पाहा! या दुसऱ्या ऐतिहासिक चित्रपटाच्या केवळ लांबीचाच विचार केला तर कदाचित आमच्या पटाची लांबी सर्वांत अधिक भरण्याचा संभव आहे. वैदिक कालापासून आजतारखेपर्यंत आम्हास जितकी शतके मोजता येणार आहेत तितकी बहुश: दुसऱ्या कोणत्याही देशास मोजता येणार नाहीत. या विस्तीर्ण कालावधीत अनेक राष्ट्रांची उत्पत्ती, अभिवृद्धी व लय होऊन ती प्रस्तुत नामशेष मात्र राहिली आहेत; काहींचा मुळीच मागमूस नाहीसा झाला आहे व काहींचा ऱ्हास झाला तरी त्यांनी संपादिलेल्या विद्यांची व कलांची रूपांतरे कोठकोठे अद्यापि दृष्टीस पडत असल्यामुळे, ती त्यांच्या गतवैभवाची साक्ष देत आहेत. ज्याप्रमाणे काही वनस्पती व कीटक परिणतावस्था प्राप्त झाली असता, आपले तेज नूतनोत्पन्न अंकुशात ठेवून आपण पंचत्वाप्रत पावतात त्याप्रमाणे अमेरिकेतील व आशियातील आणि विशेषत: युरोपातील पुष्कळ राष्ट्रांची स्थिती झाली. ग्रीक विद्या आणि कला रोमन लोकांच्या हाती पडून ग्रीस देशाचा अंत झाला. रोमन लोकांची सुधारणा अर्वाचीन युरोपीय राष्ट्रांकडे येऊन रोमन लोक नष्ट झाले. आशिया व अमेरिका यांतील जुन्या राष्ट्रांचीही काही अंशी अशीच स्थिती झाली व त्यांच्या सुधारणेच्या काही खुणा अद्यापि कोठेकोठे दृष्टीस पडतात. चीन व हिंदुस्थान हे दोन देश मात्र खूप जुने असून काळाच्या जबड्यातून वाचले आहेत व कदाचित आणखीही अनेक शतके वाचण्याचा संभव आहे. पण अशा प्रकारच्या वाचण्यात विशेष पुरुषार्थ आहे की काय, हा मोठा विचारणीय प्रश्न आहे. अशा प्रकारचे केवळ वाचणे म्हणजे बऱ्याच अंशी योगनिद्रेत प्राण धरून राहिलेल्या योग्याच्या जगण्यासारखे होय. हिंदुस्थानच्या अस्तित्वाशी तोलून पाहता जुन्या ग्रीक व रोमन लोकांचे अस्तित्व काहीच नाही असे म्हणता येईल. पण तेवढ्या स्वल्प काळात त्यांनी केवढाले पराक्रम केले व केवढी अमर कीर्ती संपादली! भाषापरिज्ञानप्रवीणांनी अलीकडे असा सिद्धान्त केला आहे की, हिंदू लोक, ग्रीक लोक व रोमन लोक, जर्मन शाखेपासून निघालेले अर्वाचीन युरोपातील इंग्लिश, डच वगैरे लोक एकाच पूर्वजांपासून झालेले असावे. या सर्वांस ते आर्यकुलोद्भव राष्ट्रे म्हणतात. हे खरे असेल तर काय सिद्ध होते; की एकाच झाडाचे बी चार प्रकारच्या जमिनीत पडून त्यापासून चार प्रकारच्या वृक्षांचा उद्भव व्हावा व प्रत्येकाला निराळ्या तऱ्हेची वाढ लागून त्याची शेवटही निराळ्या तऱ्हेचा व्हावा त्याप्रमाणे एकाच आर्यकुलापासून

उत्पन्न झालेले आम्ही सर्व खरे, पण स्थानांतराप्रमाणे आम्हा सर्वांचा इतिहास निराळ्या प्रकारचा झाला! आर्य लोकांची युरोपात जी शाखा गेली तीपासून ग्रीस देशात एक उत्तम राष्ट्र उद्भवले. त्याचीचे एक मुळी इताली देशात जाऊन तीपासून जो नवीन अंकुर उत्पन्न झाला त्याने मातृवृक्षास नाहीसे करून आपला विस्तार बराच दूरवर नेला. पुढे त्यालाही वार्धक्यावस्था येऊन त्याचा ऱ्हास होण्याच्या सुमारास त्यापासून बरीच नवीन रोपे अस्तित्वात आली ती ही अर्वाचीन युरोपातील राष्ट्रे होत.

इकडे हिंदुस्थानात आर्य लोकांची जी शाखा आली तिचा निराळ्याच तऱ्हेचा इतिहास झाला. तिकडे जुन्या वृक्षाने नव्या अंकुरात आपले गुण ठेवून आपण नाहीसे व्हावे, पुन्हा त्या नवीन अंकुराने तसेच करावे व प्रत्येक नवीन राष्ट्रोद्भव पहिल्यापेक्षा बहुतेक गुणांत वरिष्ठ व्हावा, असा प्रकार झाला. इकडे अशा प्रकारची राष्ट्रोद्भवपरंपरा अस्तित्वात आली नाही. मूळ आर्यशाखा येथे येऊन तिच्यापासून जे झाड येथे लागले तेच आजमितीपर्यंत अस्तित्वात आहे असे म्हणण्यास हरकत नाही. ग्रीक, रोमन, सिथियन, तार्तर, मोगल, अफगाण वगैरे लोकांच्या ज्या वावटळी त्यावर आल्या त्यामुळे त्याला बराच त्रास झाला. कधी त्याच्या काही फांद्या मोडून पडल्या; कधी ते मुळापासून उपटून पडत आहे की काय असे वाटले; पण कर्मधर्मसंयोगाने युरोपातील ग्रीक व रोमन शाखांवर आणि इकडील इराणी शाखेवर जो प्रसंग गुदरला तो या भारतीय आर्यशाखेवर गुदरला नाही! यामुळे हे जरठ झाड कसेतरी अजून उभे आहे! पण त्यात काही त्राण उरलेले नाही! ते आतून अगदी शुष्क होत आले आहे व त्याचे खोड व फांद्या डळमळू लागल्या आहेत. याला आता असेच उभे ठेवण्यास व यापासून नवीन शाखांचा उद्भव होऊन त्यास फिरून नवीनावस्था आणण्यास एकच उपाय आहे. तो कोणता म्हणाल तर त्याची खूप खच्ची करून त्यास अर्वाचीन कल्पनांचे भरपूर पाणी द्यायचे! असे केले तरच त्याचे पूर्वस्वरूप पूर्ण नष्ट न होता, त्यापासून नूतन शाखावृत्त वृक्ष अस्तित्वात येईल; पण तसे न केले तर त्यावर प्रस्तुतकाली चोहोकडून जे तीव्र आघात होत आहेत त्यांखाली ते अगदी जेर होऊन अखेरीस जमिनीवर उलथून पडेल.

हिंदुस्थानचा पूर्वइतिहास व सांप्रत स्थिती 'सुधारका'च्या वाचकांच्या लक्षात थोडक्यात यावी यासाठी वर ज्या रूपकाचे साहाय्य घेतले आहे, त्यापासून लेखकाचा भाव त्यांच्या मनात उतरला असेल अशी त्याची आशा आहे. त्याचे स्पष्ट म्हणणे असे आहे की, हिंदू लोक रानटी अवस्थेतून निघाल्यावर काही शतकांपर्यंत राज्य, धर्म, नीती वगैरे काही शास्त्रे, वेदान्त, न्याय, गणितादी काही विद्या; व काव्य, गीत, नर्तन, वादनादी काही कला यांत त्यांचे पाऊल बरेच पुढे पडल्यावर त्याच्या सुधारणेची वाढ खुंटली व तेव्हापासून इंग्रजी होईपर्यंत ते कसेतरी राष्ट्रत्व सांभाळून राहिले! यामुळे त्यांचा इतिहासपट इतर देशांच्या इतिहासपटांहून फारच कमी

मनोवेधक झाला आहे. आमची गृहपद्धती, आमची राज्यपद्धती, आमची शास्त्रे, आमच्या कला, आमचे वर्णसंबंध, आमच्या राहण्याच्या चाली, आमच्या वागण्याच्या रीती-सारांश, इंग्रजी होईपर्यंत आमचे सारे व्यक्तिजीवित्व व राष्ट्रजीवित्व ठशात घालून ओतलेल्या पोलादासारखे किंवा निबिड शृंखलाबद्ध बंदिवानासारखे अथवा उदकाच्या नित्य आघाताने दगडाप्रमाणे कठीण झालेल्या लाकडासारखे किंवा हाडकासारखे शेकडो वर्षे होऊन राहिले, असे म्हणण्यास हरकत नाही.

ही आमची शिलावस्था आम्हांस पाश्चिमात्य शिक्षण मिळू लागल्यापासून बदलू लागली आहे. आजमितीस या शिक्षणाच्या टाकीचे आघात फारच थोड्यांवर घडत आहेत, पण दिवसेंदिवस ते अधिकाधिकांवर घडू लागतील असा अजमास दिसत आहे. ज्यांना या टाकीपासून बराच संस्कार झाला आहे, ते समुदायापासून अगदी विभक्त झाल्यासारखे होऊन उभयतांत सांप्रतकाली एक प्रकारचे वैषम्य उत्पन्न झाले आहे. या वैषम्यास विशेष कारण कोण होत आहेत हे येथे सांगण्याची गरज नाही. येथे एवढेच सांगितले पाहिजे; की मूळ प्रकृती म्हणजे भारतीय आर्यत्व न सांडता, या पाश्चिमात्य नवीन शिक्षणाचा व त्याबरोबर ज्या नवीन कल्पना येत आहेत त्यांचा आम्ही योग्य रीतीने अंगीकार करीत गेलो तरच आमचा निभाव लागणार आहे. या कल्पना आमच्या राज्यकर्त्यांकडून येत आहेत म्हणून त्या आम्ही स्वीकाराव्यात असे आमचे म्हणणे नाही. त्यांचे अभिनंदन करून त्यांचा आपण अंगीकार केला पाहिजे असे जे आम्ही म्हणतो ते अशासाठी की, त्या शिक्षणात व त्या कल्पनांत मनुष्यसुधारणेच्या अत्यवश्य तत्त्वांचा समावेश झाला आहे. म्हणून ज्या लोकांस लयास जावयाचे नसेल त्यांनी त्यांचे अवलंबन केलेच पाहिजे; त्याशिवाय गत्यंतर नाही. समाजाचे कुशल राहून त्यास अधिकाधिक उन्नतावस्था येण्यास जेवढी बंधने अपरिहार्य आहेत तेवढी कायम ठेवून, बाकी सर्व गोष्टींत व्यक्तिमात्रास (पुरुषास व स्त्रीस) जितक्या स्वातंत्र्याचा उपभोग घेता येईल तितका घ्यावयाचा हे अर्वाचीन पाश्चिमात्य सुधारणेचे मुख्य तत्त्व आहे व हे ज्यांच्या अंत:करणात बिंबले असेल त्यांना आमच्या समाजव्यवस्थेत अनेक दोषस्थळे दिसणार आहेत हे उघड आहे. ही दोषस्थळे वारंवार लोकांच्या नजरेस आणावी, ती दूर करण्याचे उपाय सुचवावे आणि युरोपीय सुधारणेत अनुकरण करण्यासारखे काय आहे ते पुन्हापुन्हा दाखवावे, यास्तव हे 'सुधारक' पत्र काढले आहे. कोणत्याही वादग्रस्त प्रश्नांविषयी जे लोकमत असेल ते पुढे आणणे हेच काय ते पत्रकर्त्यांचे कर्तव्य असे जे मानींत असतील ते तसे खुशाल मानोत; लोकमत अमुक टप्प्यापर्यंत येऊन पोहोचले आहे, सबब कोणत्याही व्यक्तीने किंवा सरकारने त्यापुढे जाऊ नये असे म्हणणे म्हणजे झाली तेवढी सुधारणा बस आहे, पुढे जाण्याची गरज नाही असेच म्हणण्यासारखे होय. व्यक्तीने किंवा सरकारने साधारणपणे लोकमतास धरून वर्तन करणे किंवा कायदे

करणे हे सामान्य गोष्टीत ठीक आहे, पण काही प्रसंगी लोकांच्या गाढ अज्ञानामुळे किंवा दुराग्रहामुळे, व्यक्तीस लोकांची पर्वा न करता स्वतंत्रपणे वर्तावे लागते व सरकाराला लोकमताविरुद्ध कायदे करावे लागतात. बारकाईचा विचार केला तर असे दिसून येईल की, प्रजासत्ताक राज्यातसुद्धा अनेकदा बहुमताविरुद्ध अधिकृत लोकांचे म्हणजे सरकारचे वर्तन होत असते. तथापि सामान्यत: सरकारचे वर्तन लोकमतास धरून असेल तितके बरे. पण जे लोक हा सिद्धान्त कबूल करतात ते लोकमत दिवसेदिवस सुधारत चालले आहे असे समजतात. तेव्हा आता असा प्रश्न उत्पन्न होतो की, लोकमताची सुधारणा व्हावी तरी कशी? जो तो अस्तित्वात असलेल्या लोकमतापुढे जाण्यास भिईल तर त्यात बदल व्हावा कसा? लोकाग्रणींनी हे काम पत्करले नाही तर ते कोणी पत्करावयाचे? जो तो या लोकमताच्या बागुलबोवाला भिऊन दडून बसेल तर कोणत्याही समाजाला उन्नतावस्था येणार नाही; इतकेच नाही तर त्याची चालू स्थितीसुद्धा कायम न राहता उलट त्यास उतरती कळा लागून अखेर त्याचा ऱ्हास होईल. म्हणून कोणीतरी अस्तित्वात असलेल्या लोकमतांतील दोषस्थळे दाखविण्याचे व समाजातील बहुतेक लोकांस अप्रिय परंतु पथ्यकारक असे विचार त्यांच्यापुढे आणण्याचे अनभिमत काम करण्यास तयार झालेच पाहिजे. असे करण्यास लागणारे धैर्य ज्या समाजातील काही व्यक्तींच्यासुद्धा अंगी नसेल त्या समाजांनी वर डोके काढण्याची आशा कधीही करू नये.

हे विचार बरोबर असतील तर त्यांवरून हे दिसून येईल की, जे कोणी कोणत्याही मिषाने किंवी रूपाने लोकांपुढे लोकाग्रणी म्हणून मिरवू लागले असतील त्यांनी लोकांची मर्जी संपादण्यासाठी अथवा त्यांजकडून आपली पाठ थोपटून घेण्यासाठी किंवा परोपकाराचे ढोंग करून स्वहित साधण्यासाठी त्यांच्या दोषांचे किंवा दुराग्रहाचे संवरण किंवा मंडन करणे अत्यंत लज्जास्पद होय. असे लोकाग्रणी त्यांस सुमार्ग न दाखविता केव्हा एखाद्या खड्ड्यात नेऊन घालतील हे सांगवत नाही. प्रस्तुत स्थितीत अशा लोकाग्रणींचे वर्तन आमच्या देशास फारच विघातक होणार आहे. ज्यांना समाजाच्या घटनेची, अभिवृद्धीची व लयाची कारणे ठाऊक नाहीत, कदाचित पितृतर्पणापुढे ज्यांचे ज्ञान गेलेले नाही, विषयोपभोगाशिवाय अन्य व्यवसाय ज्यांना अवगत नाही, वरिष्ठाची प्रशंसा आणि कनिष्ठाशी गर्वोक्ती यांहून अन्य प्रकारचे भाषण ज्यांस फारसे माहीत नाही, अनेक देशांतील उद्योगी पुरुषांनी अहर्निश प्रयत्न करून, पदार्थधर्माचे केवढे ज्ञान संपादले आहे, विपद्विनाशक व सुखवर्धक किती साधने शोधून काढली आहेत व राज्य, धर्म, नीती वगैरे विषयांतील विचार किती प्रगल्भ झाले आहेत हे ज्यांना ऐकूनसुद्धा ठाऊक नाही अशा गृहस्थांनी आम्ही हिंदू लोक नेहमी परतंत्रच असलो पाहिजे, काही केले तरी अधिक राज्याधिकार उपभोगण्याची पात्रता आमच्या अंगी यावयाची नाही, राष्ट्रीय स्वातंत्र्याचा विचार

आम्ही कधी स्वप्नातसुद्धा आणू नये, स्थानिक स्वराज्य, राष्ट्रीय परिषद, कायदेकौन्सिलात लोकनियुक्त सभासद, स्वसंतोषाने शिपाईगिरी करण्याची इच्छा धरणे - या व या तऱ्हेच्या दुसऱ्या उठाठेवीत आम्ही पडणे हे शुद्ध मूर्खपण होय असे म्हणावे यात नवल नाही. अशा प्रकारचे प्रतिपादन करणाऱ्या लोकांस लोकाग्रणी न म्हणता लोकशत्रू म्हटले असता वावगे होणार नाही. तसेच, जेवढी जुनी शास्त्रे तेवढी सारी ईश्वरप्रणीत, त्यांना हात लावणे हे घोर पातक अशी ज्यांची समजूत; जगत्कारणाच्या तोंडातून, हातांतून, मांडींतून व पायांतून एकेक वर्ण निघाला अशी ज्यांची वर्णोत्पत्तीविषयी कल्पना; पंचामृताने व धूपदीपाने केलेली पूजा मात्र ईश्वरास मान्य, याहून ईशपूजेचा विशेष प्रशस्त मार्ग नाही असे ज्यांचे धर्मविचार; आहे ही सामाजिक स्थिती अत्युत्तम, हीत फिरवाफिरव करण्यास कोठेही अवकाश नाही; सध्या येथे स्त्रियांचे पुरुषांशी, मुलांचे आईबापांशी जे संबंध चालत आहेत तेच उत्तम आहेत व अनंतकाल तेच चालले पाहिजेत; ज्ञान संपादणे हे पुरुषांचे कर्तव्य, शिशुसंगोपन हे स्त्रियांचे कर्तव्य; पुरुष स्वामी, स्त्री दासी; स्वातंत्र्य पुरुषांकडे, पारतंत्र्य स्त्रियांकडे; विवाहाशिवाय स्त्रीस गती नाही व गृहाशिवाय तिला विश्व नाही; वैधव्य हे तिचे महाव्रत व ज्ञानसंपादन हा तिचा मोठा दुर्गुण अशा प्रकारच्या ज्यांच्या धर्मविषयक व समाजविषयक कल्पना, असे लोकाग्रणी काय कामाचे? अशांच्या उपदेशाने व उदाहरणाने आम्हांस चांगले वळण कसे लागणार? व इतर सुधारलेल्या राष्ट्रांस होत असणाऱ्या सुखाचा लाभ आम्हांस कशाने होणार? निदान 'सुधारकास' तरी असले लोकाग्रणी व त्यांचे वर्तन मान्य नाही. ज्या तत्त्वांचे अवलंबन केल्यामुळे इतर राष्ट्रे अधिकाधिक सुधारत चालली आहेत, त्या तत्त्वांचा स्वीकार करण्यास आम्ही आनंदाने तयार झाले पाहिजे. ती तत्त्वे हा 'सुधारक' महाराष्ट्र लोकांपुढे वारंवार आणील. असे करण्यास त्यास, आज ज्याचा जारीने अंमल चालत आहे त्या लोकमताविरुद्ध बरेच जावे लागणार असल्यामुळे फार त्रास पडणार आहे. पण त्याची तो पर्वा करीत नाही; कारण ज्या लोकमताचा पुष्कळांस बाऊ वाटतो त्याचा सूक्ष्म दृष्टीने विचार केला असता असे दिसून येईल की, बऱ्याच बाबतीत त्याचा आदर करण्यापेक्षा अनादर करणे हाच श्लाघ्यतर मार्ग होय. कोट्यवधी अक्षरशत्रू व विचारशून्य मनुष्यांनी आपल्या अडाणी समजुतीप्रमाणे चांगले म्हटले किंवा वाईट म्हटले; अज्ञान व धर्मभोळ्या लोकांच्या आचरट धर्मकल्पनांची व वेडसर सामाजिक विचारांची प्रशंसा करून त्यापासून निघेल तेवढी माया काढणाऱ्या स्वार्थपरायण उदरंभरू हजारो टवाळांनी शिव्यांचा वर्षाव केला किंवा छी थू करण्याचा प्रयत्न केला; शेकडो अविचारी व हेकट लोकांनी नाके मुरडली किंवा तिरस्कार केला; सारांश, ज्यांना मनुष्याच्या पूर्णावस्थेचे रूप बिलकुल समजलेले नाही किंवा ती घडून येण्यास काय केले पाहिजे हे ठाऊक नाही अशांच्या पर्वतप्राय झुंडीच्या झुंडी तुटून पडल्या तरी जो खरा विचारी आहे, ज्याला लोककल्याणाची

खरी कळकळ आहे, सत्य बोलणे व सत्यास धरून चालणे यातच ज्याचे समाधान आहे अशाने वरच्यासारख्या क्षुद्र लोकांच्या अवकृपेला, रागाला किंवा उपहास्यतेला यत्किंचित न भिता आपल्या मनास योग्य वाटेल ते लिहावे, बोलावे व सांगावे हे त्यास उचित होय. त्याच्या अशा वर्तनातच जगाचे हित आणि त्याच्या जन्माची सार्थकता आहे.

◆

आमचे दोष आम्हांस कधी दिसू लागतील?

अलीकडे देशाभिमान्यांची जी एक जात निघाली आहे तिच्यापुढे इंग्रजांची किंवा दुसऱ्या कोणत्याही अर्वाचीन युरोपियन लोकांची उद्योगाबद्दल व ज्ञानाबद्दल किंवा राज्यव्यवस्थेबद्दल प्रशंसा केली की, तिचे पित्त खवळून जाते! या जातवाल्यांना दुसऱ्याचा उत्कर्ष किंवा त्याची स्तुती साहण्याचे बिलकुल सामर्थ्य नाही! पण करतात काय बिचारे! सूर्याला सूर्य म्हटल्याखेरीज जसे गत्यंतर नाही, तसे युरोपियन लोकांचे श्रेष्ठत्व या घटकेस तरी नाकबूल केल्यास आपले हसे झाल्यावाचून राहणार नाही हे त्यांना पक्के ठाऊक आहे! तेव्हा ते काय हिकमत करतात, की नेटिव - युरोपिअनांची तुलना करण्याची वेळ आली, की ते आपल्या गतवैभवाचे गाणे गाऊ लागतात! इंग्रज लोक अंगाला रंग चोपडीत होते, इंग्रज लोक कच्चे मांस खात होते, इंग्रज लोक कातडी पांघरीत होते, इंग्रज लोकांस लिहिण्याची कला ठाऊक नव्हती त्या वेळेस आम्ही मोठमोठाल्या हवेल्या बांधून राहत होतो, कापसाच्या किंवा लोकरीच्या धाग्यापासून मोठ्या परिश्रमाने विणून तयार केलेली वस्त्रे वापरीत होतो, बैलांकडून जमीन नांगरून तीत नानाप्रकारची धान्ये, कंदमुळे व फळे उत्पन्न करीत होतो, आणि रानटी लोकांप्रमाणे मांसावर अवलंबून न राहता आपला बराच चरितार्थ वनस्पत्यांवर चालवीत होतो. यावरून मांसाहार आम्ही अगदीच टाकला होता असे मात्र कोणी समजू नये. ज्या गाईच्या संरक्षणासाठी सांप्रत काळी जिकडेतिकडे ओरड होऊन राहिली आहे व जे संरक्षण कित्येकाच्या मते हिंदू - मुसलमानांचा बेबनाव होण्यास बऱ्याच अंशी कारण होत आहे, त्या गाईचादेखील आम्ही प्रसंगविशेषी समाचार घेण्यास मागेपुढे पाहत नव्हतो! कोणी विशेष सलगीचा मित्र किंवा आप्तपाहुणा आला आणि बाजारात हवातसा जिन्नस न मिळाला म्हणजे लहानपणापासून चारा घालून व पाणी पाजून वाढविलेल्या गोऱ्याच्या अथवा कालवडीच्या मानेवर सुरी ठेवण्यास आम्हांस भीती वाटत नव्हती! आता एवढे खरे आहे की, हे गोमांस रानटी लोकांप्रमाणे आम्ही हिरवेकच्चे खात नव्हतो! तर सुधारलेल्या लोकांप्रमाणे त्यात निरनिराळ्या तऱ्हेचे मसाले घालून त्याला नाना प्रकारच्या फोडण्या देऊन ते अत्यंत स्वादिष्ट करून खात होतो! मत्स्याशनही आम्हांस ठाऊक नव्हते असे नाही! कोणत्या माशाची रडई कोणत्या रीतीने करावी याबद्दल आम्हांपाशी फार पुरातन

नियम सापडतात! मांसभक्षणानंतर उत्तम मद्यप्राशन केल्यास फार मौज होते म्हणून सांगतात! आमच्या पूर्वजांस ही मौजही ठाऊक नव्हती असे नाही! सोमरस हे मादक पेय असो अथवा नसो, त्याशिवाय दुसरी कसली तरी मादक पेये वहिवाटीत होती अशाबद्दल जुन्या ग्रंथांत भरपूर आधार सापडतो. याप्रमाणे आम्ही अगदी खाण्यापिण्याच्या कामात अगदी पुरातनकालीसुद्धा पुरे पटाईत होऊन गेलो होतो. लिहिण्यापुसण्यात व कुटुंबव्यवस्थेत आणि ग्रामव्यवस्थेतही आम्ही अगदी अनभिज्ञ होतो असे नाही. लेखनकला आम्हांस केव्हा आली हे जरी खात्रीने सांगता येत नाही, तरी ती इतिहासकालापूर्वीच आम्हांस प्राप्त झाली होती असे म्हणण्यास हरकत नाही. लेखनकला अभ्युदयास आणून नीती, न्याय, नाटक, अलंकार, व्याकरण, गणित व वैद्यक इत्यादी शास्त्रांतही आमची बरीच गती झाली होती. आम्हांमध्ये उत्तम प्रकारची कुटुंबव्यवस्था व ग्रामव्यवस्था स्थापण्यात आली असून, राष्ट्र म्हणजे काय हे आम्हांस कळू लागले होते. आमच्यात स्वतंत्र व मांडलिक राजे असून त्यांच्या पदरी चतुरंग सेना असत. मोठमोठे दुर्ग बांधण्याची कला त्यांस अवगत होती. साम, दाम, दंड, भेद इत्यादी शत्रूंस वळणीस आणण्याची साधने ते वारंवार उपयोगात आणीत असत. यावरून काय दिसते की, अलीकडच्या इंग्रज लोकांनी किंवा युरोपातील दुसऱ्या कोणत्याही लोकांनी कितीही शेखी मिरविली तरी ज्या आम्ही इतक्या पुरातनकाली एवढी मोठी सुधारणा करून बसलो त्या आमच्यापुढे त्यांची मात्रा बिलकूल चालावयाची नाही!

न चालो बिचारी! पण या एककल्ली देशाभिमान्यांना आम्ही असे विचारतो; की बाबांनो, तुम्ही अशा प्रकारे गतवैभवाचे गाणे गाऊ लागला म्हणजे तुमच्या पक्षाचे मंडन न होता उलट मुंडण होते! इंग्रज लोक रानटी होते त्या वेळेस जर तुम्ही इतके सुधारलेले होता, तर आताही तुम्ही त्यांच्यापेक्षा अधिक सुधारलेले असायला पाहिजे होता. पण तसे तर तुम्ही खचित नाही! तेव्हा हे सिद्ध आहे, की केव्हातरी तुमच्या सुधारणेस खळ पडला असावा; किंबहुना ती मागेच हटू लागली असावी; कारण सुधारणा ही स्थिर वस्तू नाही, ती पुढे चालेल किंवा मागे सरेल ! आमची सुधारणा क्षणैक निश्चल होऊन मग तिची पीछेहाट होऊ लागली असावी असे मानल्याखेरीज ज्यांस आम्ही रानटी म्हणत होतो ती राष्ट्रे दोन हजार वर्षांच्या अवकाशात आम्हापुढे इतकी कशी गेली याचा उलगडा होत नाही. सुधारणेच्या शर्यतीत जे एकदा आमच्या फार पाठीमागे होते त्यांनी आम्हांस गाठले इतकेच नाही तर पाठीमागे टाकले, असे आपल्या स्थितीवरून कबूल करावे लागले यात आमच्या मते प्रतिष्ठा मारण्यासारखे काही नाही. म्हणे 'दुसरे लोक रानटी होते तेव्हा आम्ही फार सुधारलेले होतो!' असाल कदाचित. पुन्हा पुन्हा गतगोष्टींबद्दल मिटक्या मारीत बसण्यात काय अर्थ आहे? आम्हांस तर असल्या निरुपयोगी प्रतिष्ठेचा मनापासून कंटाळा येतो. असल्या

प्रतिष्ठेमुळे स्वदोष दिसेनासे होतात; इतकेच नाही तर आपण सर्वगुणसंपन्न आहोत, आपणांस कशाचीही उणीव नाही असे वाटू लागून उद्योग करण्याची हौस नाहीशी होते, मानसिक व शारीरिक श्रमांचा तिरस्कार येऊ लागतो. नुसत्या बढाईखोर गप्पा मारीत बसण्यात मोठा आनंद वाटतो आणि दिवसेदिवस वाढत चाललेल्या दारिद्र्याचा व आपत्तींचा परिहार करण्याचा विचारदेखील मनात येईनासा होतो ! पण या आत्मवंचक व परवंचक देशाभिमान्यांचा आम्हांस जो विशेष राग येतो तो यासाठी की, आपल्या जुन्या सुधारणेची तुलना न करता ते आपलीच सुधारणा सर्वांत श्रेष्ठ होती असे घेऊन चालून तिचे पोवाडे गात सुटतात! लिहिता - वाचता येणाऱ्या लोकांत ज्यांना दुसऱ्या देशाविषयी कमीत कमी माहिती आहे असे कोणी लोक असतील तर ते हिंदुलोक होत. यांना स्वत:स इतिहास लिहिण्याची आवश्यकता कधीही वाटली नाही व लिहिण्याची अक्कल आली नाही. इतकेच नाही तर दुसऱ्यांचे इतिहास अवलोकन करून, त्यापासून आपली सुधारणा करण्याची पर्वाही त्यांनी कधी केली नाही. एकंदरीत यांना इतिहासाचे माहात्म्यच समजले नाही असे तरी का म्हणू नये? अथवा त्यांना ते समजले नाही यात त्यांच्याकडे फारसा दोष नाही. इतिहास म्हणजे व्यक्तींनी किंवा राष्ट्रांनी केलेल्या मोठमोठ्या पराक्रमांचे वर्णन. आता ज्या देशांतील व्यक्तींनी किंवा व्यक्तिसमुदायांनी केव्हाही मोठेमोठे पराक्रम केलेले नाहीत ते इतिहास लिहिणार कशाविषयी आणि वाचणार काय? पौराणिक कालात भारतीय आर्यांनी जे पराक्रम केले त्यांची गाथा महाभारत - रामायणरूपाने व्यासवाल्मीकींनी करून ठेवली आहे. अशाच प्रकारची ग्रीक आर्यांची गाथा होमर कवीने रचली आहे. पण या गाथ्यांत काव्य आणि इतिहास यांचे इतके संमिश्रण झाले आहे की यांना काव्य अथवा इतिहास यांपैकी कोणती संज्ञा द्यावी याचा संभ्रम पडतो. शिवाय आमच्या पुराणांत धर्म व वेदान्त यांचा प्रवेश होऊन यांचे एक विलक्षण पढम झाले आहे. ते तो पाहिजे त्या कामाला वापरतो. तथापि असल्या पुराणांची पारायणे करून अर्वाचीन विचारपद्धतीप्रमाणे त्यांपासून निघण्यासारखी असतील तितकी सारी अनुमाने काढली आणि ती एकवट केली तरी त्यांपासून आम्ही अगदी सुधारणाचलाच्या शिखरास पोहोचलो होतो आणि त्यापुढे जाण्यास आम्हांस अवकाश राहिला नव्हता असे सिद्ध होण्याचा काही संभव नाही. आमच्या आणि ग्रीक लोकांच्या पौराणिक स्थितीत विशेष अंतर नव्हते असे आम्हांस आमच्या पुराणाची आणि होमरच्या काव्याची जी जुजबी माहिती आहे तीवरून वाटते. पण पौराणिक काल उलटून गेल्यावर, ग्रीक लोकांनी सुधारणेच्या कामात जो झपाटा मारला त्याच्या एक - चतुर्थांश झपाटाही आमच्याने मारवला नाही. जुन्या ग्रीक व रोमन लोकांच्या राज्यविषयक कल्पना अद्यापि आम्हांस आल्या नाहीत व आम्हांस कळू लागल्या नाहीत, तेव्हा तीन हजार वर्षांपूर्वी त्या आमच्या स्वप्नातही आल्या नसतील असे

म्हणण्यास हरकत नाही. पण इतर गोष्टींत तरी आम्ही ग्रीक लोकांहून श्रेष्ठ किंवा त्यांच्या बरोबरीचे होतो का? आमच्या मते खचित नाही. त्या काली ठाऊक असलेल्या बहुतेक कलांत व शास्त्रांत ग्रीक लोकच सर्वांत श्रेष्ठ होते असा आमचा ग्रह झाला आहे आणि तो साधारण बरोबर असेल तर जुन्याचे वृथा प्रस्थ माजविणाऱ्यांचा आम्हांस तिरस्कार येणे स्वाभाविक नाही काय ?

पौराणिक कालात आमची व ग्रीक लोकांची स्थिती सारखीच होती असे म्हणण्यास हरकत नाही. वर्तमानपत्रांत अशा विषयांचा यथास्थितपणे ऊहापोह करता येत नाही एवढीच नड आहे. नाहीतर ग्रीक पुराणांतल्या आणि भारतीय पुराणांतल्या अनेक कथा घेऊन त्यांचे साम्य दाखविले असते व त्यावरून त्या लोकांचे आणि आमचे आचार व विचार किती एकसारखे होते हे वाचकांच्या डोळ्यांपुढे उभे केले असते. तथापि होमरच्या महाकाव्याचा आणि वाल्मीकीच्या रामायणाचा येथे उल्लेख करण्यास हरकत दिसत नाही. या दोन महाकवींच्या मुख्य कथानकांत इतके साम्य आहे की, युरोपियन कवींचा स्वाभाविकपणे पक्षपात करू इच्छिणाऱ्या कित्येक अर्वाचीन युरोपियन पंडितांनी अशी शंका प्रदर्शित केली आहे की, रामायणाचे कथानक भारतीय कवीने बहुधा ग्रीक कवीच्या इलिअडपासून घेतले असावे. रामायणात ज्याप्रमाणे रामाची सीता रावणाने हरण करून नेली व ती लंकेहून परत आणण्यासाठी रामाने राक्षसांशी तुबंळ युद्ध केले, त्याप्रमाणेच इलिअडमध्येही एका राजाने दुसऱ्या राजाची सुंदर स्त्री पळवून नेली व ती फिरून काबीज करण्यासाठी त्या चंचल वनितेच्या नवऱ्याने घनघोर युद्ध केले अशी मुख्य गोष्ट आहे. प्रधान कथानकात एवढे साम्य दिसून आल्यावर ते एकाने दुसऱ्यापासून उचलले असावे अशी शंका येणे स्वाभाविक आहे; आणि त्याप्रमाणे ती एका प्रसिद्ध जर्मन पंडिताला आली यात नवल नाही. पण अशा प्रकारच्या वादात मूळ रचना कोणाची असावी आणि तिचे अनुकरण करणारा कोण असावा याचा निर्णय करण्याची मोठी मारामार पडते. कथानकाच्या साम्यावाचून दुसरा पुरावा नसेल तर वाचकांच्या किंवा टीकाकारांच्या तब्येतीप्रमाणे पाहिजे त्याकडे आद्यत्व देता येते! ज्या वेळेस जर्मन पंडिताने रामायण होमरपासून उतरले असावे असे मत असे, आपले दिले त्या वेळेस वाल्मीकीपासून इलिअड उतरले असे मत देणेही तितकेच योग्य होणार आहे, असा विचार त्याच्या मनात कसा नाही आला कोण जाणे! कै. आ. मि. जस्टिस तेलंग यांनी आपल्या मनाला हाच प्रश्न घातला आणि पुष्कळ शोध करून असे सिद्ध करून दाखविले की, होमर व वाल्मीकी यांपैकी एकाने दुसऱ्याची प्रत किंवा नक्कल केली असे म्हणणे शक्य असेल तर ती होमरने म्हणजे ग्रीक कवीने केली असावी, हे विशेष संभवनीय आहे! ज्यांना या वादाविषयी विशेष माहिती हवी असेल व तो करण्यास मि. तेलंग यांनी बुद्धीचे किती कुशाग्रत्व दाखविले आहे हे पाहण्याची इच्छा असेल

त्यांनी त्यांचा ""Is Ramayana copied from Homer?" (रामायण होमरवरून उतरले आहे काय?) या नावाचा निबंध वाचावा.

असो. प्रस्तुत विषयाच्या संबंधाने या गोष्टीचा आम्ही येथे एचढ्यासाठीच उल्लेख केला आहे की, पौराणिक कालात आमचे ग्रीक लोकांशी इतके साम्य असता पुढे आम्हा उभयतांत जे अंतर पडत गेले त्यामुळे त्यांच्या व आमच्या इतिहासास पराकाष्ठेची विभिन्नता आली. काही कलांत व विद्यांत अजरामर कीर्ती संपादून व त्या कलांचे आणि विद्यांचे बी नवीन लोकांत लावून, जुने ग्रीक लोक अंतर्धान पावले! आम्ही आमची जी थोडीबहुत पुंजी होती तिला घट्ट मिठी मारून काळाच्या तीव्र प्रहारास न जुमानता आजपर्यंत कशीतरी प्राणयात्रा करीत आलो! अशा रीतीने युगेच्या युगे जगणे हे चांगले किंवा थोडीच शतके का होईना, पण स्वत:चे नाव अमर करून व जगाच्या इतिहासाला चांगलेपणाचे वळण लावून नाहीसे होणे चांगले याचा निश्चय करणे फार कठीण आहे! तथापि एवढे खास म्हणता येईल की, आमच्या सुधारणेस खळ पडल्यापासून ज्या स्थितीत आम्ही कुजत पडलो आहो, त्याच स्थितीत आम्हांस युगेच्या युगे लोटावयाची असतील तर आम्ही एकदम नाहीसे व्हावे हे इष्ट आहे! ज्यांना कधीही चांगला दिवस बिलकूल येण्याची आशा नाही त्यांनी चैतन्याला बिलगून राहणे हे शुद्ध पिसेपण नव्हे काय? आम्हांस अशी दशा येऊन ठेपली आहे असे आम्ही पाहिजे तर म्हणत नाही; पण गेल्या दोन हजार वर्षांचा आमचा जो इतिहास आहे, त्यावरून पाहता केवळ जीवरक्षणापलीकडे आम्ही काहीएक केले नाही असे म्हणणे भाग पडेल! आणि पुढेही जर अशाच रीतीने वागण्याचा आमचा विचार असेल, तर आम्ही मोठे अद्वितीय जंतू आहो असे मानले पाहिजे!

पुष्कळ देशाभिमान्यांस अशा प्रकारचे लिहिणे आवडत नाही! पण आम्ही त्याला काय करावे? जी गोष्ट उघडपणे बोलून न दाखविणे म्हणजे आजमितीस मोठा अपराध करणे असे आम्हांस वाटते, ती बोलून टाकल्यावाचून आमच्याचे राहवत नाही याला आमचा काय इलाज आहे ? ज्या लोकांना आमची ही आत्मनिंदा रुचत नाही, त्यांनी आम्हांस आत्मस्तुती करण्यासारखे आम्ही गेल्या दोन हजार वर्षांत काय केले आहे हे दाखविण्याची कृपा करावी. ज्या देशात प्रतिवर्षी कोट्यावधी मनुष्यप्राणी जन्मास येत आहेत व परलोकास जात आहेत त्या देशाच्या एखाद्या कोपऱ्यात, एखाद्या शतकात एखाद्या व्यक्तीने किंवा लहानशा व्यक्तिसमुदायाने तोडीशी चळवळ केली तर तेवढ्यावरून एवढे विस्तीर्ण राष्ट्र वास्तविकपणे सचेतन असून त्याची प्रगती होत आहे असे म्हणता येत नाही. चंद्रगुप्तापासून रावबाजीपर्यंत जो आमचा लांबच्या लांब इतिहास आहे किंवा जो आम्ही लांबच्या लांब काळ

घालविला त्यात तोडरमल, पूर्णय्या किंवा भवभूती यांसारखे काही पुरुष होऊन गेले, अथवा राजपुतान्यातील रजपुतांसारखे किंवा महाराष्ट्र देशातील मराठ्यांसारखे काही लढवय्ये होऊन गेले असे सांगितल्याने आमच्या ऐतिहासिक शून्यतेस विशेष बाध येतो असे आम्हांस आटत नाही. खरे म्हटले तर, चंद्रगुप्तापूर्वीच आमचा राष्ट्रचंद्र मावळला होता, असे म्हणण्यास हरकत नाही. दोन किंवा अडीच हजार वर्षांपूर्वी ज्या प्रकारच्या राज्यविचारांनी, धर्मविचारांनी व सामाजिक विचारांनी आम्ही निगडित झालो होतो व त्या वेळी ज्या आचारांचे आम्ही गुलाम होतो, तेच आचार व तेच विचार अद्यापि आम्हांस बहुधा आपल्या ह्यात कंसात ठेवीत नाहीत काय? कोणतीही अचेतन वस्तू बहुधा दोन हजार वर्षे टिकत नाही. पण टिकलीच तर तीत जमीन - अस्मानाचे अंतर झाल्याखेरीज राहावयाचे नाही. पण आम्ही पाहा कसे आकाशासारखे किंवा समुद्रासारखे जसेच्या तसे ! बिचाऱ्या आकाशाच्या किंवा समुद्राच्या स्थितीतदेखील एवढ्या कालांतराने शास्त्रज्ञ प्रेक्षकांच्या नजरेस येण्यासारखा फेरफार होत असेल किंवा झाला असेल; पण आमच्या शोचनीय राष्ट्रस्थितीत गेल्या दोन हजार वर्षांत म्हणण्यासारखा फेरफार झाला आहे असे बहुधा कोणाही विचारी पुरुषास म्हणता येणार नाही! येथे राहणाऱ्या पाच कोटी लोकांच्या जागी दहा कोटी लोक झाले असतील, किंवा दहाचे वीस कोटी लोक झाले असतील; सिथियन लोकांनी आमची मानगुटी सोडली असेल तर ती मुसलमानांनी धरली असेल व मुसलमानांनी ती सोडली असेल तर ती इंग्रजांनी धरली असेल. जेथे पूर्वी जमिनीचा एक बिघा लागवडीत होता तेथे आता तीन असतील व जेथे पूर्वी दहा खोपटी होती तेथे आता कदाचित शंभर असतील; कधी मुसलमानांपुढे घट्ट तुमान व लांब अंगरखा घालून कोपरापासून सलाम करीत पळावे लागत असेल, तर कधी पाटलूण व बूट चढवून आणि कोट घालून विलायतेच्या गोऱ्यांपुढे धावावे लागत असेल; पूर्वी मर्जीविरुद्ध कर द्यावे लागत असले तर आता कदाचित ते कायद्याने द्यावे लागत असतील; पूर्वीचे राज्यकर्ते उघड उघड पक्षपात करीत असले तर आताचे कदाचित न्यायाच्या पांघरुणागआड करीत असतील - पण असल्या स्थित्यंतरास स्थित्यंतर म्हणावे किंवा नाही याचा आम्हांस बराच संशय आहे. अगदी अलीकडे लाख - पन्नास हजार लोकांच्या आचारविचारांत जे अंतर पडले आहे ते सोडून द्या. ते पडू लागेतोपर्यंत आमचा म्हणण्यासारखा काय फेरफार झाला होता व या घटकेसदेखील सामान्य लोकांच्या स्थितीत म्हणण्यासारखा काय फरक पडला आहे हे आम्हांस कोणी समजावून सांगेल तर आम्ही त्याचे मोठे आभारी होऊ. 'राजा कालस्य कारणम् ।' राजा आई, राजा बाप, राजा करील ती पूर्वदिशा, लोक राजाचे गुलाम - या ज्या आमच्या नीच राजकीय कल्पना, त्या जशा रामराज्यात तशा अजूनही कायम आहेत. ज्याला याचे प्रत्यंतर पाहिजे असेल त्याने बडोदे, लष्कर, हैदराबाद, म्हैसूर वगैरे

पाहिजे त्या लहानमोठ्या नेटिव संस्थानाची फेरी करून तेथील जुन्या पद्धतीच्या लोकांचे विचार व आचार कसे आहेत याची बारकाईने चौकशी करावी. या संस्थानांच्या शास्त्यांपैकी एखाद्याने आपल्या प्रजेपैकी एखाद्याला केवळ चैनीखातर चाबकाचा खरपूस मार दिला अथवा राखेचा तोबरा चढवून पाठीवर भलामोठा दगड दिला, किंवा प्रसंगविशेषी एखाद्याचे नाही तसले हाल करून खूनही केला तरीदेखील भोगणाऱ्याचे आप्त किंवा इतर लोक आपल्या स्वामीविरुद्ध उठावयाचे नाहीत! ही आमची राजभक्ती आणि राजनिष्ठा ! धिक्कार असो आम्हांला, आमच्या राजभक्तीला आणि आमच्या शास्त्यांना! सारेच एका माळेचे मणी! आजमितीस कोणत्याही नेटिव संस्थानात ब्रिटिश पोलिटिकल एजंटच्या सान्निध्यात असा प्रकार घडत असेल असे आम्ही म्हणत नाही. पण घडल्यास निदान आमचे लोक तरी आपणहोऊन याबद्दल बोभाटा करणार नाहीत अशी आमची पक्की खात्री आहे. अशा राजभक्तांनी परक्या लोकांच्या झुंडीच्या झुंडी आपल्या देशात येऊ दिल्या आणि एकाच्या जुलमाचे जू निघाले नाही तोच दुसऱ्याच्या जुलमाचे जू मानेवर घेतले आणि आपल्या बायकापोरांसह शतकेच्या शतके हवे तसले हाल सोशीत हीन दास्यावस्थेत काढली यात नवल ते काय? ग्रीक लोकांना अशा स्थितीत एक वर्षदेखील काढवले नसते, मग शतकांची काय कथा?

◆

भारतीय कलांचे पुराणत्व

अलीकडे आम्हांस जी कारुण्यावस्था प्राप्त झाली आहे व इंग्लिश लोकांसारख्या बलाढ्य लोकांपुढे आमची जी तेजोहीनता दृष्टीस पडू लागली आहे तीमुळे आम्ही पूर्वीपासूनच सर्व बाबतीत असेच गचाळ होतो की काय, असे परकीयांसच नव्हे तर आमचे आम्हांसदेखील वाटू लागले आहे. असे सांगतात की, इंग्लंडचा प्रसिद्ध बृहस्पती एडमंड बर्क जेव्हा वारेन हेस्टिंग्जविरुद्ध पार्लमेंट सभेत गर्जू लागला, तेव्हा त्याच्या वाग्वज्राने पार्लमेंटच्या सामान्य सभासदांची अंत:करणे रागाने व शोकाने विदारून गेली; एवढेच नाही तर ज्या हतभाग्य हेस्टिंग्जवर त्याच्या वाणीने आघात होत होते त्या खुद्द हेस्टिंग्जसाहेबाचे पाषाणहृदयदेखील उकलून जाऊन क्षणभर त्यास असे वाटले की, 'मी मोठा कर्मचांडाळ दुरात्मा असलो पाहिजे!' बर्कच्या वाक्प्रभावामुळे हेस्टिंग्जची जशी दशा झाली तशीच आमचीही अलीकडे होऊ लागली आहे असे म्हणण्यास हरकत नाही. व्यापार, विद्या, कला, युद्धकौशल्य, धाडस, शरीरसामर्थ्य, मानसिक शक्ती वगैरे कोणत्याही गोष्टीत आम्ही आपली युरोपियन लोकांशी- मुख्यत्वेकरून इंग्लिश लोकांशी- तुलना करू लागलो की, त्यांच्या - आमच्यांत जमीन- अस्मानाचे अंतर स्पष्टपणे निदर्शनास येऊन, त्यांचे पारडे पृथ्वीवर बसल्यासारखे व आमचे आकाशात लोंबत असल्यासारखे दिसते! इंग्लिश लोकांत व आम्हांत खरोखरीच एवढे अंतर असते, तर आमच्या मनाची जी सध्या स्थिती झाली आहे व तीविषयी दुसऱ्यांस जे वाटत आहे त्याबद्दल इतका खेद करण्याची गरज नव्हती. अनेक गोष्टींत आम्ही आजमितीस इंग्लिश लोकांच्या मागे शेकडो योजने आहो व आम्ही त्यांपासून शिकण्यासारख्या अनेक वस्तू आहेत हे निर्विवाद आहे. पण एवढ्यावरून असे सिद्ध होत नाही की, ज्याचा आम्ही अभिमान मानावा किंवा ज्याच्या विचाराने पुढील वर्तन करताना उत्साहावलंबन करावे असे आमच्या इतिहासात काहीच नाही. जुन्या ग्रीक किंवा रोमन लोकांच्या इतिहासाइतका आमचा इतिहास आनंदजनक किंवा उत्साहजनक नाही हे प्रत्येक नि:पक्षपाती हिंदूस कबूल केले पाहिजे. पण यहुदी, मिसर, पारसीक किंवा मुसलमान या लोकांच्या इतिहासापेक्षा आमचा इतिहास कमी मनोहर किंवा उपयुक्त आहे असे मानण्याची गरज नाही असे दाखविणे कठीण पडणार नाही. महंमदीय लढवय्याप्रमाणेच

धर्मवेडाने युरोप व आशिया खंडांतील मोठमोठाले देश आम्ही उद्ध्वस्त केले नाहीत व रोज्यलोभाने लाखो लोकांचा प्राणसंहार करून आपली रुधिरभक्ती व क्रूर निष्ठुरता जगाच्या इतिहासात अमर केली नाही ही गोष्ट खरी आहे. पण नीती, औदार्य, अनुकंपा, आप्तमित्रांचा परामर्ष वगैरे मानसिक गुणांचा किंवा काव्य, चित्र, गायन, वादन इत्यादी ललित कलांचा; अथवा दुर्गरचना, गृहरचना, मूर्तिघटना, पाषाणखनन इत्यादी शिल्पकलांचा येथे अभ्युदय होऊन त्यांची इतकी अभिवृद्धी झाली होती की, यासंबंधाने आजमितीससुद्धा आम्हांस कोणापुढेही खाली पाहण्याची आवश्यकता नाही. शिल्पकलेकडे वाफेच्या शक्तीचा उपयोग करण्याची युक्ती सापडल्यापासून, त्या कलेत प्रचंड क्रांती झाली आहे व बाष्पप्रचोदित राक्षसी लोहयंत्रापुढे दीड फूट लांबीच्या हाडामासाच्या हाताचे काहीएक चालेनासे झाले आहे हे खरे आहे. पण यंत्राने केवढीही अचाट कामे केली, तरी यंत्रे हातांनीच करावी लागतात व यंत्रांना जी करामत करावयाची ती प्रथम हाताने साधण्यासारखी लागते. यंत्रात नानाप्रकारच्या वेलबुट्ट्यांचे काम निघते; पण जर हाताने वेलबुट्ट्या काढता येत नसल्या व नकाशे तयार करता येत नसले तर वेलबुट्ट्यांचे काम यंत्रावर काढता येणार आहे काय? ज्याप्रमाणे दुर्बिणीने डोळसाच्या दर्शनशक्तीस सहाय्य होते पण आंधळ्यास तिचा काहीएक उपयोग नाही त्याप्रमाणे जे हस्तकलेत प्रवीण असतील त्यांसच यंत्रकला साधणार आहे; ज्यांचे हात थोटे आहेत त्यांना यंत्रापासून म्हणण्यासारखा फायदा होण्याचा संभव नाही. आता एवढे खरे आहे की, यंत्रावर काम करणारी बहुतेक मनुष्ये यंत्रासारखीच असतात, नवीन यंत्रे तयार करण्याची किंवा ती बिघडली तर दुरुस्त करण्याची कला फार थोड्यांसच साधलेली असते हा विचार हस्तकलेसही तितकाच लागू आहे. चांगल्या कारागिराने एखादा सुरेख नमुना घालून दिला म्हणजे त्याचे अनुकरण करणारेच शेकडा नव्याण्णव लोक असावयाचे. विशाल कल्पकता ही नैसर्गिक देणगी फार थोड्यांसच प्राप्त झालेली असते. बहुतेक जनता तेलाच्या घाण्याभोवती डोळे बांधलेल्या बैलाप्रमाणे श्रेष्ठ लोकांनी घालून दिलेल्या वाटांनी भ्रमण करीत असते; आणि असे तिने करणे हेच फायदेशीर आहे. ज्यांना स्वत:ची अक्कल नाही त्यांनी अक्कलवंताची कास धरून चालावे हेच नीट आहे. तात्पर्य, अर्वाचीन विस्तृत यंत्रकला युरोपियन लोकांप्रमाणे आम्हांस अवगत नाही व ती त्यांपासूनच आम्ही शिकली पाहिजे, हे जरी आम्ही प्रांजलपणे कबूल करतो तरी ती साध्य होण्यास ज्या हस्तकला प्रावीण्याची आवश्यकता असते ती हस्तकलाही आम्ही सर्वांशी युरोपियन लोकांपासून उचलली पाहिजे हे मत आम्हांस मान्य नाही. तथापि आम्ही लवकर जागे झालो नाही तर युरोपियन यंत्रकला आम्हांस साध्य होणार नाही; इतकेच नाही तर सुमारे तीन हजार वर्षांच्या परिश्रमाने येथे भव्य उदयास आलेली जी आमची हस्तकला तिचाही लोप होईल व एकदा तिचा लोप झाला

म्हणजे अर्वाचीन यंत्रकलाही आम्हांस संपादिता येणार नाही हे कबूल करणे भाग आहे. तेव्हा जे कोणी या देशात यंत्रकलाप्रसार करण्याविषयी झटत असतील, त्यांनी लाखो रुपयांची यंत्रे परक्या देशांत खरेदी करून ती येथे आणून मांडली आणि त्यांवर माल काढण्यास सुरुवात केली म्हणजे त्यांच्या श्रमास पूर्ण यश आले असे आम्हांस वाटत नाही. यंत्रांचे कारखाने स्थापणे तर जरूर आहेच, पण त्याबरोबरच त्यांनी दुसऱ्या दोन गोष्टी केल्या पाहिजेत त्या या - आपली जुनी हस्तकला टाकाऊ नाही तर अत्यंत रक्षणीय आहे अशी लोकांची खात्री केली पाहिजे व जे त्या कलेत निष्णात आहेत त्यांच्याकडून अर्वाचीन यंत्रकलेचे ज्ञान संपादवून ते त्या हस्तकलेच्या विस्तृत उपयुक्तत्वाला कारणीभूत होईल अशा उपायांची योजना केली पाहिजे. तात्पर्य, ज्या वेळेस आमच्या जुन्या हस्तकलेस नवीन यंत्रकलेचे सहाय्य होऊ लागेल व पूर्वी जी चतुरस्रपणाची कामे नामांकित कारागीर दीर्घ आयासाने, खर्चाने व काळाने थोड्या श्रीमंतांच्या सुखासाठी व ऐषआरामासाठी करीत तीच कामे यंत्राच्या साहाय्याने स्वल्प आयासाने, खर्चाने व काळाने होऊ लागून अनेक गरिबांस जेव्हा त्यांपासून सुख व ऐषआराम प्राप्त होऊ लागेल तेव्हाच आमच्या जुन्या हस्तकलेचे रक्षण झाले व पाश्चिमात्य यंत्रकलेने या भूमीत बळकट मूळ धरले असे म्हणता येणार आहे.

आमच्या शोचनीय स्थितीमुळे, रामायण व महाभारत या महापुराणांचा अभ्यास आमच्या हातून जसा व्हावा तसा मुळीच होत नाही. पूर्वपद्धतीचे काही लोक ती पोथीपुढील तांदळासाठी, व्यासपूजेच्या प्राप्तीसाठी, सप्ताहाच्या फायद्यासाठी किंवा बिदागीसाठी वाचतात! अलीकडील तरुण लोक ती परीक्षा पास होण्यासाठी वाचतात! इतिहासदृष्टीने त्यांच्याकडे अवलोकन करून ज्याने त्यांच्या वाचनास आरंभ केला आहे व ते तडीस नेले आहे असा बहुधा एकही अर्वाचीन विद्वान सापडणार नाही. एखादा बुद्धिवान व कल्पक विद्वान या दोन ग्रंथांचा यथास्थित रीतीने अभ्यास करील तर भारतीय आर्यांच्या पौराणिक कालातील स्थितीचे प्रत्येक बाबतीत विश्वसनीय, मनोरंजक व बोधावह असे चित्र त्यास काढता येणार आहे! पण असले काम नीट रीतीने होण्यास लागणारा राजाश्रय किंवा लोकाश्रय आम्हांस मिळत नसल्यामुळे यांचे जितके मंथन व्हावयाला पाहिजे आहे तितके अद्यापि कोणीही केलेले नाही व पुढेही ते अशाच स्थितीत करण्यास कोणी झटेल असे आम्हांस वाटत नाही. इंग्लिश लोकांनी असली कामे धरल्यास, त्यात खुद्द सरकारकडून व सरकारी अधिकाऱ्यांकडून साक्षात किंवा परंपरेने पुष्कळ मदत होते. इतिहासदृष्टीने या ग्रंथाकडे पाहून त्याच्या मदतीने येथील जुनी स्थिती कशी असावी, राज्यपद्धती कोणत्या प्रकारची असावी, राजा आणि प्रजा यांचे अन्योन्य संबंध कसे होते, वर्णावर्णात द्वेषभाव असे की संतोषवृत्ती असे, राजावर लोक प्रीती करीत की त्याच्यावर नाखूष असत, कायदे

कोण करी, कर कोणत्या प्रमाणाने, कशावर व केव्हा घेत, सैन्याची व्यवस्था कशी काय ठेवली जात असे, स्वदेशी व्यापाराला उत्तेजन देऊन परकी देशांचा माल स्वदेशात येऊ न देण्याबद्दल निर्बंध करीत असत किंवा नाही, व्यापाराची मुख्य ठिकाणे कोणती होती, कोणकोणत्या जिनसा विशेष पिकत अथवा कोणता जिन्नस कोणत्या ठिकाणी विशेष सुबक होत असे आणि त्याला काय किंमत पडे, लोकशिक्षणाची सामान्य स्थिती कशी होती, स्त्रियांस, नोकरांस व इतर परोपजीवी लोकांस कोणते हक्क असत व त्यांचा सांभाळ कोणत्या रीतीने होत असे वगैरे गोष्टींविषयी उत्कृष्ट माहिती या दोन पुराणांत खचित सापडेल अशी आमची खात्री आहे. पण इतका शोधक व सुखवस्तू वाचक येथे कोठून पैदा होणार? व झाला तरी तो आम्हांस लाभणार कसा? फट्दिशी तो एखादे ठिकाणी रावसाहेब होऊन बसावयाचा किंवा कोठे वकिलाचे 'प्रॅक्टिस' करू लागायचा अथवा एखाद्या नेटिव संस्थानिकाच्या पदरी चार - दोनशे रुपयांवर पडून राहावयाचा! सध्या आमच्यासंबंधाने हे बिकट काम युरोपियन लोक करीत आहेत व ते आमच्या हातून नीट होऊ लागेतोपर्यंत युरोपियन लोकांच्या शोधावर व काही अंशी त्यांच्या कल्पनांवर आम्हांस अवलंबून असले पाहिजे. प्रस्तुत निबंधही सर जॉर्ज वर्डवुड यांनी हिंदुस्थानच्या कलांच्या पूर्णत्वाचे जे मंडन केले आहे त्याच्या अनुरोधाने लिहिले जात आहेत.

रामायण आणि महाभारत ही इतिहासाची पुस्तके नाहीत हे जरी खरे आहे, तरी जो ऐतिहासिक दृष्टीने त्याकडे पाहील त्याला त्यापासून तत्कालीन पूर्वीच्या समाजाच्या अंतर्बाह्य स्थितीविषयी बरीच माहिती मिळणार आहे. प्रस्तुत विषयाच्या समर्थनासाठी सर जॉर्ज यांनी रामायणातून एकच उदाहरण घेतले आहे. पण तेवढ्यावरून पौराणिक कालात आमच्या कलांची व कारागिरीची स्थिती कशी होती हे सहज समजण्यासारखे आहे. रामायणाच्या दुसऱ्या कांडातील एकोणिसाव्या अध्यायात अयोध्येतील लोक भरतासह जो रामाचा शोध लावण्यास निघाले आहेत त्याचे वर्णन आहे. रामशोधार्थ काढलेली भरताची स्वारी मोठ्या थाटाने व व्यवस्थेने निघाली होती. हीत प्रत्येक धंद्याचे लोक असून, धंद्याच्या महत्त्वाच्या अनुरोधाने त्यांच्या रांगा लावल्या होत्या व त्या त्या धंद्यातील प्रमुख इसमांना त्यांचे पुढारी किंवा नायक नेमले होते. या प्रसंगी हजर असलेल्या लोकांत अग्रस्थान जवाहिऱ्यास दिले होते, जवाहिऱ्यांच्या पाठीमागून कासार चालले होते व कासारांच्या मागून हस्तिदंती काम करणारे, गंधी, सोनार, कोष्टी, लोकर विणणारे, सुतार, पितळेचे काम करणारे, चितारी, गायनाची वाद्ये करणारे, शस्त्रे करणारे, लोहार, तांबट, पुतळे करणारे, स्फटिक कापणारे, काच करणारे आणि असेच इतर कारागीर अनुक्रमाने जात होते. ही यादी पाहून रामायणकाली हे धंदे हिंदू लोकांस माहीत नव्हते असे कोण म्हणू शकेल? हिंदुस्थानास मुसलमानांचा वारा सातव्या शतकापर्यंत मुळीच लागला नाही.

रामायण व महाभारत यांतील राजे ख्रिस्ती शकाच्या पूर्वीची पाचशे आणि त्यानंतरची पाचशे वर्षे यांच्या दरम्यान होऊन गेले असावे असे हिंदू लोकांच्या सुधारणेविषयी ज्यांचे म्हणण्यासारखे अनुकूल मत नाही असे पंडितदेखील कबूल करतात. तसेच, रामायणात धंद्यांची जी यादी दिली आहे तीच कोणी झाला तरी आज करील. फार तर काय, पण एखादा सेन्सस रिपोर्ट घेतला आणि त्यातील वर्गीकरणाकडे पाहिले तर धंद्याच्या कोष्टकात म्हणण्यासारखा फरक करावा लागणार नाही. तेव्हा काय सिद्ध झाले की, रामायणकाली या भरतभूमीत जे धंदे येथे चालत होते तेच अद्यापिही चालत आहेत व ग्रीक लोकांच्या आणि मुसलमान लोकांच्या स्वाऱ्यांनी त्यात म्हणण्यासरखा फरक झालेला नाही, आणि वास्तविक पाहिले तर हा फरक त्या लोकांकडून होण्याचा संभवही नव्हता. ग्रीक लोक तर येथे एखाद्या साथीसारखे, वावटळीसारखे किंवा टोळधाडीसारखे आले आणि गेले! हिंदुस्थानात त्यांनी कायमचे ठाणे कधीही दिले नाही व त्यामुळे त्यांच्याकडून येथील कलाकौशल्यात म्हणण्यासारखा फेरफार झाला नाही. 'म्हणण्यासारखा' असे बुद्ध्या लिहिण्याचे कारण असे की; ग्रीक लोकांनी आम्हांस जिंकून आपली सत्ता येथे कायम केली असे जरी उपलब्ध इतिहासावरून म्हणता येणार नाही तरी त्यांचे - आमचे दळणवळण मुळीच होत नव्हते असे नाही. काही लोकांची जिज्ञासा आणि काहींचा व्यापार यांच्या योगाने या उभय देशांत बरेच दळणवळण होत असावे, असे मानण्यास हरकत नाही. पण या दळणवळणावरून हिंदुस्थानातील कारागिरी हिंदू लोकांनी ग्रीक लोकांपासून उचलली असावी, असे अनुमान करण्यास पुरेसा पुरावा मिळत नाही. उलट, हिंदू व ग्रीक या उभयतांनीही आपापल्या कारागिरीची मूलतत्त्वे आपल्याहून जुन्या अशा तिसऱ्याच आर्यशाखेपासून संपादिली असावी असे मानण्यास बराच आधार आहे. तसेच हिंदुस्थानातील कलाकौशल्याचे अनेक पदार्थ ग्रीस देशात व इतर देशांत जात असून, त्यांची तेथे मोठी तारीफ व अनुकरण होत असे याबद्दलही बराच पुरावा आहे. तेव्हा कारागिरीच्या संबंधाने जर ग्रीक लोकांचेसुद्धा आम्ही काही कर्ज लागत नाही, तर त्यांच्या पाठीमागून ज्यांनी या देशात बऱ्याच शतकांनी पाय ठेवला त्या मुसलमानांचे लागतो असे म्हणणे शुद्ध साहस आहे. शिवाय मुसलमान लोकांनी आपल्या कसबाने किंवा विद्येने आमच्या कारागिरीत किंवा विद्येत प्रचंड क्रांती करून त्यांचा मागमूस नाहीसा करावा, असा त्यांचा अधिकारही नव्हता. मुसलमान लोक आम्हांहून विशेष कडवे, विशेष शूर, विशेष मिजासी व धर्माभिमानी आहेत हे क्षणभर कबूल करता येईल पण इंग्रज लोकांप्रमाणे ज्ञानात, कलाकौशल्यात, राजकारणात किंवा कल्पकतेत आम्हांहून ते श्रेष्ठ होते असे म्हणण्यास बिलकूल आधार नाही. त्यांनी येथे पाचसहाशे वर्षे आपली बादशाही चालविली हे कबूल आहे; पण इंग्रजांनी आपल्या शंभर वर्षाच्या अमलाने आमच्या अंतर्बाह्य स्थितीत जे जमीन-अस्मानाचे

अंतर पाडले आहे, ते मुसलमानांस सहाशे वर्षांच्या एकछत्री अमलाने पाडता आले नाही हे निर्विवाद आहे. आणि असेच होणे स्वाभाविक होते. वर निर्दिष्ट केलेल्या गुणांत आम्हांहून मुसलमान लोक खरोखरीच श्रेष्ठ असते तर त्यांच्या सहाशे वर्षांच्या अमलात आमच्या घरच्या सुधारणेचा मागमूसही न राहता. आपणाहून कमी सुधारलेल्या ज्या ज्या लोकांस त्यांनी जिंकून पादाक्रांत केले व ज्या ठिकाणी त्यांनी आपली कायमची राज्ये स्थापली त्या ठिकाणच्या जुन्या सुधारणेचा आता पत्ताही लागत नाही. तात्पर्य काय की, कोणत्याही कमी सुधारलेल्या लोकांनी आपणांहून अधिक सुधारलेल्या राष्ट्रास जिंकून तेथे आपली गादी स्थापली व अनेक वर्षे त्यांचे अव्याहत राज्य केले तरी त्यांच्या हातून तेथल्या लोकांच्या वरिष्ठ सुधारणेचा बीमोड होऊ शकत नाही, हा जो इतिहासज्ञांनी नियम काढला आहे तोच आम्हांसही लागू होतो. याच गोष्टीचा दुसरा प्रत्यय असा आहे की, दक्षिण हिंदुस्थानात म्हणजे कर्नाटक, म्हैसूर वगैरे प्रांतांत मुसलमान लोकांचा स्थायिक अंमल कधीच झाला नाही व पश्चिम हिंदुस्थानात तो फार स्वल्पकालीन होता. यामुळे पश्चिम हिंदुस्थानातल्या कलाकौशल्यावर मुसलमानांच्या अमलाची झाक यत्किंचित दिसते, पण कर्नाटकातील व म्हैसूर प्रांतातील कारागिरीस म्लेंच्छस्पर्श कधीही झाला नाही, असे त्या त्या प्रांतांतील कारागिरीच्या आजच्या स्थितीवरून म्हणणे भाग पडते. उलट, अहमदाबाद, हैद्राबाद (दक्षिण) अशा थेट मुसलमानी शहरांतसुद्धा आमची कारागिरी मशिदीपर्यंत व जनानखान्यापर्यंत जाऊन भिडली आहे असे दिसून येईल!

◆

सामाजिक घडामोड

एका घराचे दगड काढून दुसऱ्या घराला लावायचे असले तर किती त्रास पडतो हे सर्वांस माहीत आहेच. पण हेच दगड चुन्यात पक्के बसवलेले असले तर फारच त्रास पडतो आणि त्यातही पहिली इमारत बांधल्यापासून बरीच वर्षे लोटली असली व चुन्याचा आणि दगडांचा एकजीव होऊन गेला असला, तर एकेक दगड सोडविण्यास किती मारामार पडते, हे कोणास सांगावयास पाहिजे असे नाही. तात्पर्य, कोणत्याही जड द्रव्यांचा संनिकट संयोग करून त्यापासून एक पिंड केला असता तो पिंड मोडून त्याच्या घटकांचा निराळा पिंड बनविणे हे अतिशय कष्टाचे काम आहे, हे प्रत्येकाने कबूल केले पाहिजे.

सामाजिक घडामोडींचाही असाच प्रकार आहे. प्रथम व्यक्तीच्या शरीररचनेचा विचार करा. आरंभी हे शरीर समाजातील द्रव्यांचे झालेले असून पुढे ते जसजसे वाढत जाते तसतसे त्यात विषमजातित्व उत्पन्न होते व दार्ढ्य उत्पन्न होऊन बाह्य संस्कारास ते अधिकाधिक प्रतिबंध करू लागते. कोवळे वेळू, लहान झाडांच्या फांद्या किंवा तरुण मुलांचे अवयव यांत किती लवचिकपणा असतो बरे? वाढ खुंटून प्रत्येक अवयवात काठिण्य आल्यावर कोणत्याही मनुष्यास चांगली कसरत शिकता येत नाही, ही प्रत्येकाच्या पाहण्यातली गोष्ट आहे. सामाजिक शरीरातही परिणतीमुळे अशाच तऱ्हेचे काठिण्य उद्‌भूत होते. कोणताही समाज एकदा वाढीस लागला आणि श्रमविभागामुळे त्यास भिन्नावयवित्व प्राप्त झाले व त्यात निरनिराळे वर्ग उत्पन्न होऊन ते निरनिराळ्या क्रिया करू लागले म्हणजे त्याचे रूपांतर करू पाहणाऱ्या गोष्टीस त्याकडून मोठा प्रतिबंध होऊ लागतो. राज्य, धर्म, सैन्य, लोकाचार या संबंधाने ज्या रीती एकदा रूढ होऊन जातात त्यांत फिरून बदल करणे अत्यंत दुरापास्त होऊ लागते. पूर्वापार चालत आलेल्या चालीत विचारदृष्ट्या कितीही विसंगतता दिसली, तरी त्या सोडणे किती जिवावर येते हे बालविवाह, केशवपन, सुतक इत्यादी प्ररूढ चालींचा विचार करता तेव्हाच लक्षात येणार आहे. समाजातील शेकडा नव्याण्णव लोकांची स्थिती अंधपरंपरेप्रमाणे असते. मळलेल्या वाटेच्या बाहेर एक पाऊल टाकल्यानेसुद्धा आपणावर मोठा भयंकर प्रसंग गुदरेल, असा धाक

त्यांस क्षणोक्षणी वाटत असतो.

याचसंबंधाने आणखी एक गोष्ट लक्षात ठेवण्याजोगी आहे ती अशी - ज्याप्रमाणे व्यक्तीच्या शरीरातील निरनिराळे अवयव आपापली कार्ये पृथकपणाने करून एकमेकांस साहाय्य करतात, त्याप्रमाणे सामाजिक शरीरातले निरनिराळे भागही आपापली कार्ये स्वतंत्रपणे करून इतरांस मदत करीत असतात. पण पुढे असाही प्रकार घडून येतो की, समाजाच्या एका स्थितीत ज्या वर्गाची आवश्यकता असते तो वर्ग समाजाचे स्थित्यंतर झाल्यामुळे अगदी निरुपयोगी झाला तरी सहसा नाहीसा होत नाही. उदाहरणार्थ, बडोद्यासारख्या संस्थानातील बारगीर घ्या. यांचे आता काही एक प्रयोजन नाही. पूर्वी यांच्याकडून जी कामगिरी होत असे तिची आता गरज राहिली नाही; तथापि त्यांचा चरितार्थ चालविणे संस्थानास भाग पडत आहे. या बारगिरांप्रमाणेच आमच्या बहुतेक संस्थानिकांची, जहागिरदारांची, त्यांच्या सैन्याची, निरनिराळ्या ठिकाणच्या देवस्थानांची, धर्माधिकाऱ्यांची व त्यांच्या मठांची, कित्येक धंदेवाल्यांची आणि अनेक आचारांची गोष्ट आहे. ज्याप्रमाणे वार्धक्यामुळे श्रम करण्यास अयोग्य ठरलेल्या लोकांस नोकरीवरून दूर करून त्यांच्या जागी नवीन लोकांची योजना केली तरी त्यांना पेन्शनदार करून ठेवावे लागते, त्याप्रमाणे समाजाचे स्थित्यंतर होऊन त्यातील कोणताही वर्ग निरूपयोगी ठरला तरी, त्याचा बोजा बरीच वर्षे समाजास वाहावा लागतो. कारण, ज्याप्रमाणे कोणत्याही व्यक्तीस आपणहोऊन पंचत्वास मिळणे अवघड नाही, त्याप्रमाणे समाजाच्या कोणत्याही अवयवास ते आवडत नाही. व्यक्तीप्रमाणेच समाजाचे अवयवही आपापले अस्तित्व दीर्घतम करण्याविषयी झटत असतात.

येथपर्यंत सांगितलेल्या गोष्टीवरून समाजाचे रूपांतर होण्यास किती प्रत्यवाय असतात हे वाचकांच्या लक्षात बरेच आले असेल; तथापि, ज्यांच्या मनात ही गोष्ट अजूनही बरोबर आली नसेल त्यांच्या समजुतीसाठी आणखी एकदोन गोष्टी सांगतो. समाजातील लोकांचे नियामक आणि नियत किंवा शास्ते आणि शासित असे मुख्य दोन भाग असतात, हे मागे सांगितलेच आहे. तर त्या या भागांपैकी नियामक भाग समाजाच्या परिणतीबरोबर विस्तृत होत गेला व त्या मानाने नियत भाग क्षीण होत गेला पाहिजे हे उघड आहे. ज्या देशात सरकारी अधिकाऱ्यांची संख्या आणि सरकारने चालविलेली खाती वाढत जातात, त्या देशातील प्रजा अधिकाधिक दुर्बल व परतंत्र होत जाते. सरकारी अधिकारी कोणत्याही खात्यातले असले तरी त्या सर्वांचा चरितार्थ प्रजेने दिलेल्या करावर होत असतो. त्यामुळे होईल तितका जमाबंदी वाढविणे आणि सक्तीचा अंमल चालविणे वगैरे गोष्टींत त्या सर्वाचे विचार सामान्यपणे एकसारखे असतात. खात्याखात्याचा केवेढाही विरोध असला, तरी प्रजेशी तंटा करण्याचा जेव्हा प्रसंग येतो, तेव्हा ती पट्दिशी एक होतात आणि प्रजेशी उद्भवलेल्या

तंट्यात यशस्वी होणे हे सर्वांसच हितकारक आहे, असे तेव्हाच लक्षात आणून एकमेकांस साहाय्य करतात. शिवाय निरनिराळी खाती परस्परांस कितीही विरुद्ध असली तरी, प्रत्येक खात्यात खालच्या अधिकाऱ्यांचे वरच्या अधिकाऱ्यांशी व प्रमुख सरकारशी जे संबंध असतात ते सारे एकसारखेच असतात व त्या सरकारचा आणि त्याबरोबर आपला अंमल उत्कृष्ट रीतीने चालावा असेही प्रत्येकास वाटत असते. यामुळे साऱ्या प्रकारच्या सरकारी अधिकाऱ्यांच्या स्वभावात एक प्रकारचे साम्य तेव्हाच उत्पन्न होते आणि 'समानशीले व्यसनेषु सख्यम्' या न्यायाने प्रजेच्या कल्याणाकडे विशेष लक्ष न देता, आपल्या वर्गाचे हित साधण्याविषयी ते पराकाष्ठेचे तत्पर होऊन त्या कामी ते एकमेकांस अंत:करणपूर्वक मदत करतात. ज्याने सरकारी नोकरी धरली तो पूर्वीचा कितीही सज्जन असला, तरी त्याच्या वृत्तीत जो एकदम एक प्रकारचा पालट होतो त्याचे हे गुह्य आहे. स्वसंरक्षणपरायणता व स्वहितसाधनरती यांनी प्रत्येकास घेरले आहे आणि तसे होणे स्वाभाविक आहे. पण सरकारी अधिकाऱ्यांचा चरितार्थ व चैन प्रजेच्या श्रमाच्या फळावर अवलंबून असल्यामुळे, त्याचा होईल तितका अपहार करण्याकडे त्यांची प्रवृत्ती किती होत जाते हे कधीकधी त्यांच्या ध्यानातसुद्धा येत नाही!

अधिकारी आणि प्रजा यांत उत्पन्न होणाऱ्या द्वंद्वास केवळ अधिकारीच कारण होतात असे नाही. प्रजेकडूनही त्या कामात बरीच मदत होते! मनुष्यमात्राचा असा स्वभाव आहे की, लहानपणापासून जी स्थिती, ती कितीही वाईट असली तरी, तीच बरी वाटत असते. ज्यांना जन्मापासून स्वातंत्र्याचा उपभोग मिळत आहे त्यांना पारतंत्र्याचा जसा कंटाळा असतो, त्याप्रमाणे जे जन्मापासून पारतंत्र्यात वाढलेले असतात त्यांना स्वातंत्र्य आपणांस उचित नाही, असे वाटू लागते. आजमितीस आपणांपैकी शिकलेले अनेक लोक स्त्रियांस स्वातंत्र्य देण्यास तयार आहेत, पण त्याचा उपभोग घेण्यास आमच्या स्त्रीवर्गाची कोठे तयारी आहे? आम्ही ते त्यांना जबरीने देण्याचा प्रयत्न केल्यास त्यांना त्यापासून सुख न होता उलट त्रास होतो. जे हौशी लोक आपल्या बायका नाटक पाहण्यास किंवा हवा खाण्यास बरोबर घेऊन जातात, त्यांच्या डोळ्यांपुढे वरील विधानांचे यथार्थ आल्याशिवाय राहणार नाही! अशा प्रसंगी स्त्रियांचा कावरेबावरेपणा, डोळे वर करून पाहण्याची व स्पष्टपणे बोलण्याची भीती, पुरुषांच्या मागोमाग चालण्यास वाटणारी शंका वगैरे गोष्टींमुळे त्यांची जी विलक्षण वृत्ती होते तीवरून अशा रीतीने समाजात येण्यापेक्षा घरातल्या घरात राहणे बरे, असे त्यांस वाटत असावे असे स्पष्टपणे दिसत असते. यावरून कोणी असे समजू नये की, जी गोष्ट आमच्या स्त्रियांनी पूर्वी कधी न केल्यामुळे आज त्यांना अवघड वाटत आहे, ती आपण त्यांच्याकडून कधीच करवू नये.

ज्या गोष्टीविषयी आपण अपरिचित असतो ती प्रथम करु लागताना किती

संकटावह होते हे दाखविण्यासाठी मात्र वरचे उदाहरण दिले आहे; त्याहून येथे दुसरा हेतू नाही. तात्पर्य, जन्मादारभ्य ज्या गोष्टींची आपणांस सवय लागलेली असते, त्या गोष्टी इतरांस कितीही वावग्या वाटत असल्या व त्यापासून अखेरीस आपले केवढेही नुकसान होण्याचा संभव असला तरी त्या आपणांस बऱ्या वाटतात आणि त्या टाकणे आपणांस सहसा रुचत नाही. दूर कशाला, आपल्या लोकांच्या राजकीय विचारांकडेच क्षणभर पाहा. आम्ही पहिल्यापासून अनियंत्रित एकसत्तात्मक राज्यपद्धतीत वाढलेलो असल्यामुळे 'राजा कालस्य कारणम्' अशी आमची पक्की समजूत व ज्या त्या गोष्टीत राजाच्या तोंडाकडे पाहण्याची आम्हांस खोड! लोकशिक्षण असो; व्यापारवृद्धी असो; यांत्रिक शोध असो; मादक द्रव्यसेवननिषेध असो; सामान्य नीतीप्रसार असो - काय पाहिजे ते असो, अगदी शुष्क गोष्टीपासून मोठ्या महत्त्वाच्या गोष्टीपर्यंत सरकारपुढे तोंड वेंगाडल्याशिवाय व राज्यकर्त्यांची मदत मागितल्याशिवाय आमच्या हातून काहीएक होणार नाही, असा आमचा पक्का ग्रह होऊन बसला आहे. केशवपन किंवा बालविवाह कायद्याने बंद करा असे कोणी म्हटले की एवढा अर्थ करून सोडावयाचा, की जशी काही स्वातंत्र्यवृक्षावर आकाशातील कुऱ्हाडच पडत आहे! म्हणजे काय की, बायकांच्या व मुलांच्या पारतंत्र्याचा विच्छेद करणाऱ्या कायद्यास स्वातंत्र्यापहारक कुऱ्हाड म्हणावयाचे आणि ज्या गोष्टींनी खरोखर स्वातंत्र्यापहार होत आहे, त्यास स्वातंत्र्यसंरक्षण म्हणून प्रेमाने कवटाळावयाचे अशी आमची शोचनीय अवस्था होऊन गेली आहे! पण काही अंशी ही अपरिहार्य आहे. पारतंत्र्यातच ज्यांची अनेक शतके गेली आहेत त्यांना स्वातंत्र्याचा बाऊ वाटावयाचा! आणि पारतंत्र्यच सुखावह वाटावयाचे! आम्हा अर्धवट सुधारलेल्या लोकांची तर कथा काय आहे? पण फ्रान्स व जर्मनी अशा सुधारलेल्या देशांतील तत्त्ववेत्त्यांसही न कळत अशा प्रकारची भूल पडते, हे आश्चर्य नव्हे काय? सामाजिक नियंत्रण बलात्कार तत्त्वावर न होता संमतितत्त्वावर होऊ लागेल तेव्हाच सामाजिक सुखाची परमावधी होण्याचा संभव आहे. हे सिद्ध करण्यासाठी प्रसिद्ध फ्रेंच तत्त्ववेत्ता ऑगस्ट कौंट बसला असून वाहता वाहता भलतीकडे जाऊ लागला! संमतीतत्त्वावर फ्रेंच समाजाची स्थापना करण्याकरता त्याने जी राज्यपद्धत वर्णिली आहे, ती फ्रान्स देशात आजपर्यंत रूढ असलेल्या राज्यपद्धतीहून अधिक सक्तीची आहे! जर्मनीतील अलीकडल्या सामाजिक तत्त्ववेत्त्यांची विचारपद्धती अशाच प्रकारची आहे. यांनी लोकांस पूर्ण स्वातंत्र्य देण्याच्या हेतूने ज्या राज्यपद्धतीचे विवरण केले आहे ती खरोखरच अमलात आल्यास व्यक्तिस्वातंत्र्य कोठे दृष्टीस पडेल किंवा नाही याचीच शंका आहे! तात्पर्य, हाडामांसास खिळलेले आचार सामान्य लोकांसच बरे वाटतात असे नाही, तर त्यातील दोष विचारी विद्वानांसदेखील सहसा दिसत नाहीत; व दिसले तरी त्याचा अव्हेर करणे हे त्यांच्यानेही सहन होत नाही. यामुळे ज्या ठिकाणी सरकारी अंमल

मोठ्या जुलमाचा असतो, त्या ठिकाणी तो वाढत जाण्यास प्रजेचे वर्तनही बऱ्याच अंशी कारण होते. जो जो सरकारी अधिकारी अधिकाधिक सक्ती करतात, तो तो प्रजेच्या अंगी अधिकाधिक सहनशीलता येत जाते व जो जो ही वाढत जाते तो तो अधिकाऱ्यास अधिकाधिक जुलूम करण्यास सवड होते. अशा रीतीने एका बाजूने औद्धत्य आणि दुसऱ्या बाजूने नम्रता, एका बाजूने चैन व दुसऱ्या बाजूने कष्ट, एका बाजूने स्वामित्व आणि दुसऱ्या बाजूने गुलामगिरी यांची अधिकाधिक वाढ होत गेल्यास उत्पादक लोकांची संख्या आणि त्यांनी केलेले उत्पन्न ही दोनही संपुष्टात येऊ लागतात. हळूहळू साऱ्यांसच कमीअधिक भिकारपण येऊन लोकसंख्येची वाढ खुंटते आणि असाच प्रकार अधिकाधिक होत गेल्यास ती कमी होऊ लागून अखेरीस समूळ ऱ्हासाच्या पंथास लागते! तेव्हा लक्षात काय गोष्ट ठेवायची, की समाजाची उन्नती होण्यास एक प्रकारची नियामक व्यवस्था अस्तित्वात आली म्हणजे समाजाच्या अंगी एक प्रकारचे दार्ढ्य येऊ लागते व जो जो ती व्यवस्था वाढत जाईल तो तो ते दार्ढ्य अधिकाधिक प्रबल होत जाऊन, समाजातील लवचिकपणा अगदी नाहीसा होतो व ज्या मानाने हा लवचिकपणा नाहीसा होत जातो त्या मानाने समाजाच्या पुढील सुधारणेस प्रतिबंध होतो.

◆

सुधारणा म्हणजे काय?

ज्यांनी कोणत्याही मोठ्या समाजास प्राप्त झालेल्या स्थित्यंतराचा इतिहास थोडासा वाचला असेल त्यांना मनुष्याच्या सामाजिक व्यवहारास कोणती दिशा लागत चालली आहे, हे सहज समजण्यासारखे आहे. अनियंत्रित राजांचा अंमल कमी होत जाणे व सृष्ट्यंतर्गत सामर्थ्यांचे आपण गुलाम आहो व त्यांच्या सर्वशक्तिमत्वापुढे आमचे काहीएक न चालता त्यांच्या इच्छेनुरूप आम्हांस निरंतर वागले पाहिजे, या चुकीच्या कल्पनेचा लय होत जाऊन मनुष्य प्रयत्न करील तर सृष्ट्यंतर्गत पदार्थांचे ज्ञान त्यास प्राप्त करून घेता येऊन कालांतराने त्या पदार्थांसच त्यास आपले दास करून घेता येईल असा विश्वास वाढत जाणे — या दोनच गोष्टींचा नीट विचार केला तरी बाकीच्या गोष्टींविषयी बरीच समजूत पडणार आहे. सचेतन व अचेतन सृष्टीचा दास मी नाही, तर तिला दास करण्याचा - निदान तिच्याशी बरोबरीने वागण्याचा- हक्क किंवा अधिकार मला आहे, असा विचार मनुष्याच्या अंत:करणात वागू लागला म्हणजे त्याच्या मनात या वृत्तीचा प्रादुर्भाव झाला नाही तोपर्यंत त्याच्या हातून घडत असलेल्या क्रिया किंवा त्याचे वर्तन बलात्काराने, जबरदस्तीने किंवा सक्तीने होत असते असे म्हणण्यास हरकत नाही. अशा रीतीने होत असलेले वर्तन केवळ वाईटच असेल असा नियम नाही. पुष्कळदा ते चांगलेही असण्याचा संभव आहे. पण ते परप्रेरित असल्यामुळे त्याच्या चांगुलपणाची किंवा वाईटपणाची जबाबदारी त्या वर्तन करणारावर असत नाही. शिवाय, असे वर्तन बळजोरीने करविण्यात ते करविणाऱ्याचे विशेष लक्ष स्वहिताकडे असल्यामुळे अनेक प्रसंगी ते करणाऱ्याचे हित मुळीच साधत नाही. त्यामुळे जोपर्यंत कोणत्याही राष्ट्रातील लोकसमूहात स्थूल मानाने स्वामी आणि किंकर असे दोनच भाग होऊन राहिलेले असतात तोपर्यंत त्यांत सुखावस्थेची परमावधी होण्याचा संभव नाही. स्वातंत्र्य हे स्वभावत: सुखावह आणि पारतंत्र्य हे स्वभावत: दु:खावह असे आहे. पण मनुष्याच्या व काही इतर प्राण्यांच्या शरीराची व मनाची घटना विशेष प्रकारची असल्यामुळे त्यास आपले स्वाभाविक स्वातंत्र्य मर्यादित करून घेण्यात व समाजावस्थेत अवश्य असणाऱ्या पारतंत्र्याचा अंगीकार करण्यात दु:खाहून अधिक दु:ख प्राप्त होते आणि म्हणूनच तो कितीही त्रास सोसावा लागला तरी समाज सोडून जात नाही. पण

यावरून असे सिद्ध होत नाही की, स्वभावत: सुखावह असे जे स्वातंत्र्य त्याचा आवश्यकतेबाहेर संकोच करून घेण्यात कोणत्याही प्रकारचा फायदा आहे. पण चमत्कार असा आहे की, मनुष्य एकांतावस्था टाकून जसजसा समाजप्रिय होत जातो, तसतशी त्याची स्वातंत्र्यशक्तीही थोडीशी क्षीण होत जाते व अखेरीस त्यास ही शुद्ध दास्यावस्थाही असह्य वाटेनाशी होते. पण ही त्याची अंत्यावस्था नव्हे. आपणांस जे स्वामी म्हणवीत असतात अशांचे दुष्ट वर्तन व त्यामुळे मनास व शरीरास वारंवार होणारी पीडा यामुळे अत्यंत सहनशील मनुष्यास आपल्या नैसर्गिक स्वातंत्र्याचा उपभोग घेण्याची इच्छा उत्पन्न होते. एकदा या इच्छेने त्याच्या अंत:करणात बळकट मूळ धरले की, त्याच्या उन्नतावस्थेस आरंभ झाला म्हणून समजावे. ज्यांना नेहमी दुसऱ्यावर जुलूम करण्याची किंवा सक्तीचा अंमल बजावण्याची सवय असते ते असे म्हणतात की, मनुष्य हा अप्पलपोटा प्राणी आहे, स्वहितासारखी त्याला दुसरी प्रिय वस्तू नाही व कोणतीही गोष्ट करण्यात स्वहितसाधनाहून त्याचा अन्य हेतू असत नाही. जुलमी लोकच अशा तत्त्वशास्त्राचे प्रतिपादक व प्रसारक असण्याचे कारण असे की, एकतर ज्या वृत्तीच्या धोरणाने त्यांचे वर्तन अहोरात्र होत असते, त्या वृत्तीशी इतर वृत्तींपेक्षा त्यांचा विशेष सहवास असल्यामुळे त्यांच्या डोळ्यांपुढे सर्वत्र तीच दिसत असते व आपल्या अंत:करणाप्रमाणे इतरांच्या अंत:करणातही तिचेच साम्राज्य असेल अशी त्यांची भावना होते. दुसरे असे की, त्यांच्या जुलमास कंटाळलेले व त्रासलेले लोक संतापून जाऊन स्वसंरक्षणासाठी हवे ते धाडस करण्यास प्रवृत्त होत असतात. यामुळे त्यांना आसमंतातील सर्व सचेतन जगत स्वार्थपरायण होऊन आपल्या नाशास उद्युक्त झाले आहे असे वाटत असते व आपणच त्यांच्या संतापाचे व धाडसाचे आदिकारण आहो याचे भानही नाहीसे होते! परंतु स्वातंत्र्याचा उपभोग प्राप्त होत असलेल्या मनुष्यांचे वर्तन ज्यांनी थोड्या काळजीने पाहिले असेल त्यांना असे दिसून आले असेल की, स्वातंत्र्याचा नित्य अनुभव घेणारा मनुष्य स्वहितपरायण असत नाही, इतकेच नाही तर बराच परोपकारी – निदान परहितचिंतक तरी असतो. आपल्या श्रमाचे सारे फल आपणांसच उपभोगावयास सापडावे ही मनुष्याच्या अंत:करणाची पूर्णावस्था नव्हे; त्या फलाची हवीतशी व्यवस्था लावण्याची मोकळीक आपणांस असावी, ही त्याची आकांक्षा असते व ही जसजशी परिपूर्ण होत जाते तसतशी स्वार्थबुद्धी क्षीण होत जाऊन तो पराकाष्ठेचा परहितैषी होत जातो. तात्पर्य काय की, बलात्कार, जबरदस्ती, बळजोरी, सक्ती इत्यादी शब्दांनी व्यक्त होत असलेल्या अर्थाच्या व्यवहारापासून मनुष्याच्या सुखास पूर्णावस्था येण्याचा संभव नसल्यामुळे तसले व्यवहार नाहीसे होत असून त्यांच्या जागी संयम, संमती, अनुरोध, रुकार, पसंती इत्यादी शब्दांनी व्यक्त होत असलेल्या अर्थाच्या व्यवहारांचा प्रचार सर्वत्र पडत आहे. तेव्हा येथून पुढे राजा व प्रजा, कुलेश

व कुलावयव, पती आणि पत्नी, मातापितरे व अपत्ये, स्वामी आणि सेवक, गुरू आणि शिष्य, विक्रेता आणि ग्राहक यांतील व्यवहार आणि संबंध उत्तरोत्तर बलात्काराने न होता संमतिपूर्वक होत जाणार आहेत.

मनुष्याचे स्वच्छंदी वर्तन दोन प्रकारांनी विघातक होण्याचा संभव असतो. एक दुसऱ्याला आणि दुसरे त्याचे त्याला. जर कोणत्याही व्यक्तीची वागणूक त्याची त्याला किंवा दुसऱ्याला अपायकारक होण्याचा संभव नसेल, तर त्याला ती हवीतशी करू देण्यास प्रत्यवाय कशासाठी करावा हे समजत नाही. आता एवढे खरे आहे की, हे वर्तनतत्त्व अशा भावार्थाने किंवा विविक्तत्वाने सांगितले असता ते कळण्यास सुलभ व आचरण्यास सुकर असे वाटते. पण नित्य व्यवहारास ते लावू लागले असता फार अडचणी येतात. कारण, ज्याप्रमाणे प्राण्यांच्या शरीरांतील अवयव निराळे आहेत व त्यांना पृथक् कामे करावी लागतात तरी त्या सर्वांना एकमेकांवर कमी - अधिक अवलंबून असावे लागून एकमेकांस सहाय्यभूत व्हावे लागते त्याप्रमाणे समाजाचे अवयवही जरी निराळे आहेत आणि ते पृथक् कामे करीत असतात तरी त्यांचे एकमेकांवर अवलंबून असून त्यांना एकमेकांस सहायभूत व्हावे लागते आणि असे न होईल तर, ज्याप्रमाणे शरीरातील चैतन्याचा लय होऊन त्याबरोबर सर्व अवयवांचा नाश होईल त्याप्रमाणे समाजाचे अवयवही एकमेकांस साहाय्य न करतील तर समाजाची वाताहत होऊन प्रत्येकास आपापल्या चरितार्थासाठी खुद्द स्वत:वर अवलंबून राहावे लागेल. व्यक्तीच्या शरीरातील अवयवांत आणि सामाजाच्या शरीरातील अवयवांत एक मोठा भेद आहे; तो हा की, ज्याप्रमाणे समाजाच्या प्रत्येक अवयवास ज्ञान, संवेदन, इच्छा इत्यादी मनोधर्म पृथकत्वाने असल्यामुळे सुखदु:खाचा अनुभव प्रत्येकास होत असून ते संपादण्याविषयी किंवा टाळण्याविषयी प्रत्येकाचा प्रयत्न निरंतर चालू असतो त्याप्रमाणे व्यक्तीच्या शरीरातील प्रत्येक अवयवाची स्थिती नाही. त्यांपैकी प्रत्येकास मन नाही. त्या सर्वांचे व्यापार नीट चालणे ही गोष्ट ज्या एका व्यक्तीचे ते अवयव आहेत त्या व्यक्तीस कल्याणकारक आहे. समाज हा काल्पनिक पुरुष आहे. सामाजाचे कल्याण म्हणजे या काल्पनिक पुरुषाचे कल्याण नव्हे तर त्याच्या अवयवांचे कल्याण होय. व्यक्तीची तशी गोष्ट नाही. व्यक्तीच्या अवयवांस स्वतंत्र मन नसल्यामुळे व्यक्तीचे जे कल्याण तेच त्यांचे कल्याण होय. व्यक्तिशरीर आणि समाजशरीर यांतील या महत्त्वाच्या भेदामुळे त्याविषयी विचार करताना व लिहिताना ही गोष्ट नेहमी डोळ्यांपुढे ठेवावी लागते की, व्यक्तीच्या अवयवाच्या हितासाठी जे नियम घालावयाचे ते वास्तविक पाहता ते ज्या व्यक्तीचे अवयव असतील त्या व्यक्तीच्या हितासाठी असतात व समजाच्या हितासाठी जे नियम करावयाचे ते वास्तविक पाहता समाजाच्या अवयवांच्या हितासाठी असतात. तेव्हा व्यक्तीच्या हिताकडे दुर्लक्ष झाले तरी हरकत नाही; समाजाचे हित

साधले म्हणजे झाले असे बोलणे म्हणजे असंबद्ध प्रलाप करण्यासारखे होय. कारण व्यक्तीच्या हिताहून निराळे असे समाजाचे हित नाही. तथापि अशा अर्थाची वाक्ये नेहमी उच्चारण्यात येतात व ती चांगल्या चांगल्या लोकांच्या तोंडून येतात तेव्हा वरील अर्थाहून त्याचा काहीतरी भिन्न अर्थ असला पाहिजे. सूक्ष्म विचारांती असे दिसून येईल की, जेव्हा अशा प्रकारचे लोक समाजाच्या हिताविषयी कळकळ व व्यक्तीच्या हिताविषयी उदासीनता दाखवितात तेव्हा त्यांचा खरा भावार्थ असा असतो की, समाज म्हणजे त्यातील बहुतेक किंवा निदान प्रमुख लोक. व्यक्तींच्या फायद्याची परवा करण्याची गरज नाही, म्हणजे कोणत्याही गोष्टीमुळे पुष्कळांचे कल्याण होत असून थोड्यांस पीडा होत असेल तर ती बेधडक करण्यास हरकत नाही. कित्येकजण हा स्थूल अर्थ संकुचित करून राष्ट्राच्या राजाचे किंवा त्यातील श्रेष्ठ लोकांचे जे कल्याण ते सार्‍या राष्ट्राचे किंवा समाजाचे कल्याण असा विशिष्ट अर्थ करतात. अशा अर्थानुरोधाने ज्या समाजात वर्तन होत असते त्यात एका पक्षाकडे संपत्ती आणि सत्ता व दुसर्‍या पक्षाकडे दारिद्र्य आणि दास्य अशी वाटणी झालेली असते. अशा समाजातील सामान्य लोकांस शुद्ध वन्यावस्थेतील सुखाहून अधिक सुख होत असेल असे जरी मानता आले तरी त्यात त्यांचे पूर्ण समाधान होण्यासारखे ते नसलेच पाहिजे हे उघड आहे. प्रत्येकाने वन्य पशूप्रमाणे रानोमाळ फिरत असावे, यापेक्षा ओबडधोबड समाजरचना होऊन काहींनी स्वामी व काहींनी किंकर व्हावे ही स्थिती बरी. कारण कशातरी रीतीने समाज एकवार अस्तित्वात आल्याशिवाय त्यातील अवयवांस त्यापासून होणार्‍या सुखाचा लाभ होऊ लागणे अशक्य आहे. पण मनुष्ये समाज स्थापू लागल्याबरोबर त्यात जी शारीरिक किंवा मानसिक सामर्थ्याने इतरांहून श्रेष्ठ असतील त्यांच्या हाती सत्ता व बहुतेकांच्या श्रमाचे फळ जाणे अगदी स्वाभाविक आहे. तेव्हा समाजाच्या प्रथमावस्थेत जे सामर्थ्यवान असतील त्यांच्या हाती सत्ता असणे व दुर्बलांना दास्य करावे लागणे हे ज्या दिशेकडे उतार असेल त्या दिशेस पाण्याचा ओघ जाण्यासारखे होय. हा ओघ बंद करून सर्वांस सारखे - निदान होईल तितके सारखे - सुख मिळण्याची व्यवस्था होत जाणे म्हणजे सुधारणा होत जाणे, असे म्हणावयास हरकत नाही

◆

करून का दाखवीत नाही?

हे सुधारक लोक अमुक गोष्ट चांगली, तमुक गोष्ट वाईट; अमक्या गोष्टीसाठी कायदा करावा, तमकीसाठी मंडळी स्थापावी अशी जी एकसारखी वटवट करीत असतात ती कशासाठी? अमक्या अमक्या गोष्टी करण्यात आपला व दुसऱ्याचा फायदा आहे अशी त्यांची पक्की खात्री असेल तर त्यांनी त्या करून दाखविण्यास का प्रवृत्त होऊ नये? असा प्रश्न वारंवार पुष्कळ लोक करीत असतात व बोलण्याप्रमाणे सुधारकांचे आचरण नाही तेव्हा त्यांच्या बोलण्याकडे लक्ष देण्यात काही अर्थ नाही, असा गर्वयुक्त प्रलाप करून आपल्या कोत्या समजुतीने आपले समाधान करून घेत असतात! या अज्ञान जातीत तीन प्रकारच्या लोकांचा समावेश होतो. एक, ज्यांना नवीन गोष्टींचे चांगलेपण कळण्याची अक्कलच नाही असे. असल्या लोकांच्या कानापाशी हवा तितका आक्रोश करा, प्रमाणे दाखवा, मारा, तोडा - काय पाहिजे ते करा हे म्हणून काही केले तरी आपला ग्रह सोडावयाचे नाहीत! गव्याच्या धावेसारखी यांची धाव असते. वयात येईपर्यंत कसलेबसले जे ग्रह झाले असतील ते यांची जन्माची पुंजी! तीत नवे - जुने कधीही व्हावयाचे नाही! यांचे ज्ञान अत्यंत स्वल्प असताही यांना सर्वज्ञतेची फारच मोठी घमेंड असते व नवीन विचारांचा व ज्ञानाचा तिरस्कार करण्यात हे कोणासही हार जाण्यासारखे नसतात! सारांश, ओतीव लोखंडाप्रमाणे यांचे आचार व विचार असतात व कोणाचाही यांच्याशी सामना झाला असता त्यापासून रागाच्या ठिणग्या पडण्याखेरीज दुसरा कोणताही परिणाम होत नाही! दुसऱ्या प्रकारात समंजस पण भेकड असे लोक येतात. यांना चांगले काय व वाईट काय, त्याज्य काय व संग्रहणीय काय हे समजत असते; पण जे योग्य वाटत असेल ते बोलण्याचे किंवा करण्याचे धैर्य यांच्या अंगी बिलकूल नसते. ते लोकापवादाच्या ओझ्याखाली दडपून गेलेले असतात. डोळे बांधलेला तेल्याचा बैल ज्याप्रमाणे घाण्यासभोवती एकसारखा फेऱ्या घालीत असतो त्याप्रमाणे हे पोटात ज्ञान असूनही लोकलज्जेमुळे अंध होऊन पूर्वापार चालत आलेल्या रूढींचे व विचारांचे लोण पुढल्या पिढीपर्यंत पोहोचवीत असतात! एकीकडे तुम्ही यांच्याशी वाद करीत बसला असला तर कदाचित ते असे कबूल करतील की, तुमचे म्हणणे बरोबर आहे व तदनुसार लोकांचे वर्तन होऊ लागल्यास त्यात त्यांचे कल्याण

होण्याचा संभव आहे; पण असले काम करण्यास आम्ही प्रवृत्त होणार नाही व असल्या गोष्टींचा उघडपणे स्वीकार करण्याचे धैर्य आमच्या अंगी नाही, असे ते तुम्हांस साफ सांगतील. असले लोक बहुश: दुसऱ्यांच्या आचाराविषयी व विचाराविषयी उदासीन असतात; पण आणीबाणीचा प्रसंग आल्यास हे आपल्या विचारशक्तीस गुंडाळून ठेवून पहिल्या प्रकारच्या अज्ञान, अविचारी व आग्रही लोकांचे अनुगमन करतात! या दोहोंशिवाय सुधारणानिंदकांचा आणखी एक प्रकार आहे. तो मात्र अतिशय खडतर आहे असे म्हणणे भाग आहे. यातील लोक पहिल्याप्रमाणे मूढ नसतात व दुसऱ्याप्रमाणे भेकड नसतात. बरेवाईट यांस कळत असते व उचित दिसेल ते करण्याचे किंवा बोलण्याचे धैर्य यांच्या अंगी असत नाही असे मानता येत नाही. असे असता सुधारणेस या लोकांकडून जितका अडथळा होतो तितका दुसऱ्या कोणाकडूनही होत नाही. हा होण्याचे कारण यांची अमर्याद स्वार्थपरायणता. हिला तृप्त करण्यासाठी हे काय करतील आणि काय करणार नाहीत हे ब्रह्मदेवालादेखील सांगवणार नाही! यांची स्वार्थपरायणता म्हणजे यांचा द्रव्याभिलाषच नव्हे. यांना नुसत्या पैशाचाच हव्यास असतो व त्यांच्या अंगी तेवढाच दुर्गुण असता तर त्यांचे वर्तन जितके निंद्य होत आहे तितके कधीच होते ना. त्यांची स्वार्थपरायणता पराकाष्ठेची व्यापक आहे. कोणतीही गोष्ट कितीही चांगली असली तरी जर तीपासून त्यांचे कोणत्याही प्रकारचे यत्किंचित् नुकसान होण्याचा संभव असला, तर ते ती हाणून पाडण्यासाठी अकाशपाताळ एक करून सोडण्याचा प्रयत्न करतील! यांच्या वर्तनाचा बराच भाग लबाडीचा असतो. पूजाअर्चा वगैरे सारे धर्मविचार झूट आहेत अशी यांची पक्की खात्री झाली असून हे प्रतिदिवशी तास-दोन तास संध्या - ब्रह्मयज्ञात घालवतील, सर्वांगाला भस्म फासून घेतील, श्रावणीच्या दिवशी शेर-दोन शेर पंचगव्य पितील व नखशिखांत शेणमाती चोपडतील! चौदा वर्षांच्या पोराच्या गळ्यात आठ वर्षांच्या पोरीचे लोढणे बांधणे म्हणजे त्याची सर्व प्रकारची पुढील गती खुंटविणे होय हे यांस पक्के समजत असूनही कर्ज काढून अल्पवयस्क पोरी विकतील व मनासारखी किंमत आल्यास आपले पोरगे विकत देतील! स्वत:च्या घेऱ्याचा किंवा मिशीचा एक केस फाजील कापला गेला तर ते नित्याच्या न्हाव्यावर वाघासारखे चवताळून जावयास सोडावयाचे नाहीत व मातापितरांपैकी एखाद्याचा अंत होऊन आपल्या मुखभूषणावर स्वल्पकालीन गदा आली तर ज्यांस मरणप्राय दु:ख झाल्याशिवाय राहावसाचे नाही अशा लोकांना, घरी आलेल्या सुनेस किंवा मुलीस, जवळचे पर्व साधून जबरीने न्हाव्याच्या ताब्यात देण्यास काडीएवढेदेखील वाईट वाटावयाचे नाही! चोरटेपणाने हे पाहिजे तसली कुकर्मे करतील. एकान्तात किंवा ठरीव कंपूत इंग्रजी भाषेतील ब्रँडी या शब्दातून निघणाऱ्या ड्यंत त्रयीपैकी कोणतीही वस्तू यांना कदाचित वर्ज्य असणार नाही; पण समाजात हे अपेयपानाचा, अगम्यगमनाचा

व अभक्ष्यभक्षणाचा इतका तिटकारा दाखवतील, की तो पाहून एखाद्या भोळसटास हे शुद्धत्वाचे खंदक आहेत की काय असा भास होईल! तात्पर्य, बहुजनसमाजाकडून 'शाबास' म्हणवून घेण्यासाठी व आपल्या मिळकतीस धक्का पोहोचू न देण्यासाठी दंभ, निष्ठुरता व अविचार यांचा हे किती अवलंब करतील हे सांगता येणे अशक्य आहे! असल्या लोकांनी सुधारकांस 'तुम्ही करून का दाखवीत नाही?', 'निराळी जात का स्थापित नाही?', 'उदाहरण का घालून देत नाही?' असे प्रश्न करण्यात विशेष पुढारीपण घेऊन आपण पूर्वाचाराचे भजक, तारक व प्रवर्तक आहो अशी सामान्य लोकांस भुरळ पाडून त्यांस प्रतिदिवशी चकवावे आणि स्वार्थसिद्धीसाठी त्यांना हवेतसे बुचाडून सन्मार्गाकडे त्यांच्या अंत:करणाची प्रवृत्ती सहसा होऊ देऊ नये हे अत्यंत स्वाभाविक आहे!

या तीन प्रकारच्या सुधारणानिंदकांस आम्हीही 'करून का दाखवीत नाही?' हाच प्रश्न घालतो. बालविवाह आणि केशवपन यांचा निषेध करण्यासाठी कायद्याचे साहाय्य घेणे अप्रयोजक होय असे यांचे म्हणणे आहे. सामाजिक गोष्टींत सरकारने हात घालणे हे अपायकारक आहे अशी यांची खात्री झाली असेल तर वेश्यागमन, मदिरापान वगैरे व्यसने बंद करण्यास किंवा कमी करण्यास यांनी सरकारास का आळवावे, हे समजत नाही! विवाहित स्त्रीच्या नाकावर टिच्चून जो पण्यांगना घरात ठेवील किंवा प्रतिदिवशी बुद्धिभ्रंशक आसवांचे नेमाने एकदोन ग्लास झोकील त्यास अमुक इनाम किंवा पदवी द्यावयाची, असे सरकारने ठरविले आहे असे निदान आमच्या तरी ऐकण्यात आलेले नाही किंवा आम्ही ज्याप्रमाणे अल्पवयस्क मुलांस व मुलींस मदनमहालात जबरीने कोंडून घालतो त्याप्रमाणे कुलटावाटिकांत नागरिकांस किंवा जानपदास लोटण्यासाठी अथवा लहान मुलांस ज्याप्रमाणे आपण पायांवर घालून त्यांच्या मर्जीविरुद्ध काही औषध पाजतो त्याप्रमाणे आमच्या नाकपुड्या मिटून व आमची तोंडे उघडून, त्यात दारूचे औंस-दोन औंस ओतण्यासाठी सरकारने एखादे स्वतंत्र खाते ठेवले आहे असेही कोणास म्हणता येणार नाही! या व्यसनाविषयी आम्हांस जी आसक्ती उत्पन्न झाली आहे ती आमच्याच अविचाराचे फळ आहे. असे असून तिच्या शमनार्थ आम्ही सरकारकडे धाव घ्यावी आणि आपला कमकुवतपणा उघडा करावा हे योग्य आहे काय? पण आम्हांस अक्कल कोठून असणार? 'आपले ते सोने आणि दुसऱ्याचे ते कारटे' असे कोणत्या अविचारी मनुष्यास वाटत नाही? त्याचप्रमाणे बुद्धिविकासक शिक्षण, यांत्रिक शिक्षण, धंदेशिक्षण, व्यापार, आरोग्य वगैरेंची गोष्ट होय. या कामांतही सरकारकडे तुम्ही का जाता? यासंबंधाने ज्या सुधारणा तुम्हांस हव्या असतील त्या तुमच्या तुम्ही का करून दाखवीत नाही? असा प्रश्न या तीन वर्गांतील लोकांस घालण्याचा अधिकार यांच्याच विचारशैलीप्रमाणे आम्हांस येत नाही काय?

पण हेही असो. ज्या गोष्टीविषयी आता कोणत्याही समाजात मतभेद उरलेला नाही, म्हणजे ज्या अपायकारक व निंद्य आहेत अशांविषयी कोणासही शंका राहिलेली नाही अशा गोष्टींच्या निषेधासाठी तरी सरकारची मदत कशासाठी मागावी? चोरी करणे, खोटी साक्ष देणे, खोटे कागद करणे, करार मोडणे, शिवीगाळ करणे, अब्रू घेणे, दहशत घालणे, खोटे बोलणे, निरुद्योगी असणे, मारामारी करणे वगैरे गोष्टी तर सर्वानुमते वाईट ठरल्या आहेत ना? मग अशा प्रकारची आगळीक जर कोणाकडून झाली, तर त्याला दंड करण्यासाठी सरकारकडे कशासाठी जावे? पण ज्या देशांत अशा अपराधाबद्दल शिक्षा देण्याचे काम सरकारकडे नाही, असा एक तरी सुधारलेला देश आहे काय? किंवा अशा अपराधाची चौकशी करणे व त्याबद्दल योग्य दंड करणे हे सरकारचे कर्तव्य नाही असे प्रतिपादणारे 'थंड सुधारक' कोणत्याही सुधारलेल्या देशांत असतील काय? असतील असे आम्हांस वाटत नाही. उलट, आमची अशी समजूत आहे की, कोणत्याही देशात जो जो अधिकाधिक सुधारणा होत जाते, तो तो त्यांतील लोकांच्या अंगी अधिकाधिक सूक्ष्मवेदित्व किंवा शीघ्रग्राहित्व येत जाते व त्यामुळे त्यांच्या एकमेकांपासून एकमेकांस जितका कमी त्रास होईल तितका होऊ देण्यासाठी व प्रत्येकास अधिकाधिक स्वातंत्र्याचा उपभोग मिळण्यासाठी, प्रतिदिवशी नवीन नवीन गोष्टीत सरकारचे साहाय्य घेऊन कायद्यांची संख्या वाढविण्याचा आणि त्याप्रमाणे न्याय देण्यासाठी न्यायाधीशांचे काम अधिकाधिक कठीण करण्याचा क्रम एकसारखा चालू आहे. अशा प्रकारच्या बाह्य बंधनांनी मनुष्याच्या अंत:करणातील दुष्प्रवृत्तींचा मोड हळूहळू होत जाऊन, त्यांचे बहुतेक वर्तन सहजगत्या नीतिसंमत किंवा न्यायानुसारी होऊ लागल्याशिवाय या क्रमास खळ पडणार नाही असे वाटते. समाज हा स्वाभाविकपणे ज्यास अनेक पैलू आहेत अशा खड्यासारखा आहे. असला खडा खाणीतून नुकताच काढला असल्यास विशिष्ट आकार, सफाई किंवा तेज यांपैकी कोणतेच गुण त्यात नसतात. पण कल्पक सुवर्णकाराकडून जसजसे त्यावर घर्षण होत जाते तसतसे त्यास मोहक स्वरूप येत जाते. देशातील विचारी लोक हे कल्पक सुवर्णकार होत. समाज हा त्यांच्या हाती दिलेला पैलूदार खडा होय. या खड्यावर सरकारी साहाय्य, स्वत:चा प्रयत्न वगैरे हत्यारांनी काम करून ते त्यास मोहकपणा आणतात. ज्या कामास ज्या वेळी जे हत्यार पाहिजे असेल ते घेतले पाहिजे. आजमितीस आमच्या समाजाची अशी दीनवाणी स्थिती झाली आहे की, प्रत्येक गोष्टीत आमच्या मनात असो किंवा नसो, थोडेबहुत सरकारचे साहाय्य घेतल्याशिवाय आमच्या हातून काहीएक होत नाही. कोणी लोकशिक्षणाचा पैलू घासून वाटोळा करण्यासाठी सरकारची मदत मागतात! कोणी सद्‌गुणांच्या पैलूवरील मदिरादी व्यसनांचा मळ उडविण्यासाठी तेच करतात! आम्ही आमच्याकडे घेतलेल्या पैलूस इतर पैलूंप्रमाणे चांगला आकार व

सफाई आणण्यासाठी तेच करीत आहो! सबब आम्ही मात्र ते काम सद्य:स्थितीत स्वप्रयत्नाच्या हत्याराने करावे आणि दुसऱ्यांनी सरकारी हत्याराची हवी तितकी मदत घ्यावी हे म्हणणे वाजवी नाही! सरकारी हत्यार न वापरण्याचे दिवस येतील तेव्हा ते साऱ्यांसच येतील! आज त्यावाचून कोणाच्या हातून काहीच होण्यासारखे नाही, हे सूक्ष्म विचारांती प्रत्येक समंजस मनुष्यास समजण्यासारखे आहे. सगळे पैलू साफ झाल्याखेरीज समाजखडा कोहिनुराप्रमाणे कधीच चमकू लागणार नाही हे ज्याने त्याने ध्यानात वागवून, आपापल्या पैलूवर होईल तितकी मेहनत करीत असावे आणि मत्सर व क्षुद्र बुद्धी यांचा त्याग करून दुसऱ्यास होईल तितका हातभार लावावा हाच सुधारणेचा अत्यंत प्रशस्त मार्ग होय.

◆

पांचजन्याचा हंगाम

आता एक महिनाभर सर्व देशभर कर्णमनोहर शंखध्वनी चालणार. हिंदुधर्माच्या नावाखाली मोडणारे जे अनेक लज्जास्पद आचार या देशात रूढ आहेत, त्यांत शिमग्याला पहिला नंबर दिला पाहिजे. इतका बीभत्स सण दुसऱ्या कोणत्याही देशात पाळला जात असेल असे आम्हांस वाटत नाही. माघ शुद्ध पौर्णिमेपासून फाल्गुन वद्य पंचमीपर्यंत हिंदू लोकांस पशुतुल्य वर्तन करण्याचा पास दिला आहे! दारू, अफीम, गांजा वगैरे मादक पदार्थ मोठे घातक आहेत. परंतु ते मुळीच विकू दिले नाहीत तर त्यापासून होणाऱ्या फायद्यास अजिबात अंतरावे लागेल म्हणून त्यांचे मक्ते देण्याचा व त्यांच्या विक्रीकरता परवाने काढण्याचा प्रघात सर्व ठिकाणी पडला आहे व याच प्रघाताचे अनुकरण शिमग्याचा सण स्थापणाऱ्यांनी केले असेल की काय असा संशय उत्पन्न होतो! सगळे लोक वर्षेच्या वर्षे अचकट बोलल्याशिवाय किंवा उघडपणे जनावरासारखे वागल्याशिवाय राहिले तर त्यांना सदाचरणाची मोडशी होईल अशी भीती वाटून प्रतिवर्षी निदान एक महिना त्यांस मनसोक्त वागू देणे जरूर आहे, अशा हेतूने आमच्या शास्त्रकर्त्यांनी ही हुताशनीची पूजा अस्तित्वात आणली की काय कोण जाणे! अलीकडे मोठमोठ्या शहरांत व अर्वाचीन पद्धतीचे शिक्षण मिळालेल्या लोकांत या व्रताचे माहात्म्य थोडेसे कमी होत चालले आहे; तथापि याच वर्गापैकी कित्येक इसमांस धर्मश्रद्धेची जी उकळी फुटल्यासारखी दिसत आहे तीमुळे या निंद्य धर्माचाराचे हे इसम मोठ्या निकराने मंडन करण्यास पुढे सरसावण्याचा संभव आहे. सुधारकाने किंवा सुधारकांनी अमुक जुना आचार बेवकूफपणाचा ठरविला ना, तर मग आपणांला त्याचे वकीलपत्र घेतलेच पाहिजे असा या इसमांचा निश्चय झाल्यासारखा दिसतो. होवो बापडा! सकाळी, दुपारी, संध्याकाळी व रात्री शेफारलेल्या व उनाड, टारग्या पोरांनी रस्तोरस्ती अनिर्वाच्य शब्द तोंडातून काढावे आणि सभ्य स्त्रियांस व पुरुषांस लज्जेने माना खाली घालून निमूटपणे जावे लागावे एवढ्यानेच या आचाराची परमावधी होती तर याकरता आम्ही एका आर्टिकलाची जागा अडविली नसती. पण तसे नाही. माघी पौर्णिमेपासून जसजसे अधिकाधिक दिवस लोटत जातात तसतसे अधिकाधिक वयाचे लोक या प्रतिसांवत्सरिक बीभत्सपणाचे भागीदार होऊ लागतात. अखेरीस फाल्गुन शुद्ध पौर्णिमेला प्रत्येक हिंदुगृहात हुताशनीची पूजा

होऊन तिच्याभोवती प्रदक्षिणा घालताना हे अमंगल फाल्गुनवाद्य गृहाधिपतीकडून घरातील बायकांच्या, मुलींच्या व मुलांच्या समक्ष यथाशास्त्र वाजविले जाते! तसेच या तिथीला गावातील मोठमोठ्या देवळांपुढे किंवा चव्हाट्याच्या जागांवर रचलेल्या सार्वजनिक होळ्यांस संध्याकाळी गावातील मानकऱ्यांकडून अग्नी देववून त्यांच्या सभोवती या अत्यंत शुभसूचक मुखवाद्याचा गजर करण्याची रीत आहे!

या उत्सवाचा येथेच शेवट होता तरीदेखील फार चांगले झाले असते; पण आमचे हिंदू लोक धर्माला खूष राखण्याविषयी फार उत्कंठ असल्यामुळे या राक्षसी, पैशाचिक किंवा रानटी देवीचा ते पूर्ण पाच दिवस मोठ्या थाटाचा उत्सव करतात! तमाशांच्या छकडी, वेश्यांची गाणी, रंगाची शिंपणी यासंबंधाचा अप्रशस्तपणा असावा त्याहून वाईट आहे, पण कित्येक ठिकाणी धुळवडीच्या दिवशी जो समारंभ होतो त्यापुढे हा अप्रशस्तपणा सूर्यापुढे काजव्यासारखा फिक्का पडतो! लहानमोठे गृहस्थ होळीच्या राखेत माती, शेण व त्याहूनही घाण अशी द्रव्ये मिसळून तयार केलेल्या खातेऱ्याच्या पंचामृताने आपापली अंगे नखशिखांत माखून घेतात व 'टेंपरवारी' वराहस्वरूप कित्येक मोठ्या हौसेने धारण करतात. नंतर एखादे चावरे, लाथरे व नाळ लागलेले गाढव हुडकून काढून त्यावर पिछाडीकडे तोंड करून या सोंगांपैकी एक सोंग स्वार होते. खराटे, केरसुण्यांचे बुरखुंडे, फाटकी शिपतरे व सुपे वगैरे जिनसांची छत्रचामरे सज्ज झाल्यावर गावातली सगळी टारगी पोरे व तमाशेवाल्यांचा एखादा संच बरोबर घेऊन मोठ्या प्रेमाने विचकट लावण्या म्हणत, नानाप्रकारचे उखाणे म्हणत, नवीन मनुष्य दिसला की त्याच्या अंगावर खातेरे शिंपून व त्याच्या वस्त्रांवर घाणेरडे छाप ठोकून त्याला सामान्य घोळक्यात ओढून घेत व ठिकठिकाणी उभे राहून जाणाऱ्या – येणाऱ्या बायकांच्या किंवा या छबिन्यात येऊन दाखल होण्यास का कू करणाऱ्या गावकऱ्यांच्या नावाने जबरदस्त पांचजन्य करीत ही सैतानसेना एखाद्या मारुतीच्या, म्हसोबाच्या किंवा गावातील चावडीच्या पटांगणात येऊन ठेपते आणि तेथे दुपार लोटून जाईपर्यंत यथेच्छ धुळवड खेळल्यावर अंघोळीकरता तीतील वऱ्हाडी विहिरीवर, तळ्यावर, ओढ्यावर, नदीवर किंवा आपल्या घरी जाऊ लागतात. धुळवडीचा दिवस हा या सणाचा अत्यंत लाजिरवाणा दिवस आहे असे म्हणण्यास हरकत नाही. अशा प्रकारचा पशुगुण खरोखरीच कायद्याने एकदम बंद केला पाहिजे. पण जो कोणी सरकारला अशी सूचना करील त्याच्या नावाने अधिकच पांचजन्य होऊ लागेल यात संशय नाही.

या सणाचे कित्येक भक्त असे म्हणतात की, एकसमयावच्छेदेकरून सर्व देशभर होळ्या पेटविल्याने व त्यांत दूध, तूप व पोळ्या जाळल्याने जो सुवासिक धूमकल्लोळ उत्पन्न होतो त्यामुळे मनुष्याच्या जीवितास अपायकारक असे वातावरण व्यापून राहणारे परमाणुरूप सूक्ष्म कृमी नाशास पावून हवा शुद्ध होते व रोगाचे बीज

नाहीसे होते; तसेच होळीच्या भोवती बोंब मारण्याची आमच्या पूर्वजांनी जी चाल घातली आहे तीवरून असे व्यक्त होते की, आग लागली असता तिचा उपशम करण्यास बोंब मारण्यासारखा उत्कृष्ट उपाय नाही! कारण या अद्वितीय भारतीय शिंगाचा किंवा टेलिफोनचा स्वर कानी पडल्याबरोबर चार लोक चोहोकडून धावत येतात आणि आग विझविण्याचा प्रयत्न करतात! शिमग्यात जो बेताल विचकटपणा चालतो तोही केवळ वावगा आहे असे नाही. ज्याप्रमाणे ठाणावर डांबून घातलेला घोडा मस्त होतो, त्याचप्रमाणे मनुष्यस्वभावात ज्या दोनचार दांडग्या वृत्ती आहेत त्यांना नेहमीच कोंडून ठेवले तर त्या फारच त्रासदायक होतात; सबब कधीकधी त्यांना खुल्या करणे जरूर आहे. एंजिनात फार वाफ जमली तर ती रक्षकद्वाराने (Safety Valve) सोडून दिली पाहिजे, नाहीतर तिच्या अनावर सामर्थ्यामुळे समग्र एंजिनीचे तुकडे होतात. मनुष्यांच्या विकारांचीही तशीच गोष्ट आहे. पाळीपाळीने साऱ्यांची सोय लावली पाहिजे. अलंकारिकांनी नवरसात बीभत्स रसाचाही समावेश केला आहे हे ध्यानात ठेवण्यासारखे आहे. दुर्भाषण करणे, खातेऱ्यात लोळणे, उच्चनीचत्वाचा भाव टाकून क्षणभर लहानथोरांनी बरोबरीच्या नात्याने एकमेकांशी वागणे, थट्टा करणे वगैरे गोष्टी इतर गोष्टींप्रमाणेच मनुष्यास हव्याशा व अवश्य वाटतात - ज्याप्रमाणे इतर गोष्टींनी, त्याप्रमाणे यांनीही त्याचे मनोरंजन व सुखवृद्धी होते. तेव्हा याचाही अगदीचे निषेध करता कामा नये!

ही विचारसरणी शिमग्याच्या भक्तास केवळ निरुत्तर वाटणार आहे व जे पूर्वपद्धतीचे लेखक आमच्या या निबंधाविरुद्ध आपली लेखणी उचलतील ते या सरणीचे आपापल्या कलाप्रमाणे वेडेवाकडे भाषांतर करतील याविषयी आम्हांस शंका नाही! तथापि मनातल्या मनात आपण सैतानाचा पक्ष घेऊन भांडतो आहो, असे त्यांस वाटल्यावाचून राहणार नाही. वाईट कृत्यांकडे मनुष्याची सहजप्रवृत्ती आहे. त्या प्रवृत्तीच्या समाधानापासून उत्पन्न होणारे सुख त्यास प्राप्त होण्यासाठी विशेष काल, विशेष सण किंवा विशेष ऋतू नेमले पाहिजेत असे नाही. अशा प्रकारचे शिक्षण देण्यासाठी शाळा घालण्यांची गरज नाही. मनुष्याच्या सांप्रत स्थितीत दुर्वृत्तींचा अंकुर त्याबरोबरच जन्मास येतो आणि लहानपणापासून तो खुडून टाकण्याचा किंवा समूळ उपटण्याचा प्रयत्न केला नाही तर स्वल्प वयात तो सारे अंतःकरण आपल्या विषारी विस्ताराने व्यापून टाकून सद्वृत्तीची वाढ बिलकूल होऊ देत नाही. तेव्हा शिमग्याच्या सणासारखे सण नाहीसे करून टाकल्यास आमचे कोणत्याही प्रकारचे नुकसान होण्याचा संभव नाही. शिमग्यावाचून शिमग्यातले निंद्य प्रकार आपल्या व इतर समाजांत नित्य घडत असतात. आम्ही मात्र त्यांना धर्माच्या नावाने फाजील उत्तेजन देऊन आपले अधिक नुकसान करून घेत आहो.

क्षणभर असे समजा की, होळीच्या किंवा धुळवडीच्या दिवशी एखादा जिज्ञासू

प्रवासी जर्मनीतून किंवा चीनमधून येथे आला अणि रस्तोरस्ती चाललेला दंगा व बोंबाबोंब पाहून हा काय प्रकार असावा हे समजून घेण्याच्या इराद्याने त्याने कोणा एखाद्या गृहस्थापासून जागोजागी झडत असलेल्या लावण्यांचा आणि उखाण्यांचा अर्थ समजून घेतला, तर तो या आमच्या सणाविषयी आणि सार्वजनिक नीतिमत्तेविषयी काय कल्पना करील बरे? ज्या गोष्टीबद्दल दुसऱ्यापुढे आपणांस अधोवदन करावे लागेल व जी गोष्ट आपली आपल्यासच शांत वेळी लाजिरवाणी वाटते, तिचे मिथ्या धर्माभिमानाने मंडन करणे आणि काही मूर्ख लेकांनी प्रसंगवशात् तिला धर्माधार लावून दिला असल्यामुळे तिचा त्याग करण्यास भिणे हे खऱ्या धर्मश्रद्धेचे लक्षण नव्हे. शिमगा हा आमच्या धर्मावर फार मोठा डाग आहे. ख्रिस्त्याच्या हातच्या चहाहूनही फाल्गुनातला सार्वजनिक विचकटपणा आणि त्वंपुरा विशेष गर्हणीय आहे. तेव्हा खुद्द श्रींनी किंवा श्रींच्या प्रतिनिधींनी चहाप्रकरणातून आपले लक्ष काढून घेऊन त्याचा मोर्चा या अश्लघ्य दुराचाराकडे फिरविला तर फार चांगले होईल असे आम्हांस वाटते! पण सामान्य लोकांच्या धर्मकल्पनांहून त्यांच्या – धर्माधिकाऱ्यांच्या - धर्मकल्पना विशेष उन्नत असतील असे मानणे म्हणजे समाजशास्त्राचा विशेष परिचय नाही असेच व्यक्त करणे होय!

'सुधारका' विषयी कित्येकांचा असा समज झाला आहे, की जेवढे जुने व हिंदू असेल तेवढे नादान ठरविण्याचा त्याने जणूकाय विडाच उचलला आहे! आमच्या मते हा समज फार चुकीचा आहे. कोणताही आचारविचार आम्हांस चांगला वाटत नाही, असा या लोकांत समज कोणत्या कारणांमुळे झाला असेल हे त्यांचे त्यांसच ठाऊक. तथापि सणांच्या संबंधाने- त्यांचा आमच्याविषयी गैरसमज न व्हावा म्हणून आम्ही स्पष्टपणे येथे हेही सांगून ठेवतो की, शिमग्याचा सण आम्हांस जितका तिरस्करणीय व त्याज्य वाटतो तितकाच दिवाळीचा सण अभिनंदनीय व रक्षणीय वाटतो. या सणात आम्ही कसे वागतो याचा छडा कोठल्याही चिकित्सक प्रवाशाने कितीही काढला तरी आम्हांविषयी त्याच्या मनात तिरस्कार उत्पन्न होण्याची अणुमात्र भीती नाही. उलट, अभ्यंगस्नाने,सुग्रास भक्षण, लक्ष्मीपूजन व जमाखर्चाचा आढावा, देण्याघेण्याचा निकाल, सौम्य व सुखदायक खेळ, दीपोत्सव व दारूकाम, बहीणभावंडांच्या भेटी आणि ओवाळण्या वगैरे गोष्टी कोणत्याही प्रकारे लाजिरवाण्या नसून त्यामुळे आमच्या सांसारिक वृत्तीची व कुटुंबपद्धतीची रम्य बाजू प्रगट होते. या मंगल प्रकारांची शिमग्यातील ओंगळ प्रकारांशी तुलना करा आणि या प्रस्तुत लेखास दोष देणे योग्य वाटेल तर तो खुशाल द्या.

◆

आयर्लंडकडे पाहून तरी जागे व्हा

बांधवहो! गिझनीच्या महंमदाने सोमनाथ येथील मूर्ती फोडून जो खजिना लुटला त्याने, तैमूरलंगाने स्वारी करून तलवार आणि विस्तव यांनी जो प्रलय करून दिला त्याने, औरंगजेबाने दक्षिणेपर्यंत स्वाऱ्या करून जो कहर करून सोडला त्याने, १७३८ त अफगाणच्या चोराने जो धुमाकूळ मांडला होता त्याने किंवा १७५९ त अबदालीने जी कत्तल उडविली तिने तुमची निद्रा दूर झाली नसेल तर प्रस्तुत काली आयर्लंडामध्ये जो प्रकार चालला आहे तो ऐकून तरी जागे व्हा आणि देश सुखी कशाने होतो याचे तत्त्व उमजा.

जे लोक तुम्हा महाराष्ट्रीयांवर स्त्रैणत्वाचा आरोप करीत असतील, जे तुमच्या अंगी एकी नाही, राजकारणकौशल्य नाही, ज्ञान संपादण्याची इच्छा नाही, मोठेपणा मिळविण्याची चाड नाही आणि स्वातंत्र्याची गोडी नाही असे म्हणत असतील ते तुमचे मित्र नव्हेत तर शत्रू होत असे समजून त्यांच्या बोलण्याकडे लक्ष देऊ नका व आपला आपणच धिक्कार करण्यास लागू नका. पुराणपूर्व कालापासून पेशवाईचा लय होईपर्यंत ज्ञान, शौर्य, परोपकार, देशभक्ती, स्वामिभक्ती, प्रजावात्सल्य इत्यादी गुणांबद्दल जे येथे नाव ठेवून अमर होऊन गेले आहेत त्यांचे नित्य स्मरण करीत जाऊन व सध्या आपणात जे दोष वसत आहेत त्यांचे शांतपणे निरीक्षण करून आपल्यापेक्षा पुढील पिढी ज्ञानाने, सद्गुणाने व सुखाने श्रेष्ठ कशी होईल या गोष्टीचे मोठ्या काळजीने चिंतन करा आणि मनात धरलेला हेतू तडीस जाण्यास जे उत्तम उपाय असतील ते शोधून काढून अमलात आणण्याविषयी रात्रंदिवस परिश्रम करा. जे ज्या देशात जन्माला येतात, जे ज्या देशातील संपत्तीचा उपभोग घेतात व ज्यांचे ज्या देशातील सुधारणेवर प्रत्येक प्रकारचे सुख अवलंबून असते त्यांनी त्या देशातील ज्ञानाचा, संपत्तीचा, नीतीचा व स्वातंत्र्याचा विस्तार करण्याची जबाबदारी आपल्या शिरावर घेतली नाही तर त्यांच्यांत आणि त्याच देशात उपजीविका करून आयुष्य कंठणारे जे खालचे जीव त्यांत भेद तो कोणता? मनुष्यांत आणि पशूंत जो मुख्य भेद आहे तो हा की, पशूंना आपले ज्ञान व आपली सुखे हवी तितकी वाढविता येत नाहीत. मनुष्याची गोष्ट तशी नाही. त्याच्या अंगी वाग्विचारादी ज्या अनेक शक्ती आहेत, त्यांच्यामुळे त्यास आपले ज्ञान आणि सुख हवे तितके वाढविता येणार आहे.

कित्येक वेदान्त्यांना ज्ञानाची आणि सुखाची वृद्धी करण्यात काही हशील वाटत नाही आणि कदाचित त्यांचे म्हणणे खरेही असेल. पण ज्ञानवृद्धीत आणि सुखात काही तात्पर्य नाही, हे ज्ञान होण्यास तरी अगोदर किती ज्ञान संपादावे लागते? तसेच ज्ञान संपादण्याच्या पाठीमागे जे लोक लागले आहेत ते सारेच वेदान्ती झाले असे कधीही होत नाही. पुन्हा ज्या अर्थी वैराग्य आणि आधिभौतिक सुखोपभोग या दोन्हीही गोष्टी अनेक वर्षे लोकांपुढे असता, बहुतेकांची प्रवृत्ती पहिल्याकडे न होता दुसऱ्याकडे होत आहे त्या अर्थी मनुष्यप्रकृतीला साधारणपणे आधिभौतिक सुखोपभोग अधिक इष्ट आहे हे निर्विवाद सिद्ध होते. समजू लागल्यापासून मरेतोपर्यंत जो तो होईल तितके सुख संपादण्याच्या व ते भोगण्याच्या धांदलीत असलेला दृष्टीस पडतो व तो तीत इतका निमग्न होऊन गेलेला असतो की, त्याला आपले खरे सुख कशात आहे, ते कशाने प्राप्त होईल, ते पुष्कळ दिवस टिकेल कशाने याचा विचार करण्यास किंवा ते प्राप्त झाले असता थोडा वेळ त्याचा स्वस्थपणे उपभोग घेण्याससुद्धा वेळ सापडत नाही! यामुळे होते काय की, प्रत्येक मनुष्याला आपापल्या आवडीनिवडीप्रमाणे चाहील त्या सुखाचा यथेच्छ उपभोग घेता येण्यास, ज्या सार्वजनिक गोष्टीकडे त्याच्या चित्ताचा काही भाग - निदान मधूनमधून तरी - वेधला पाहिजे. तो वेधेनासा होऊन, सर्वांच्या सुखाच्या पायाभूत ज्या गोष्टी, त्यांच्याकडे दुर्लक्ष झाल्यामुळे व्यक्तींच्या सुखाची इमारत एकदम ढासळून जाऊन तीत वास करणाऱ्यांच्या कपाळी पारतंत्र्य येते व त्यांस नित्य कष्टभारी व्हावे लागते! पृथ्वीतील ज्या ज्या राष्ट्रांकडून या सर्वसामान्य व सर्वाधाररूप गोष्टीकडे जोपर्यंत दुर्लक्ष झाले नाही तोपर्यंत त्या त्या राष्ट्रांत ऐश्वर्य, संपत्ती, ज्ञान व शौर्य यांचा अव्याहत विस्तार होत गेला. ज्या दिवशी या गोष्टीस ते पराङ्मुख झाले त्या दिवशी त्यांच्या मोठेपणास उतरता पाया लागला व अखेरीस त्यांचा ऱ्हास झाला. पृथ्वीवरील पाहिजे त्या जुन्या किंवा नव्या राष्ट्राच्या इतिहासाकडे पाहा, वर सांगितलेल्या तत्त्वाचा त्यात तुम्हांला प्रत्यय आल्यावाचून राहणार नाही.

मनुष्ये समाज करून राहू लागली म्हणजे त्यांच्यात परस्परावलंबन स्वाभाविकपणे उत्पन्न होते. समाजात राहणाऱ्या मनुष्यास थोडेबहुत पारतंत्र्य किंवा परावलंबन भोगण्यास नेहमी तयार असलेच पाहिजे. समाज व्यवस्थितपणे चालून, त्याचे पाऊल एकसारखे पुढे पडत जाण्यास जितक्या पारतंत्र्याची आवश्यकता आहे तितकेच पारतंत्र्य ज्या समाजातील प्रत्येक व्यक्तीस भोगावे लागते व अधिक भोगावे लागत नाही, तो देश अत्यंत सुखी आहे असे म्हणण्यास हरकत नाही. ज्या मनाने या आवश्यक पारतंत्र्याचा हिस्सा असमतेने पडू लागतो त्या मानाने अनवस्था, दुःख, जुलूम व असंतोष यांचा उद्भव होतो. आईबापांना मुलावर, नवऱ्याला बायकोवर, स्वामींना सेवकावर व राजांना प्रजेवर जो जो अधिकाधिक हक्क मिळत जातात तो तो एका पक्षाला अयुक्त स्वातंत्र्य मिळत जाते व दुसऱ्याच्या वाट्याला पारतंत्र्य येते.

आपले मन एकाकडे ठेवून दुसऱ्याच्या तब्बेतीप्रमाणे वागावे लागणे यातच मोठे दुःख आहे. कित्येकदा असे होते की, ज्याचे त्याला आपले हित बरोबर कळत नसते व दुसऱ्याने सांगितलेले त्याला रुचत नसते. या रीतीने एकीकडून अज्ञान व दुसरीकडून परोपदेशतिरस्कार याचा घेरा पडून शेवटी तो आपल्या कल्याणास मुकतो! असे जरी आहे तरी ज्याचे त्याला होईल तितके स्वातंत्र्य भोगू देणेच इष्ट आहे; कारण एकाने दुसऱ्याचे हित कशात आहे हे शोधून काढण्यात जितक्या चुका होण्याचा संभव आहे त्यापेक्षा लक्षपटींनी कमी चुका, ज्याचे त्याने आपले हित कशात आहे हे शोधून काढण्यात होणार आहेत. म्हणून राष्ट्राच्या राज्यरीतीत या गोष्टीकडे होईल तितके लक्ष देणे फार जरूर आहे.

अनियंत्रित एकसत्ता मोडून तिच्या जागी बहुसत्ताक राज्यपद्धती स्थापणे, जिंकणाऱ्या राष्ट्रांचा अंमल झुगारून देणे, स्थानिक स्वराज्याचा अधिकाधिक विस्तार करणे, गुलामांचा व्यापार बंद करणे, स्त्रीपुरुष, स्वामिसेवक, गुरुशिष्य, राजाप्रजा - यांच्यामधील संबंध होतील तितके अन्योन्यांच्या इच्छेवर आणून ठेवणे - या सगळ्यांच्या मुळाशी वर निर्दिष्ट केलेले तत्त्व आहे. होईल तितके करून ज्याचे त्याला आपले काम मनाप्रमाणे करू द्यावयाचे.

आयर्लंडचा इंग्लंडशी जो झगडा चालत आहे तो सगळा या तत्त्वासाठी. इंग्लिश लोक सध्या आयर्लंडचे राज्य जितक्या व्यवस्थेने करीत आहेत, तितक्या व्यवस्थेने कदाचित त्यांचे त्यांना करता येणार नाही; म्हणून त्यांना स्वातंत्र्य देणे बरोबर नाही हे म्हणणे न्याय्य नाही. आपले काम वेडेवाकडे का होईना, पण जेव्हा ते आपल्या हातून वठते तेव्हा जे समाधान होते त्याच्या शतांश समाधान दुसऱ्याने ते कितीही सुबक करून दिले तरी होत नाही. आणि असे का होते याला कारण आहे. आपले काम आपल्यावर पडले असले म्हणजे ते आज नाही साधले तरी उद्या साधेल; उद्या न साधले तर परवा साधेल; कालांतराने ते आपले आपणांस उत्कृष्ट करता येऊन त्याच्यापासून होणाऱ्या साऱ्या सुखाचा उपभोग आपणांस घेता येईल, अशी ईर्षा निरंतर जागृत असते व तिच्यामुळे अवर्णनीय समाधान होत असते. पण जेव्हा दुसरा आपले काम करीत असतो, तेव्हा या समाधानाचा अंत:करणास स्पर्शसुद्धा होत नसतो. जो दुसरा आपल्यासाठी आपले काम करीत असतो, तो आपल्यापेक्षा विशेष चतुर असेल व फारच कमी स्वार्थसाधू असेल तर काही काळपर्यंत आपणांस नुसते बाह्यसुख थोडेसे अधिक होण्याचा संभव आहे. पण ज्याची त्याच्या शिरावर जबाबदारी असल्याने त्याच्या बुद्धीस जे चांचल्य येते, उद्योगनिमग्नत्वामुळे त्याच्या वृत्तीत जी प्रफुल्लता असते, कष्टान्ती जय आल्यास, जो अनिर्वचनीय आनंद होतो तो दुसऱ्याच्या ओंजळीने पाणी पिणाऱ्यास कधीही व्हावयाचा नाही.

◆

कवी, काव्य, काव्यरती

कवी जे सत्य सांगतो, ते शास्त्रीय सत्याप्रमाणे गूढ नसते. शास्त्रीय सत्यांपैकी काही सत्ये इतकी गूढ असतात की, ती समजण्यास तपांच्या अध्ययनाची आवश्यकता असते. तसेच शास्त्रात कधीकधी विशेष कारणासाठी अगदी क्षुल्लक सत्ये सांगितलेली असतात. या दोन्हीही सत्यांचा काव्यात उपयोग होत नाही. 'उष्णता, प्रकाश व विद्युत ही गतीची निरनिराळी रूपे होत,' हे सत्य काव्यविषय होण्यास आणखी शेकडो वर्षे लोटली पाहिजेत. तसेच 'बाभळीला काटे असतात', 'मासे समुद्रात राहतात', ' पावट्याची उसळ फार खाल्ल्याने अपचन होऊन वायू सरतो' असली सत्येही काव्याच्या कामाची नाहीत! काव्यात जी सत्ये गोवायची, त्यांची योग्य निवड करण्यास कवीस पराकाष्ठेचे श्रम पडतात. जी समजण्यास मुळीच श्रम पडत नाहीत अशी उपयोगी नाहीत; जी समजण्यास फार श्रम पडतात अशीही उपयोगी नाहीत. ती या दोहोंच्या दरम्यान असून अनुकूल संवेदनोत्पादक असली पाहिजेत. यावर कोणी अशी शंका घेतील की, काव्यात वर्णिलेली सत्ये नेहमी अनुकूल संवेदनोत्पादक असली पाहिजेत हे मत खरे असेल तर काव्यात दुःखपर्यवसायी नाटकांचा किंवा अवर्षणादी अरिष्टांची वर्णनांचा समावेश कधीच करता येणार नाही. कारण दुःखपर्यवसायी नाटके पाहिल्याने व अरिष्टांची वर्णने वाचल्याने मनास आनंद न होता उलट दुःख होते. काही अंशी शंका बरोबर आहे, पण थोड्या विचाराअंती तिचे निरसन होण्यासारखे आहे. दुष्काळात अन्न न मिळाल्यामुळे होणाऱ्या यातनांचा प्रत्यक्ष अनुभव आणि त्या यातनांच्या वर्णनाचे वाचन किंवा श्रवण, कामीजनांस होणाऱ्या क्लेशांचा प्रत्यक्ष अनुभव आणि त्यांच्या क्लेशांच्या वर्णनाचे वाचन किंवा श्रवण या आणि याप्रमाणे इतर सर्व गोष्टींपासून होणाऱ्या सुखदुःखांचा प्रत्यक्ष अनुभव आणि त्यांच्या वर्णनाचे वाचन किंवा श्रवण यांत फार अंतर आहे. प्रत्यक्षानुभवाची तीव्रता वाचनात किंवा श्रवणात कधीही येऊ शकणार नाही; आणि तसे होऊ लागले तर प्रतिकूल संवेदनोत्पादक काव्ये कोणी हाती धरणार नाही. उतारवयात शेकडो नवानवसांनी झालेले अपत्य मरण पावले असता मातापितरांस जे दुःख होते तेच दुःख जर त्याच्या वर्णनापासून किंवा अभिनयापासून होऊ लागले तर ते वर्णन कोण हातात घेईल? किंवा तो अभिनय पाहण्यास कोण जाईल? एखाद्या दुर्गम आणि

निर्भय अशा उंच ठिकाणी बसून खाली चाललेली लढाई पाहण्याने मनावर ज्या प्रकारचे विकार होण्याचा संभव आहे, त्या प्रकारचे विकार दु:खपर्यवसायी कथेच्या वाचनापासून होतात. सर्व मनुष्यांच्या मनोवृत्ती एकाच तऱ्हेच्या असल्यामुळे एकास झालेले दु:ख किंवा सुख त्याच्या बाह्य चिन्हांवरून, वर्णनावरून किंवा अभिनयावरून दुसऱ्यास समजून येते हे खरे आहे. पण या समजून येण्यात आणि प्रत्यक्षानुभवांत फार अंतर आहे. तरवारीसारख्या शस्त्राने मर्मापर्यंत चरचर कापीत जाणे आणि फक्त अंगाला चाटणे यांत जो फरक आहे तो प्रत्यक्ष सुखदु:खात आणि त्यांच्या चित्रांत आहे. कवींची सारी करामत हुबेहूब चित्र काढण्यात आहे; मूळ उत्पन्न करण्यात नाही. ते मूळ उत्पन्न करू लागतील तर त्यांच्या दु:खोत्पादक कृतीकडे कोणी ढुंकूनही पाहणार नाही.

हा सगळा वाचकांच्या किंवा प्रेक्षकांच्या सुखदु:खाविषयी विचार झाला. दु:खपर्यवसायी काव्य लिहिताना खुद्द कवीच्या मनाची काय स्थिती होते हा प्रश्न अजून राहिलाच आहे. कोणत्याही प्रकारचे काव्य रचताना किंवा त्यातील विषयांचा विचार करताना कवीस जे आयास होतात ते प्रत्यक्ष आयासाहून बरेच क्षीण असतात. सुखदु:खाचा प्रत्यक्ष अनुभव आणि सुखदु:खावर पुन्हा पुन्हा विचार करून ती आपणांसच होत आहेत, असा भास करून घेण्याचा प्रयत्न यात पुष्कळ अंतर आहे. धनलोभ्याचे धन एकाएकी नाहीसे झाले असता त्याला ज्या यातना होतात, त्या प्रत्यक्ष यातना कवी आपणांस धनलोभी समजून व आपले सारे वित्त एकाएकी नष्ट झाले आहे असे समजून, द्रव्यनाशाने खऱ्या धनलोभ्याला होणाऱ्या दु:खाचे प्रतिबिंब आपल्या मनावर उठवून घेण्यासाठी त्या दु:खाचे एकसारखे चिंतन करतो व त्यामुळे काही वेळाने त्याच्या मनाची वृत्ती धनलोभ्याच्या वृत्तीसारखी होऊन धनलोभ्याला होणाऱ्या यातनांची बरीच छाया त्याच्या मनावरही पडू लागते. अशा प्रकारे उत्पन्न केलेल्या दु:खाच्या छायेस अप्रत्यक्ष असे म्हणता येईल. ज्याला ही छाया हवी तितकी दाट पाडून घेता येत असेल त्याच्या अंगी कवित्वगुणांपैकी श्रेष्ठ गुण आहे, असे म्हणता येईल. विचाराने प्रत्यक्ष सुखदु:खाच्या तीव्रतेचे पूर्ण प्रतिबिंब आपल्यावर उठवून घेणे याचेच नाव तादात्म्य, तंद्री किंवा एकतानता. ज्याला सुखदु:खाचा प्रत्यक्ष अनुभव होत आहे त्याच्या मनाप्रमाणे कवीच्या मनाची स्थिती झाल्याशिवाय त्याच्या काव्यात तो तो रस पूर्णपणे उतरणार नाही. रसाची परिपक्वता अगोदर कवीच्या मनात झाली पाहिजे. ती तशी झाली तरच त्याला ती काव्यात आणण्याचा प्रयत्न करता येईल; कारण, जर आडातच पाणी नसेल तर ते पोहोऱ्यात कोठून येणार? कवीला ज्या विषयाशी आपल्या मनाची तंद्री लावून घ्यावयाची असते तो विषय अनुकूल संवेदनोत्पादक असो की प्रतिकूल संवेदनोत्पादक असो, त्याला जे कष्ट पडतात ते उभयपक्षी सारखेच असतात. कवीचे मन फोटोग्राफ घेण्यासाठी तयार केलेल्या भिंगाप्रमाणे

असते. ज्याप्रमाणे हवा तेवढा प्रकाश अनुकूल असला म्हणजे पाहिजे त्या पदार्थाचे हुबेहूब प्रतिबिंब त्या भिंगावर पाडता येते त्याप्रमाणे ज्या कवीला आपली कल्पना हवी तितकी प्रज्वलित करता येते त्याला तिच्या रश्मींनी आपल्या मनावर पाहिजे त्या विषयाची मुळाबरहुकूम छाया पाडता येते. कल्पना प्रज्वलित होऊन कल्पनाविषयाशी तादात्म्य होणे यातच कवीचा आणि काव्यवाचकांचा आनंद आहे. बीजगणितातील किंवा भूमितीतील एखाद्या कूट प्रश्नात बुद्धी व्यग्र होऊन गेली असता तीत जे चांचल्य उत्पन्न होते ते तत्त्वशोधकास जसे अत्यंत आनंददायक असते त्याप्रमाणे सुखदुःखोत्पादक विषयांचे हुबेहूब आकलन करण्यासाठी भरधाव सोडलेल्या कल्पनेच्या चांचल्यापासून कवींना व काव्यवाचकांना अत्यानंद होतो. असे जर नसते तर दुःखपर्यवसायी काव्ये कवी मुळीच न लिहिते व वाचक ती मुळीच न वाचते. तेव्हा सिद्ध काय झाले की, काव्य दुःखपर्यवसायी असो की सुखपर्यवसायी असो त्यातील रसापासून उत्पन्न होणारा आनंद सारखाच असतो; आणि याच कारणामुळे 'कॉमेडी ऑफ एरर्स' (भ्रांतिकृतचमत्कार) इतकीच 'ऑथेल्लो' वाचण्याला किंवा त्याचा प्रयोग पाहण्याला आमची मने उत्सुक असतात. तर मग दुःखपर्यवसायी आणि सुखपर्यवसायी काव्यांच्या वाचण्यात किंवा प्रयोगदर्शनात मुळीच भेद नाही की काय? असा प्रश्न सहज उत्पन्न होतो. त्यास इतकेच उत्तर आहे की, भेद आहे; मुळीच नाही असे नाही; पण तो फार थोडा आहे. काव्यवाचनात किंवा त्याचा प्रयोग पाहण्यात एकमेकांपासून अगदी भिन्न असे दोन मानसिक व्यापार चाललेले असतात. एक कल्पनाशक्ती प्रज्वलित होऊन ती मनाचे काव्यवस्तूशी तादात्म्य करण्यासाठी झटते असते; दुसरा, इंद्रियांपुढे प्रत्यक्ष असणाऱ्या किंवा कल्पनेने निर्माण केलेल्या काव्यवस्तू आपापल्या स्वभावाप्रमाणे वाचकांच्या व प्रेक्षकांच्या अनुकूल व प्रतिकूल संवेदनांस अंशतः कारण होत असतात. यामुळे दुःखपर्यवसायी काव्य वाचीत असता किंवा त्याचा प्रयोग पाहत असता वृत्तीला थोडीशी खिन्नता उत्पन्न होते आणि सुखपर्यवसायी काव्य वाचीत असता वृत्तीला थोडासा आनंद होतो. अप्रबुद्ध लोकांना पहिल्या व्यापारापासून होणाऱ्या आनंदाची मुळीच कल्पना नसते, यामुळे दुःखपर्यवसायी नाटक पाहणे त्यांना आवडत नाही.

आतापर्यंत जे सांगितले आहे, त्यावरून तत्त्वशोधकाप्रमाणे कवीचेही, एका प्रकारच्या सत्यांचा निर्णय करणे आणि ती सांगणे हे काम आहे; हे काम बजावण्यासाठी कवीस आपली कल्पना प्रज्वलित करून काव्यवस्तूंशी आपल्या मनाचे तादात्म्य करून घ्यावे लागते. काव्यवस्तू कोणत्याही प्रकारची असो, या तादात्म्यापासून होणारा आनंद सारखाच असतो. कवींच्या यथार्थ वर्णनांनी काव्यवस्तूशी वाचकांच्या आणि प्रेक्षकांच्या मनाचे तादात्म्य झाले तर त्यांनाही कवीसारखाच आनंद होईल. काव्यवस्तू कोणत्याही प्रकारची असो, तिच्या चिंतनात व्यग्र झालेल्या कवीच्या किंवा

वाचकांच्या कल्पनेस जे चांचल्य येते ते आनंदमय आहे; काव्य वाचीत असता किंवा त्याचा प्रयोग पाहत असता वृत्तीत कधीकधी जी खिन्नता उत्पन्न होते, ती वृत्ती एकीकडे एकतानतानंदात गढली असता इंद्रियांपुढे प्रत्यक्ष असणाऱ्या किंवा कल्पनेने निर्माण केलेल्या भयंकर काव्यवस्तू दुसरीकडून तीत प्रतिकूल संवेदना उत्पन्न करीत असतात म्हणून होते. सारांश, काव्य दु:खपर्यवसायी असो किंवा सुखपर्यवसायी असो, ते रचण्यात कवीला आणि ते वाचण्यात वाचकाला आनंदच आहे. या आनंदात काव्यवस्तूचे बाह्य स्वरूप रमणीय असल्यास थोडीशी भर पडते व ते भयंकर असल्यास त्याला किंचित छाट बसतो - इत्यादी गोष्टी वाचकांच्या ध्यानात येतील अशी आशा आहे.

काव्याच्या वाचनापासून राजापासून रंकास, तत्त्ववेत्त्यापासून अत्यंत अल्पशिक्षित मनुष्यास सर्व स्थितींत आनंद होण्यास अनेक कारणे आहेत. एक तर, कवींच्या वाणीतून जे बोल निघत असतात त्यांच्या सत्यतेविषयी प्रत्येक अंत:करण साक्ष देत असते. जी सत्ये देशकालादिकांनी मर्यादित किंवा जी सत्ये बहुश्रुतांस मात्र समजणार, अशी सत्ये कवी कधीच सांगत बसत नाही. ज्या मनुष्याची रानटी अवस्था सुटली आहे, ज्याला मानवी स्वभावाचे किंचित ज्ञान प्राप्त झाले आहे, ज्याच्या मनावर बाह्य सृष्टीच्या सौंदर्याचा परिणाम होऊ लागला आहे असा मनुष्य कोणत्याही देशात राहत असो किंवा कोणत्याही शतकात जन्मास आला असो, महाकवींच्या सत्यमय रसाळ उद्‌गारामृताचे सेवन करण्यास तो योग्य असतो. काव्यापासून आनंद होण्याचे दुसरे कारण असे आहे की, साधारण मनुष्यास ज्या गोष्टी अव्यक्त असतात त्या कवी व्यक्त करून देतो. 'जितक्या मूर्ती तितक्या प्रकृती' अशी आपल्या लोकांत म्हण आहे. या म्हणीचा अर्थ इतकाच की, प्रत्येक मनुष्याचा स्वभाव निराळा असल्यामुळे सर्वांच्या स्वभावांचे ज्ञान होणे अशक्य आहे; तथापि, ज्या अर्थी सर्व मनुष्यांस आपण 'मनुष्य' या एका वर्गाखाली मोडतो त्या अर्थी त्या सर्वांत साधारण असे काही गुण असलेच पाहिजेत. या साधारण गुणांचे अति-स्वल्प ज्ञान बहुतेकांस असते व ते असते म्हणून काव्यवाचनापासून त्यांस आनंद होतो. कित्येक मनुष्य पराकाष्ठेचे रागीट असतात, कित्येक शांत असतात, कित्येक मायाळू असतात, कित्येक लोभी असतात, कित्येक क्रूर असतात, कित्येक कामातुर असतात. तथापि राग, शांती, ममता, लोभ, क्रौर्य व काम इत्यादी सर्व मनोवृत्तींची प्रत्येकास थोडीबहुत ओळख असते. विशिष्ट व्यक्तीत एखादा गुण फार असला म्हणून बाकीच्या गुणांविषयी तो अगदी अज्ञान असतो असे नाही. प्रत्येक मनुष्य सर्व मनुष्यतेचे सूक्ष्म प्रतिबिंब आहे. असे म्हणण्यास हरकत नाही. असे नसते तर एकाचे मनोविकार दुसऱ्याला न समजते. साधारण मनुष्यात आणि कवीत भेद इतकाच आहे की, साधारण मनुष्यास प्रकृतिवैचित्र्याचे आणि विकारवैचित्र्याचे ज्ञान अगदी मंद असते, ते कवीस कल्पनासामर्थ्याने

स्वत:सच स्पष्ट करून घेता येते इतकेच नाही तर काव्यद्वारा ते दुसऱ्यासही स्पष्ट करून देता येते. कवी हा कामरूपधारी पटाईत बहुरूपी आहे! तो क्षणात राजा बनून सिंहासनस्थ पुरुषांच्या अंत:करणातील विचार बोलू लागतो. राजवेष घेऊन अर्धघटिका झाली नाही तोच तो वेष टाकून देऊन तो काळा पोषाख करतो, तोंडाला काजळ फासतो, वस्त्राखाली पाजळलेली शस्त्रे लपवून घेतो, मध्यरात्री निबिड काळोखात जिकडेतिकडे सामसूम झाले असता द्रव्यासाठी कोणाचा तरी जीव घेण्याचा बेत करीत मारेकरी होऊन बाहेर पडतो! या स्थितीत पाचपन्नास पळे गेली न गेली तो, ती टाकून देऊन अभिसारिका बनतो व अभिसारिकेस योग्य असा पेहराव चढवून मेघांच्या गडगडाटांची, विजांच्या लखलखाटांची किंवा तुफान वाऱ्याच्या सोसाट्याची परवा न करता, पावसाच्या मुसळधारेतून एका चेटासह विहारोद्यानातील नेमलेल्या लतामंडपात प्रियकराची भेट घेण्यास जातो! आता तो पर्वताच्या शिखरावर किंवा समुद्राच्या किनाऱ्यावर असला तर क्षणभराने धनगराच्या परशापाशी शेकत बसलेला किंवा न्यायासनारूढ होऊन न्याय करीत असलेला दृष्टीस पडेल! वायूप्रमाणे तो सर्वगामी आहे, मनाप्रमाणे तो चंचल आहे, हवी ती वस्तू उत्पन्न करणारा तो वस्ताद जादूगार आहे, कल्पनाशंकूच्या जिवावर कालोदधीत पाहिजे त्या दिशेस सुकाणू लावण्यास न डगमगणारा तो जरठ झालेला तांडेल आहे, विश्वबीजांप्रमाणे त्याचे उद्गार अनंत व नित्य आहेत. कोणती वस्तू कितीही दूर असो किंवा कितीही सूक्ष्म असो, याने तिच्यावर आपली दुर्बीण किंवा सूक्ष्मदर्शक यंत्र लावले, की त्याला ती सन्निध आणि स्थूल होऊन हवी तशी पाहता येते व दुसऱ्यांना तिचे यथातथ्य आकलन होईल अशा तऱ्हेचे तिचे चित्र काढता येते. जर तुम्हाला पाताळातील किंवा स्वर्गातील वस्तुस्थिती पाहावयाची इच्छा असेल तर मिल्टनचा किंवा कालिदासाचा हात घट्ट धरून ते नेतील तिकडे जाण्यास तयार व्हा! अनंत प्रकृतींच्या हृदयडोहात बुड्या मारून त्यांच्या तळाशी काय आहे हे जर तुम्हाला पाहावयाचे असेल तर मोलिअर, शेक्सपिअर, गेटी किंवा भवभूती अशा जगत्प्रसिद्ध पाणबुड्यांच्या कमरेला मिठी मारा! सारांश, अंतर्बाह्य सृष्टीत अनुकूल किंवा प्रतिकूल संवेदना उत्पन्न करणारी अशी कोणतीही चीज नाही, की जिच्या सत्यस्वरूपाचे ज्ञान आनंद होईल अशा रीतीने कवीस तुम्हाला करून देता येणार नाही. समजातीयास हे ज्ञान करून देणे हा कवींचा व्यवसाय होय. या व्यवसायातच त्यांचा आनंद आहे. या व्यवसायामुळेच त्यांचे अंत:करण अतिशय कोमल व दयार्द्र झालेले असते.

◆

भांडवल गेले; व्यापार गेला!

ज्याप्रमाणे शरीराला अन्नाची, त्याप्रमाणे व्यापाराला भांडवलाची आवश्यकता आहे. ज्या देशात भांडवल नाही, तेथे व्यापार कोठून चालणार? मुसलमान लोकांनी येथे अनेक शतके राज्य केले; पण त्यांच्या त्या दीर्घकालीन अमलाने आम्ही जितके डबघाईस आलो नाही तितके या शतसांवत्सरिक ब्रिटिश अमलाने आलो आहो. याचे कारण उघड आहे. तैमूरलंग, झेंगीजखान, गिझनी महंमद यांनी या देशावर ज्या स्वाऱ्या केल्या त्यामुळे आमचे अतोनात नुकसान झाले हे खरे आहे; पण ते नुकसान ब्रिटिश अमलामुळे आमचे जे नुकसान होत आहे त्यापुढे काहीच नाही असे म्हणण्यास हरकत नाही. मुसलमान लढवय्यांनी जे द्रव्य लुटून नेले ते साचविलेले द्रव्य होते. त्याचा व्यापाराशी तादृश संबंध नव्हता. शे - पन्नास वर्षांनी एखादी झुंड येऊन कोटी-दोन कोटी रुपयांची लूट घेऊन गेली तर तीपासून होणारे नुकसान आणि प्रतिवर्षी उत्पादक संपत्तीपैकी बाहेर जात असलेल्या दहापाच कोटींपासून होत असणारे नुकसान याचे साम्य कोठून होणार? तसेच हेही ध्यानात ठेवणे जरूर आहे की, मुसलमानांचा अंमल येथे कायम झाल्यापासून येथला पैसा बहुधा बाहेर गेला नाही. इंग्रजांप्रमाणे मुसलमान पिशवी भरली की विलायतेस पळणारे नसल्यामुळे, त्यांच्या अमलापासून द्रव्यदृष्ट्या आमचे म्हणण्यासारखे नुकसान झाले नाही. आताप्रमाणे त्या वेळेस मोठमोठ्या हुद्यांच्या जागा जिंकणाऱ्यांच्या जातभाईंस मिळत असत; परंतु त्यांचे नेहमीचे राहणे येथे पडल्यामुळे त्यांचा सारा खर्च येथेच होत असे व त्यामुळे व्यापारधंदा करणाऱ्या लोकांस किंवा कारागीर लोकांस मोठे नुकसान झाल्यासारखे वाटत नसे. मशिदीचे दगड घडविणे किंवा देवळाचे दगड घडविणे, ताजमहाल बांधणे किंवा काशीविश्वेश्वराचे देऊळ बांधणे, पेशव्यांसाठी शालजोड्या विणणे किंवा बादशहाकरता मोलाचे गालीचे तयार करणे, मस्तानीसाठी निवडक जवाहीर विकणे किंवा नूरजहानच्या सांगण्यावरून सारा देश धुंडाळून पाचूचे सर्वोत्कृष्ट खडे पैदा करणे यात त्या त्या कारागिरास किंवा व्यापाऱ्यास विशेष भेद वाटला नसेल हे उघड आहे. पण सध्याची स्थिती तशी नाही. इंग्लिश लोक ज्या वस्तू वापरतात त्यांपैकी बहुतेक इंग्लंडहून येतात. इतकेच नाही तर त्यांच्या यंत्रकृत वस्तू आमच्या हस्तकृत वस्तूंहून अधिक सवंग व सफाईदार असल्यामुळे आमच्या उपयोगास लागणाऱ्या

वस्तूंपैकी अनेक वस्तूही आम्ही इंग्लंडपासूनच खरेदी करतो. यामुळे येथील कारागिरांस हवे तितके काम मिळेनासे झाले आहे. याशिवाय ज्या खर्चाबद्दल आम्हांस एका कवडीचाही मोबदला मिळत नाही असाही पुष्कळ खर्च होत आहे. या सर्व खर्चाचा 'होम चार्जीस्' या नावाखाली समावेश करण्यास हरकत नाही. यात हिंदुस्थानास असलेल्या कर्जाबद्दल व्याजाची जी रक्कम प्रतिवर्षी इंग्लंडला पाठवावी लागते ती नोकरी आटोपून किंवा सोडून गेलेल्या नोकरांची पेन्शने, सेक्रेटरी ऑफ स्टेटच्या कौन्सिलचा खर्च आणि यांसारख्या ज्या इतर बाबी आहेत त्या येतात. या सर्वांबद्दल गेल्या वर्षी सेक्रेटरी ऑफ स्टेट याने आम्हांपासून तेवीस कोटी रुपये घेतले! हिंदुस्थानच्या काळचा एकंदर वसूल एकोणीस कोटी रुपये आहे. तेव्हा हिंदुस्थानच्या जमिनीचे सारे उत्पन्न जरी त्या प्रचंड अधिकाऱ्यांस अर्पण केले तरीदेखील त्यांचे पोट भरत नाही, हे उघड आहे. त्यांचे समाधान होण्यासाठी आणखी चार कोटी रुपये कोठून तरी काढून द्यावे लागतात! म्हणजे हिंदुस्थानच्या नक्त उत्पन्नापैकी पक्के अर्धे उत्पन्न इंग्लंडात जात असून त्याबद्दल आमचा काडीचादेखील फायदा होत नाही व असा क्रम कमीअधिक प्रमाणाने आज शंभर वर्षे चालला आहे! या गोष्टी ज्याला समजल्या असतील त्याला 'आम्ही इतके दरिद्री कशासाठी' हे तेव्हाच कळून येणार आहे. इंग्लिश लोक मोठे उद्योगी, कल्पक, साहसी व बुद्धिमान आहेत व या गुणांमुळेच त्यांनी आपला देश सुवर्णमय करून टाकला आहे, हे निर्विवाद आहे. तथापि, या पुराण सुवर्णभूमीतील बरेच सुवर्णही त्यांच्या संपत्तिमत्वास कारण झाले आहे हे त्यांचे त्यांनाच कबूल करावे लागेल. पण ज्या मानाने ते आमच्या देशातून प्रतिवर्षी उत्पादक संपत्ती तिकडे नेत आहेत त्या मानाने आमची कंगालता अधिकाधिक दाट होत जाऊन आमचे व्यापार बंद पडत चालले आहेत, पोटभर अन्न व अंगभर वस्त्र न मिळाल्यामुळे नाना तऱ्हेचे रोग वाढत चालले आहेत, रोग आणि उपासमार यांच्यामुळे आम्ही व्यथित होऊन आमच्या तोंडावर अवकळा येत चालली आहे आणि प्रतिवर्षी रक्तपितीसारख्या महारोगग्रस्तांची व इतर जातींच्या रोग्यांची संख्या वाढत जाऊन त्याच प्रमाणाने मृत्युसंख्याही वाढत चालली आहे. इंग्लिश लोक या भयंकर स्थितीच्या संबंधाने येथून पुढे पूर्ववत् डोळेझाक करतील तर उभय देशांवरही मोठ्या संकटाचा प्रसंग गुदरून त्यामुळे उभय देशांतील लोकांचेही अज्ञातपूर्व नुकसान होणार आहे! ज्याप्रमाणे झाडाच्या चार - दोन फांद्यांवर थोडीशी टवटवीत पालवी व दहापाच फळे दृष्टीस पडतात, पण बारकाईने त्याकडे पाहिले तर बुडख्यापासून शेंड्यापर्यंत ते किड्यांनी पोखरून टाकले आहे व थोड्याशा जोराच्या वाऱ्याने एकदम मोडून पडण्यासारखे झालेले दिसते त्याप्रमाणे या देशाची अवस्था झाली आहे. मुंबई, कलकत्ता किंवा मद्रास यांच्यासारख्या दहापाच टवटवीत शहरांवरून किंवा लाख दोन लाखांत जो एखादा दुसरा खरा सुखवस्तू इसम दृष्टीस पडतो

त्यावरून, चहूकडे तशीच आबादानी असेल असे अनुमान करणे हा शुद्ध भ्रम होय. सर रिचर्ड टेंपलसारखे जे गृहस्थ जाणूनबुजून इंग्लिश पार्लमेंटास व इंग्लिश लोकांस या मिथ्या भ्रमात पाडीत आहेत, ते इंग्लंडचे अपरिमित नुकसान करीत आहेत व या त्यांच्या अपराधाबद्दल उभय लोकांस भारी दंड द्यावा लागणार आहे. तेव्हा हा प्रसंग टाळण्यासाठी आम्ही आपली खरी स्थिती इंग्लिश लोकांच्या नजरेस आणणे हे जितके आमचे कर्तव्य आहे, तितकेच इंग्लंडचे खरे हित चिंतणाऱ्या आंग्लतनयांचेही आहे.

येथील बहुतेक उत्पादक भांडवल प्रतिवर्षी इंग्लंडला जाऊन येथील उद्योगधंदा नष्ट झाल्यामुळे येथील काम करणाऱ्या लोकसंख्येची कशी स्थिती झाली आहे हे कोणास थोडक्यात समजून घेण्याची इच्छा असेल तर त्यांनी पुढील आकडे लक्ष लावून वाचावे. हिंदुस्थानातील शंभर मनुष्यांपैकी ८६ मनुष्यांचा संबंध शेतकीशी आहे, इंग्लंडात १४ चा आहे. गिरण्या वगैरे कारखान्यांत हिंदुस्थानातील लोकसंख्येपैकी शेकडा १२ माणसे असतात. इंग्लंडातील लोकांपैकी अशाच कामाकडे शेकडा ३० असतात आणि इतर सर्व प्रकारच्या उद्योगांमुळे इंग्लंडात शेकडा पंचावन्न इसमांस जे काम मिळते, ते येथे जेमतेम दोन इसमांस मात्र मिळते! अशा स्थितीत दुष्काळ आल्याबरोबर लाखो लोकांस अन्नान्न करीत परलोकप्रयाण करावे लागते, यात काही नवल आहे काय? आमच्या व्यापाराची ही हृदयभेदक स्थिती समंजस इंग्लिश लोकांपुढे आणली म्हणजे ते असा अभिप्राय देतात की, हिंदुस्थानची व्यापारवृद्धी झाली पाहिजे, तीवाचून दुसरा तरणोपाय नाही. पण ही व्यापारवृद्धी कशी होणार याचा मात्र विचार करण्यास कोणी धजू शकत नाही! कारण तो करू लागले की, इंग्लंडच्या व्यापारावर थोडीबहुत गदा येईल, निदान त्याला थोडाबहुत तात्कालिक तरी धक्का पोहोचेल. अशा साधनांचा उपयोग केल्याशिवाय, हिंदुस्थानच्या व्यापारधंद्यास सांप्रत स्थितीत उत्तेजन देणे अशक्य आहे, हे दिसून येते. तसे करण्याची आजमितीस कोणाची प्राज्ञा आहे? परोपकाराच्या लांब लांब गप्पा मारणे फार सोपे आहे! व्यक्तीपेक्षा राष्ट्रास ही गोष्ट विशेष तऱ्हेने लागू पडते. इंग्लंडने आमचे व्यापार आटोपल्यामुळे, आमचे केवढे नुकसान होत आहे हे जोपर्यंत इंग्लंडचा माल येथे खपत आहे तोपर्यंत इंग्लिश व्यापारी कशासाठी मनात आणतील? ज्या वेळेस येथे एखादा मोठा दुष्काळ पडून किंवा 'टाइम्स ऑफ इंडिया'ने म्हटल्याप्रमाणे दारिद्र्याने पिळून काढलेल्या व भुकेने गांजून गेलेल्या लोकांचे एखादे प्रचंड बंड होऊन त्यांच्या व्यापारास एकाएकी मोठा धक्का बसेल व कोट्यवधी रुपयांचे नुकसान होईल तेव्हा कोठे त्यांचे डोळे उघडणार! तसे नसेल तर येथील व्यापाराची वृद्धी करणे काय कठीण आहे? एकट्या कापसाच्या व्यापारास थोडेसे उत्तेजन दिले तरीदेखील आम्हांस आलेली अन्नान्नदशा काही वर्षे दूर होणार आहे. इतकेच नाही तर अफूचा

व्यापार बंद झाल्यास हिंदुस्थानच्या जमाबंदीच्या तटात जे पाचसात कोटींचे अवाढव्य भगदाड पडण्याचा रंग दिसत आहे, तेही बऱ्याच अंशी भरून काढता येणार आहे. अशा प्रसंगी इंग्लंडहून येणाऱ्या कापडावर जबर जकात ठेवण्यास काय हरकत आहे? तसे केल्यास जमाबंदीस बरीच मदत होऊन, येथील कापसाच्या कारखान्यांसही बरीच मदत होणार आहे. वास्तविक पाहता कापसाची, मजुरांची व कापसाच्या कारखान्यांत लागणाऱ्या भांडवलाची आमच्यापाशी इतकी समृद्धी आहे, की जर उत्पन्न केलेला माल हटकून खपेल अशी आमची खात्री होईल तर भरतभूमीस आपली लाज झाकण्यासाठी इंग्लंडचा धावा करावा लागणार नाही; इतकेच नाही तर या व इतर खंडांत ज्या भूमिका उघड्या पडल्या असतील त्यांच्या शरीरावर ही भरतभूमी, आपले एक अंगुष्ठदेखील उघडे पडू न देता हवी तितकी वस्त्रे घालील! पण लँकेस्टरच्या व्यापाऱ्यांनी हिंदुस्थान सरकारास असे करू देणे म्हणजे स्वार्थरूप बाभळीच्या झाडाला अघटित घटनेने फणस किंवा आंबे येण्यासारखे होय!

◆

संतती आणि संपत्ती

जगात प्रस्तुत काली जी विपत्ती दृष्टीस पडते, तिचा तीन-चतुर्थांश भाग फाजील प्रजोत्पादनापासून उत्पन्न होतो, असे विचारांती खचित दिसून येईल. घराण्यातील लहानसहान तंट्याबखेड्यांपासून तो राष्ट्राराष्ट्रांमधील मोठमोठ्या लढायापर्यंत सर्व भांडणांचे आदिकारण संततीची अपरिमित वृद्धी होय. अन्तर्दृष्टी करून ज्याने त्याने आपल्यापासून विचार करण्यास आरंभ केला व हळूहळू अधिकाधिक प्रदेशावर दृष्टी टाकली तर त्याला असे दिसून येईल, की मनुष्यमात्राच्या अंगी कामवासना जितकी उत्कट आहे तितकी नसती तर त्यास जी दुःखे आणि ज्या यातना भोगाव्या लागत आहेत, त्यांपैकी पुष्कळ टळल्या असत्या. पदार्थविज्ञानादी अनेक उपयुक्त शास्त्रांचा प्रसार होण्यासही प्रजोत्पादन हेच कारण होय. प्रजोत्पादनापासून मनुष्यजातीचे मुळीच हित झाले नाही असे आमचे म्हणणे नाही. आमचे इतकेच म्हणणे आहे की, फाजील प्रजोत्पादनाने हितापेक्षा अहित फार झाले आहे व थोड्या वर्षांत या विपदुगमाकडे पृथ्वीवरील सुधारलेल्या हरएक राष्ट्रातील विचारशील, शास्त्रनिपुण आणि सानुकंप पुरुषांचे डोळे न लागतील, तर उपयुक्त शास्त्रविद्यांच्या प्रसारापासून विशेष फायदा न होता मनुष्यजातीची स्थिती उत्तरोत्तर शोचनीय होते जाईल यात संशय नाही. आर्य लोकांची फाटाफूट होऊन त्यांच्या शाखा युरोप आणि आशिया खंडात पसरल्या व त्यांपैकी एक हिंदुस्थानात येऊन आधुनिक भारतीय प्रजेचे पूर्वजत्व आपणांकडे घेती झाली. याचे कारण काय, तर वाढलेल्या प्रजेचे पोट भरण्याची आवश्यकता. ग्रीक लोकांनी इराणवर स्वाऱ्या केल्या, एशिया मायनरमध्ये वसाहती केल्या आणि सिंधूनदीपर्यंत आपल्या वीर्याचा आणि पराक्रमाचा दर्प आणून भिडविला याचे कारण तरी प्रजावृद्धीच होय. पुढे रोमची बादशाही प्रबल होऊन तिने ईजिप्त, ग्रीस, फ्रान्स, जर्मनी व इंग्लंड वगैरे देशांस जिंकून जिकडेतिकडे रोमन अंमल चालू केला यालाही प्रजावृद्धीहून दुसरे कारण नाही. या इटलीच्या अवाढव्य वैभवास धक्का बसण्यास व अखेरीस त्याचा चुराडा होण्यासही सैबेरिया, रशिया व उत्तर जर्मनी यांतील व्हांडाल, गाथ्स, सिथिअन्स व हन्स (हूण) वगैरे हपापलेल्या रानटी लोकांची भूकच कारण झाली. फ्रेडरिक धी ग्रेटने ज्या मोठमोठ्या लढाया मारल्या, त्या सायलेशिया प्रांताची सुपीक जमीन उपटून आपल्या प्रजेची भूक

भागविण्यासाठीच होत. १८ व्या शतकाच्या अखेरीस नेपोलियन बादशहाने युरोप खंडात जो भयंकर मनुष्यहोम मांडला, त्याला फ्रेंच लोकांची अन्नान्नदशा कारण झाली असे म्हणण्यास हरकत नाही. पृथ्वीच्या सर्व भागांत इंग्लिश लोकांच्या वसाहती होण्यास व हिंदुस्थानचे राज्य त्यांच्या हाती जाण्यास इंग्लंडात प्रजावृद्धी फार होऊन, तिचा त्या लहान बेटात होणाऱ्या उत्पन्नावर नीट चरितार्थ चालेना हेच कारण होय. फार कशाला, सध्या (१८८३) फ्रान्स व चीन या देशांत लढाई होण्याचा जो प्रसंग दिसत आहे त्याच्या मुळालादेखील ही पोटाची खळी आहे. ज्यांना अर्वाचीन सुधारणांची घमेंड वाटत असेल त्यांना आमचा एवढाच प्रश्न आहे की, तुमच्या या सुधारणांपासून पृथ्वीवर जितकी प्रजा आहे तितकीचा सुखाने जर चरितार्थ चालत नाही तर त्यांचा काय उपयोग? आयर्लंडामध्ये पोट भरेनासे झाल्यामुळे प्रत्येक वर्षी लाखो आयरिश लोकांना चरितार्थाच्या सोयीसाठी स्वदेश सोडून अमेरिकेत किंवा पृथ्वीच्या दुसऱ्या एखाद्या ओसाड प्रदेशावर जावे लागत आहे, ही गोष्ट मनात आली म्हणजे ज्या सुधारणांबद्दल अलीकडे. इतकी वल्गना होत असते त्याचे काहीच गौरव वाटत नाही. एकंदरीत स्थूल दृष्टीने सृष्टीचे अवलोकन केले तर असे दिसून येईल, की जीवकोटीतील हरएक प्राणिवर्गाच्या अंगी प्रजोत्पादनाची बुद्धी स्वभावसिद्ध होऊन गेली असल्यामुळे जेथे तेथे उदरपोषणासाठी मारामारी चालली आहे. 'अत्तुं वांछति शांभवो गणपतेराखुं क्षुधार्त: फणि:' इत्यादी जुन्या: वाक्यांकडे नजर फेकली असता सर्व सृष्टीभर हा 'जीवनार्थ कलह ' कशा वेगाने चालला आहे हे तेव्हाच ध्यानात येणार आहे. प्रत्येक वरचा प्राणिवर्ग खालच्या बहुतेक प्राणिवर्गास आपले भक्ष्य करतो व सर्वांत श्रेष्ठ प्राणिवर्ग त्याच्या दाढांतून कोणताही जीव मी सुटून जाईन म्हणेल तर घडणे नाही. भुकेच्या सपाट्यात मनुष्यांनी घोडी पाहिली नाहीत, कुत्री पाहिली नाहीत, पोरेदेखील नाहीत! जठराग्नीचा दाह शमन करण्यासाठी त्यांनी उदरकुंडात हवे ते हव्य घालण्याला मागेपुढे पाहिले नाही! आपल्या लोकांत म्हणण्याची चाल आहे की, द्विपादात शिडी आणि चतुष्पादात घडवंची याशिवाय चिनी लोकांच्या आहारास काहीएक वर्ज्य नाही. या अतिशयोक्तीचा अर्थ इतकाच की, त्या देशात लोकसंख्या मनस्वी वाढल्यामुळे त्यांच्या उपजीविकेला दुसऱ्या लोकांना अभक्ष्य अशा पुष्कळ गोष्टी चालत. सारांश, पृथ्वीवरील नऊ-दशांश कोटी लोकांना पोटासाठी साऱ्या जन्मभर सक्तमजुरी करावी लागून अखेरीस देहान्त शिक्षा भोगावी लागते! ही मनुष्यजातीची शोच्य स्थिती पाहून अत्यंत उदासीन व खिन्न झालेल्या एका आधुनिक नाट्याचार्याने 'विश्व असे हा तुरुंग मोठा प्राणिमात्र कैदी। पदार्थधर्मांचिया शृंखला त्या न कुणी भेदी।।' असे जे उद्गार काढले आहेत ते किती सत्य आहेत याचा वाचकांनीच विचार करावा. संतती आणि संपत्ती या युगुलाने सर्व वसुंधरेस बेजार करून सोडले आहे. गेल्या दुष्काळात साठ लक्ष लोक मृत्यूच्या

जबड्यात पडले! एवढ्या मनुष्यहानीने युरोपातील एखादा लहानसा देश निर्जन होऊन ठार ओसाड पडला असता! हिंदुस्थानात ज्या स्त्रीपुरुषांकडे मातापितृत्व आलेले असते त्यांपैकी तीन- चतुर्थांशाला, निदान एक - द्वितीयांशाला तरी, तो अधिकार प्राप्त होण्यापूर्वी शिशुमुखावलोकनाची इच्छा झालेली असते असे मानण्यास काही हरकत नाही; निदान स्त्रियांना तरी एकमेकीकडे पाहून ही संतानचिंता अगदी अल्पवयात लागते हे सर्वांस माहीत आहे. तेव्हा प्रस्तुत काली संततीची विशेष वृद्धी झाल्यापासून ज्या पीडा होत आहेत त्यांत आम्ही स्वेच्छेनेच जाऊन पडतो किंवा त्या आम्हांस पीडा अशा वाटत नाहीत असे मानले पाहिजे. याच प्रश्नाची दुसरी एक बाजू राहिली. ती ही की, स्त्री - पुरुषाला अपत्यप्राप्तीची आकांक्षा नसता केवळ वयपरत्वे अनुभवलेल्या विषयसुखाचा स्वाभाविक धर्माप्रमाणे परिणाम घडून येऊन काही संतती नको असता अस्तित्वात येते. तेव्हा दोनही बाजूंनी असाच क्रम चालला तर जगाची किती दुःखमय स्थिती होईल व ती टाळण्यास काय उपाय करावे याचा विचार करून ते अमलात आणणे यातच मनुष्यपण आहे.

◆

कै. विष्णु कृष्ण चिपळोणकर

देह त्यागितां कीर्ति मार्गे उरावी।

मना सज्जना हेचि क्रीया धरावी।। - श्रीरामदास

गेल्या शुक्रवारी सकाळी सातआठ वाजण्याच्या सुमारास डोळकर आळीत एकच गर्दी झाली. शाळांतील लहानमोठी मुले व त्याप्रमाणेच गावातील तरुण आणि वृद्ध लोक यांची तोंडे म्लान होऊन त्यांवर विपरीत कळा आली. इतक्यात चिपळोणकरांच्या वाड्यातून स्त्रियांचा दीर्घ रुदनस्वर बाहेर आला! त्याबरोबर घात झाला अशी खात्री होऊन सर्वजण तोंडाला पदर लावून रडू लागले. या वेळी शाळेतील मुलांनी रडून जो कल्लोळ केला तो सांगता पुरवत नाही. विष्णुशास्त्री एखाद्या रोगाने चारसहा महिने खितपत पडले होते असे नाही. पंधरा दिवसांपूर्वी कँपमध्ये फोटोग्राफ घेण्यासाठी टेबलावर उभे राहिले असता एकाएकी पित्तप्रकोप होऊन जी चक्कर आली त्यासरशी ते धाडकन् जमिनीवर बेशुद्ध पडले. काही वेळाने शुद्धीवर आल्यावर त्यांस घरी आणले. नंतर थोडासा ज्वर भरला. पण तो अशा थराला जाईल असे कोणाच्या स्वप्नातदेखील आले नाही. त्या ज्वरामुळे त्यांस क्षीणता आली होती हे खरे, पण तो अशा तीव्र वेगाने उलटून बोलताबोलता पुण्यातील मोहरा रातोरात घेऊन जाईल असे कोणासही वाटले नाही. परंतु दैवाची परम विचित्र गती! शास्त्रीबोवांस कलिंगड खाऊन थंड पाणी पिण्याची बुद्धी झाली; त्यासरशी कुपथ्य झाल्याचे निमित्त होऊन तत्काळ सन्निपात झाला तो त्यांना घेऊनच गेला. शास्त्रीबोवांच्या अकालिक मृत्यूने 'केसरी' चा एक पाय लंगडा झाला यात काहीच नाही. आज महाराष्ट्रवाणीचा पती परलोकवासी झाल्याने ती गतभर्तृका झाली व महाराष्ट्रीयांनी अद्वितीय रत्न गमाविले, अशी आमची समजूत आहे. 'मरणं प्रकृतिः शरीरिणाम्' अशी कविकुलगुरूक्ती आहे ती आम्हांस अक्षरशः मान्य आहे. परंतु हा अबाधित सृष्टिनियम शास्त्रीबोवा वयातीत झाल्यावर त्यांस लागू पडता म्हणजे आम्हांस इतका खेद करण्यास जागा उरती ना. परंतु ज्याप्रमाणे एखादा प्रचंड वृक्ष फळास येतो आहे नाही तो विद्युत्पात होऊन तो जमीनदोस्त व्हावा, त्याप्रमाणे आता आता कोठे शास्त्रीबोवांच्या बुद्धीची परिपक्व फले हवी तशी लोकांस मिळू लागली होती, तो त्यांस करुणाविमुख मृत्यूने हरून नेले हा केवढा दुःखाचा प्रसंग! गेल्या

वर्षीच आम्ही एकत्र होऊन एकदिलाने प्रस्तुत उद्योग आरंभिला तेव्हाची वीरश्री कोणीकडे आणि केसरीराजाच्या नेसर्गिक उद्धत वृत्तीला अननुरूप अशी सांप्रतची खिन्नावस्था कोणीकडे? असो. धैर्य धरून आला दिवस कसातरी घालविलाच पाहिजे.

विष्णुशास्त्री हे प्रसिद्ध कृष्णशास्त्री यांचे चिरंजीव. यांचा जन्म १८५० त झाला. यांना लहानपणापासून वाचण्याचा जबरदस्त नाद असे. ज्याप्रमाणे डॉक्टर जॉन्सन बापाच्या दुकानावर बसून फावल्या वेळी अनेक विषयांवरील व्हाल्मेच्या व्हाल्मे फडशा करी त्याप्रमाणे 'दक्षिणाप्रैज कमिटी' किंवा 'नेटिव प्रेसचे रिपोर्टर' या नात्याने कृष्णशास्त्र्यांकडे जी पुस्तके येत ती हे भावी शास्त्री वाचून टाकीत. या रीतीने मॅट्रिक्युलेशन होण्यापूर्वीच विष्णुपंतांच्या नजरेखालून अनेक ग्रंथ जाऊन मराठी भाषेवर त्यांचे प्रेम जडले व ते उत्तरोत्तर वृद्धिंगत होत गेले. १८६५ त विष्णुशास्त्री यांची पहिली परीक्षा होऊन ते कॉलेजात गेले. त्यांना गणिताचा मोठा कंटाळा असे. मेकॉलेप्रमाणे ते आपला सारा वेळ ऐतिहासिक ग्रंथ वाचण्यात घालवीत. १८७२ त त्यांची बी. ए. ची परीक्षा पास झाली. १८७३ त काही महिने बाबा गोखले यांच्या शाळेत शिक्षकाचे काम केल्यानंतर येथील सरकारी हायस्कुलात त्यांना नव्वदाची जागा मिळाली व पुढे नव्वदाचे शंभर झाले. 'निबंधमाले'चा पहिला अंक १८७४ त बाहेर आला. निबंधमाला जो जो मोठी होऊ लागली, तो तो शास्त्रीबुवांची मते बाहेर पडून स्वातंत्र्यशत्रू आणि स्तुतिप्रिय अशा अधिकाऱ्यांशी त्यांचे तेढे पडू लागले. आपल्या कर्तव्यात निरंतर तत्पर असल्यामुळे शास्त्रीबोवा कधी कोणाची पर्वा ठेवीत नसत. याचा परिणाम असा झाला की, जात्या परप्रतिष्ठाअसहिष्णु असे आमचे डायरेक्टर चाटफील्डसाहेब यांच्या तापट प्रकृतीवर कित्येक निंदकांनी तैलवृष्टी केल्यामुळे तिने जो पेट घेतला, त्यासरशी त्यांनी शास्त्रीबोवांची 'परशुराम क्षेत्रास' गठडी वळली. कोकणवास विष्णुशास्त्र्यांना पराकाष्ठेचा दुःसह होऊन राजसेवाशृंखलांतून आपला पाय काढून घेण्याविषयी त्यांचा निश्चय झाला. १८७८ त कृष्णशास्त्री वारले. १८७९ च्या एप्रिलमध्ये विष्णुशास्त्री चाकरी सोडण्याच्या बेताने आपले चंबूगबाळे आटोपून पुण्यास आले. चारपाच महिने काय करावे, कोणता धंदा काढावा अशा विचारात गेले. या सुमारास डेक्कन कॉलेजातील दोनतीन गृहस्थांचा सरकारी नोकरी न करता स्वतंत्रपणे लोकोपयोगी एखादे काम करण्याचा निश्चय झाला. नोकरी सोडून गावात शास्त्रीबोवा येऊन बसले आहेत असे कळल्याबरोबर सदरहू मंडळी त्यांस जाऊन भेटली व उभयतांच्या विचारे एक शाळा काढण्याचा विचार झाला; त्याप्रमाणे १८८० च्या जानेवारी महिन्यात 'न्यू इंग्लिश स्कूल' या नावाने मोरोबादादा फडणीस यांच्या वाड्यात शाळा घातली; ती आता कोणत्या स्थितीत आहे हे सांगायला पाहिजे असे नाही. शाळेस पुरे वर्ष झाले न झाले तो तिला आणखी

एकदोन गृहस्थ येऊन मिळाले. पाचसहा मंडळी एका हेतूने व एका मताने वागत असल्यामुळे शाळेचे काम आटोपून आणखीही काही करता येईल असे वाटल्यावरून शुद्ध इंग्रजी आणि शुद्ध मराठी अशी दोन वर्तमानपत्रे काढण्याचा विचार झाला व त्याप्रमाणे ८१ च्या जानेवारीत 'मराठा' व 'केसरी' हे बाहेर आले. या दोघांनी मिळून एका वर्षात महाराष्ट्र देशात केवढी चळवळ करून सोडली आहे, याचा वाचकांनीच विचार करावा. याखेरीज शास्त्रीबोवांचे खासगी धंदे जोराने चालले होते. 'निबंधमाला', 'किताबखाना', 'चित्रशाळा' वगैरे गोष्टी नेटाने चालल्याच होत्या. येणेप्रमाणे शास्त्रीबोवा ज्या उद्योगात व्यग्र असत त्यांची थोडीशी हकीकत झाली. शास्त्रीबोवांचे बहुतेक विचार त्यांच्या मालेतून आणि केसरीतून प्रसिद्ध आहेत; तेव्हा त्यासंबंधाने विशेष लिहावयाचे आहे असे नाही. पण ज्या गोष्टी अतिशय भिडस्त स्वभावामुळे शास्त्रीबोवा जिवलग मित्रांबरोबर कधीही काढीत नसत, त्यासंबंधाने येथे दोन शब्द लिहिण्याचा हेतू आहे.

आपल्या देशाचे पारतंत्र्य आणि दारिद्र्य ही शास्त्रीबोवांच्या अंत:करणाला जशी खात तसे दुसरे काही खात नसे. आपल्या लोकांची दैन्यावस्था पाहून त्यांचा जीव तिळतिळ तुटे. पारतंत्र्याला ज्ञान आणि दारिद्र्याला उद्योग हीच वस्ताद औषधे असे ते नेहमी म्हणत. लोकांना खरे ऐहिक सुख होण्याला त्यांची राज्यव्यवस्था कशी पाहिजे याचा विचार त्यांच्या मनात नेहमी घोळत असे. लोकांत विद्याप्रसार होऊन त्यांना राजकारणातील तत्त्वे कळावी व तदनुसार त्यांनी वर्तन ठेवून या हतभाग्य भरतखंडास त्यांनी एकदा तरी सुदिन आणावा, ही त्यांची बळकट इच्छा असे. परकीय लोक राज्य करीत असल्यामुळे आमचे लोक सत्त्वहीन होत जाऊन अप्पलपोटे, भेकड, हांजीहांजीखोर, मठ्ठ, निर्लज्ज, अभिमानशून्य असे झालेले पाहून त्यांच्या अंगाचा तिळपापड होई. परकीय या नात्याने इंग्रजांचा त्यांना अत्यंत कंटाळा असे; पण त्यांची करामत, दृढता, कौशल्य आणि उद्योग ही पाहून त्यांस त्यांचे पराकाष्ठेचे आश्चर्य वाटत असे. हिंदुलोकांचा, हिंदुधर्माचा, हिंदुरिवाजाचा - सारांश, ज्याला ज्याला म्हणून 'हिंदू' हे विशेषण लावता येईल त्याचा त्यांना मोठा अभिमान असे. सर्वांपेक्षा मराठी भाषेवर त्यांचे जे प्रेम असे ते काही पुसूच नये. एकसारखी सात वर्षे तिची उपासना करून त्यांनी तिला अगदी भारून टाकल्यासारखे केले होते. ज्याप्रमाणे प्रख्यात फ्रेंच ग्रंथकर्ता व्होलटेर याने एकदा कोरडा उचलला म्हणजे स्टॉकहोम व रोम आणि पीतर्सबर्ग ब लिस्बन यांच्या दरम्यान चटसारी मंडळी चळचळ कापत असे, त्याप्रमाणे शास्त्रीबोवांनी लेखणी उचलली की, रावसाहेब, रावबहादुरे, रेवरंडे, सरस्वती यांची पाचावर धारण बसे. आपल्या मागे आपले नाव चालविण्यास त्यांनी एक सप्तसंवत्सरा निबंधमाला कन्येखेरीज दुसरे काही ठेवले नाही. त्यांच्या त्या गद्य कृतीला 'स्फुरत्कलालापविलासकोमला' हे बाण कवीचे

वर्णन हुबेहूब लागते. कोणी एकदा शास्त्रीबोवांना असा प्रश्न केला होता की, असे कडक लेख लिहिण्यास तुम्ही कसे धजता? त्यावर त्यांनी असे उत्तर केले की, अगोदर तुरुंगात एक पाय ठेवून मग आम्ही देशोन्नतीसाठी आपली लेखणी हाती घेतली. एखाद्या वेळेस त्यांचा कल्पनाविहंग पूर्ण पंख पसरून भराऱ्या मारू लागला म्हणजे त्याला हिंदुस्थान देश स्वतंत्र होऊन प्रजासत्ताक राज्याखाली सुखाने नांदत आहे असे दिसे. पुनर्विवाह, बालविवाह, स्त्रीशिक्षण, स्त्रीस्वातंत्र्य, धर्मसंस्थापना, जातिभेद यासंबंधाने त्यांचे विचार जुन्या मताचे दिसत; परंतु ते वास्तविक रीतीने अगदी पुढे सरसावलेल्या सुधारकाप्रमाणे होते. फार कशाला, गेल्या 'केसरी'तील 'देशोन्नति' या सदराखालचा निबंध जो कोणी लक्ष लावून वाचील त्याला शास्त्रीबोवांचे जातिभेदासंबंधाने काय विचार होते हे सहज लक्षात येईल. इतके खरे आहे की, ते या विषयासंबंधाने फारसे कधी लिहीत नसत; पण लिहू लागल्यास वृद्ध पिढीचा रोष होईल म्हणून आपली खरी मते पुढे करण्यास ते कधीही भीत नसत. सारांश, हिंदुस्थानचे पारतंत्र्य नष्ट होऊन तो स्वराज्याखाली सुखी होण्याचे कोणतेही साधन असल्यास त्याला ते अडथळा घेणारे नव्हते.

बरवेप्रकरण चालू असता त्यांचा एकाएकी अंत झाला हे पाहून कोणी अधमांनी अशी कंडी उठविली की, कारभाऱ्याला भिऊन जाऊन त्यांनी आत्महत्या केली. असले नीच नरपुंगव कोणी असतील ते असोत. शास्त्रीबोवांना तर आपल्या लेखणीच्या सामर्थ्याविषयी अशी धमक होती की, प्रसंग पडल्यास तुरुंगातल्या तुरूंगांत 'असल्या शेपन्नास राजशत्रूंना सर्व महाराष्ट्राकडून मी 'छी थू' करून सोडीन' असे ते म्हणत असत.

शास्त्रीबोवांची ठळकठळक राजकीय व सामाजिक मते सांगण्यात आली. हिंदुस्थानच्या दारिद्र्याच्या संबंधाने त्यांची अशी खात्री झाली होती, की येथे व्यापारवृद्धी झाल्याविना आमच्या देशाचे डोके वर निघणार नाही. याच उद्देशाने त्यांनी सरकारी दास्याची रुपेरी बेडी तोडून घेऊन पुणे येथे स्वतंत्रपणाने वास्तव्य करण्याचा विचार केला व एकीकडे अध्ययन, अध्यापन आणि ग्रंथरचना यांत आपला कालक्रम करण्याचा निश्चय करून, दुसरीकडे आपल्या नजरेखाली छापखाना, चित्रशाळा, किताबखाना वगैरे कारखाने काढले. लवकरच काही खटपट करून कागदाचे एक यंत्रही आणविण्याचा त्यांचा विचार होता. हे धंदे त्यांनी द्रव्यसंपादनेच्छेने काढले असे नाही. कारण, द्रव्यसंबंधाने शास्त्रीबोवा जितके निरपेक्ष होते, तितका दुसरा पुरुष सापडणे कठीण. त्यांचा हेतू असा असे की, देशात कारखाने निघून लोकांस काम मिळावे व त्यांस भाकरीची वाण पडू नये. शास्त्रीबोवांनी वर जे कारखाने काढले त्यांत तरी त्यांचा एवढाच हेतू होता. त्यापासून स्वत:चा फायदा करून घेण्याची इच्छा त्यांनी कधी धरली नाही. त्यांचे असे म्हणणे असे, की बुद्धिवान आणि चतुर लोकांनी

मोठमोठे धंदे अंगावर चालू करावे आणि मग ते साधारण लोकांच्या हातात देऊन आपण त्यांपासून अलग राहावे. आम्हांस तर असे वाटते, की शास्त्रीबोवांसारखा हिम्मतवान, प्रशांत, गंभीर आणि निरपेक्ष मनुष्य अत्यंत विरळा असेल. कोणी हितचिंतक मित्र विनोदाने आमच्या गट्टीस ग्राज्वेट पंचायतन, ग्राज्वेट पांडव असे म्हणत. निष्ठुर मृत्यूने आम्हांपैकी आमचा भ्राता धर्मराज आज यमसदनास पाठविला व आमच्या बंधाचा ग्रंथमणी हिराविला ही गोष्ट खरी; तथापि आमची अशी उमेद आहे की, एकवार मनाचा निश्चय करून देशोन्नतीसाठी झटण्याचा केलेला संकल्प होता होईल तो ढळू देणार नाही. प्रथम आम्हांविषयी अशी भीती होती, की द्रव्यसंबंधाने आमच्यांत आपापसात कलागती लागून आमची जूट फुटेल. पुढे बरवे प्रकरण येऊन धडकले, तेव्हा तर कित्येकांना असे वाटले की, या ग्राजुएटांची फटफजिती होते! आणि आता तर आम्हांपैकी एकाने परलोकास प्रयाण केले! तेव्हा आम्हाविषयी लोकांच्या मनात नानातऱ्हेचे तरंग येऊ लागले यात नवल नाही. पण सर्वांनी एक गोष्ट लक्षात धरावी; ती ही, की आम्ही जो उद्योग आरंभिला तो लोकांनी घोड्यावर बसविलेल्या रडतरावाची मनोवृत्ती धारण करून आरंभिला नाही. हे काम आम्ही आपल्या आपखुषीने आणि आपसमजुतीने आमचे आम्ही आपल्या अंगावर घेतले; ते तडीला लावण्यासाठी आमच्याकडून होईल तितका प्रयत्न करण्यास आम्ही कधीही सोडणार नाही. देवाच्या किंवा दैवाच्या इच्छेपुढे इलाज नाही, अशा रीतीने मनाची खोटी समज घालून अशा लोकहिताच्या कामात प्रतिपक्षाची क्षमा मागण्याचे काम आमच्या हातून होणार नाही. अधिकार, धन, वजन यांपुढे टिकाव धरणे दुस्तर आहे हे आम्ही कबूल करतो; परंतु सत्याचा कैवार घेऊन शुद्ध अंत:करणाने लोकहितासाठी भांडणारांना कोणत्याही प्रकारची धास्ती बाळगण्याचे कारण आहे असे आम्हांस वाटत नाही; आणि असे असूनही प्रसंग येऊन बेतलाच, तर तो साहण्यास आम्ही कचरू अशी कोणीही शंका घेऊ नये. आमचे धैर्य आणि कार्यनिष्ठा ही कसास लागण्याची संधी आली आहे असे आम्ही समजतो. शास्त्रीबोवांचीच कथा काय; पण आम्हांपैकी एक जरी तळावर असला, तरी तो आम्ही सर्वांनी आरंभिलेले उद्योग अविच्छिन्न चालविण्यास होईल तितकी खटपट करील.

देशोन्नती, देशकल्याण वगैरे गोष्टी थोडीबहुत अंगास झीज लावून घेतल्याखेरीज फुकाच्या पोकळ गप्पा मारून होत नाहीत हे आम्ही पक्के समजत आहो. ती लावून घेण्यास आम्ही तयार आहो. प्रयत्न करणे आमचे काम आहे; यश येणे न येणे बाह्योपाधींवर अवलंबून आहे. त्याचा आम्ही विचार करीत नाही. एवढे सांगून व त्या महात्म्याला परलोकी सर्वोत्कृष्ट शांती आणि कल्याण चिंतून हा लेख आटोपतो.

◆

गुलामांचे राष्ट्र

राष्ट्राचे ऐक्य होण्यास लागणारा एक तरी गुण आम्हांत भरपूर आहे काय? धैर्य नाही, उत्साह नाही, बल नाही, ज्ञान नाही, तर्क नाही, उद्योग नाही, कला नाही, खरा देशाभिमान नाही, खरी धर्मश्रद्धा नाही, खरे बोलण्याची किंवा खरे आचरण करण्याची सवय नाही. सारांश, चांगले असे काही नाही. ज्याची त्याची अहोरात्र वर्तमान क्षुद्र स्वार्थावर दृष्टी लागली असल्यामुळे आपल्या विचाराचा व आचाराचा भावी संततीवर काय परिणाम होणार याचा कोणीही फारसा विचार करीत नाही. उदाहरणार्थ, अलीकडील राष्ट्रसभेची चळवळ घ्या. ही चळवळ आम्हांस सर्वथैव कल्याणकारक व्हावी अशी तिची योजना केली आहे. कोणालाही उघडपणे या चळवळीत जाऊन मिळण्यास हरकत नाही. असे असून तीविषयी केवढी हेळसांड ती पाहा! अगदी खालच्या प्रतीच्या लोकांनी अजून तिचे नावही ऐकले नसेल. तेव्हा त्यांच्याकडून तिला द्रव्यद्वारा मदत होण्याची अपेक्षा करणे म्हणजे दुधाच्या आशेने पारड्या गाईचे आंचळ ओढीत बसण्यासारखे होय! जे मध्यम प्रतीचे लोक आहेत व ज्यांना या संस्थेचे महत्त्व समजत आहे तेदेखील हिला हवी तेवढी मदत करीत नाहीत हे आश्चर्य नव्हे काय? यांच्या कांसा शुष्क नाहीत; पण राष्ट्रसभा हे आपले वासरू आहे, असे यांस वाटत नसल्यामुळे हे आपल्या कांसेला त्यांस बिलकूल तोंड लावू देत नाहीत! पण याहीपेक्षा विशेष चमत्कार व विस्मय वाटण्यासारखी गोष्ट ही की, ज्या ह्यूमसाहेबाने ही राष्ट्रसभा अस्तित्वात आणली आणि आपले सामर्थ्यसर्वस्व खर्च करून तिचे हरएक प्रकारे आज सात वर्षे संरक्षण केले, त्यावर त्याच्या जातभाईंनी राजद्रोहाचा बडगा उचलताच आमच्यांतले शहाणेसुरते म्हणविणारे काही लोकही त्यावर तुटून पडू लागले! खासा न्याय! खासे धैर्य! खाशी देशभक्ती! हिंदुस्थानच्या काळचे उत्पन्न सुमारे वीस कोटी रुपये आहे, व तेवढाच लष्करी खात्याचा खर्च आहे. हिंदुस्थानच्या सैन्याइतके महागडे सैन्य दुसऱ्या कोणत्याही देशात नाही व या सैन्यावर होणाऱ्या धिप्पाड खर्चाचा बराच भाग हिंदुलोकांच्या खिशांत पडत नाही. जवळजवळ याचप्रमाणे इतर खात्यांचीही व्यवस्था आहे. त्यामुळे हिंदुस्थानच्या पाऊणशे किंवा ऐंशी कोटी उत्पन्नापैकी सुमारे दोन-तृतीयांश उत्पन्नापासून आम्हांस द्रव्यद्वारा कवडीचाही मोबदला मिळत नाही, असे म्हणण्यास हरकत नाही. असा

प्रकार एक वर्ष नाही, दोन वर्ष नाही, सुमारे शंभर वर्षे चालला आहे. या शंभर वर्षांत हिंदुस्थानचे उत्पन्न सरासरीने चाळीस कोटी पडले असे धरले, आणि त्याचा फक्त अर्धा भाग प्रतिवर्षी इंग्लिश लोकांच्या खिशांत अचानक पडला असे मानले तरी एका शतकात दोन निखर्व रुपये या देशातून परदेशात गेले असा हिशेब होतो. ज्या देशाच्या द्रव्याला असा पाझर लागला आहे. त्या देशातील लोकांना अन्नान्नदशा प्राप्त होणे हे किती स्वाभाविक आहे? इंग्रजी राज्यापासून या देशावर घडणाऱ्या या भयंकर परिणामाची पुरी कल्पना ज्यांच्या मनात पक्की बिंबली असेल, त्यांना आणखी पाच-पंचवीस वर्षे असाच क्रम चालू राहील तर हिंदुस्थानातील लोक एकमेकांस खाऊ लागतील; किंवा भुकेच्या दु:सह यातनांमुळे बेफाम होऊन जाऊन ते आपल्या राज्यकर्त्यांचे जू झुगारून देण्यास प्रवृत्त होतील, असे डोळ्यांपुढे ढळढळीत दिसून आल्यावाचून राहील काय? व ज्याच्या अंत:करणात खऱ्या देशाभिमानाचा व खऱ्या मनुष्यपणाचा काही अंश आहे, त्याला ही गोष्ट उघडपणे बोलल्यावाचून राहवेल काय? ह्यूमसाहेबांनी आपल्या पत्रात याहून अधिक काय म्हटले आहे? हिंदुस्थानच्या भयप्रद दारिद्र्याचे त्यात जे भयंकर चित्र काढले आहे ते खोटे आहे, असे म्हणण्याची कोणाची छाती आहे? दादाभाई नौरोजी, सर एव्हलिन बेअरिंग, डॉक्टर हन्टर, सर चार्लस डिल्क वगैरे बहुश्रुत गृहस्थ तर राजद्रोही नाहीत ना? पण त्यांनी प्रसिद्ध केलेल्या हिशेबावरूनही असे उघड होते की, ब्रिटिश अमलातील मनुष्याचे वार्षिक उत्पन्न सरासरीने तीन रुपयांपेक्षा अधिक नाही; तसेच हिंदुस्थानातील निम्मे किंवा दोन-तृतीयांश लोक अर्धपोटी सारा जन्म काढतात! राजनिष्ठ लोकांनी अशी जबानी दिली असून, अँग्लो - इंडियन पत्राबरोबर आमच्या लोकांनी ह्यूमसाहेब अतिशयोक्ती करतात, ह्यूमसाहेब पराचा कावळा करतात, वार्धक्यामुळे ह्यूमसाहेबांना वेड लागल्यासारखे झाले आहे असे बरळणे हा केवढा प्रमाद व कृतघ्नपणा होय! चार साहेबलोकांकडून बरे म्हणवून घेण्यासाठी हिंदुस्थानच्या व इंग्लंडच्या खऱ्या हितचिंतकांवर अशा रीतीने उलटून पडणे हे आम्हा भेकड, लोभी, अविचारी व स्वार्थी हिंदू लोकांशिवाय दुसऱ्या कोणाच्यानेही होण्यासारखे कर्म नाही. ज्यांनी ह्यूमसाहेबांस भ्रमिष्ट ठरविले आहे, त्यांनाच तसे ठरविणे विशेष उचित होणार आहे. ह्यूमसाहेबांसारखी आमची आम्हांस कळकळ असती तर राजद्रोहाचा किंवा दुसरा कसलाही आरोप आपणांवर आणून घेण्यास व त्याचे परिणाम साहण्यास आम्ही तयार झालो असतो. ह्यूमसाहेबांस बेवकूफ ठरविणाऱ्या या वृद्ध शहाण्यांना एवढे तरी समजायला पाहिजे होते की, ह्यूमसाहेबांस अगोदर फाशी चढविल्याशिवाय फासाचे पदर आपल्या गळ्याभोवती बसवण्याचा संभव नाही. पण इतके धैर्य आमच्या अंगी असते तर आमची सांप्रतची दास्यावस्था आम्हास कोठून आली असती?

कोणताही नवीन प्रघात रूढ होण्यापूर्वी त्याला तीन पहाऱ्यांतून जावे लागते.

पहिला पहारा मनाचा, दुसरा वाणीचा आणि तिसरा आचरणाचा. यांपैकी प्रत्येक पहाऱ्यातून जात असता त्याला 'मज्जाव' झाल्याखेरीज राहत नाही! लोकोत्तर पुरुषांची गोष्ट एकीकडे राहूद्या, शेकडा नव्याण्णव लोकांस नवीन कल्पना सुचत नाही व सुचली तरी तिला डोक्यात थारा द्यावा असे त्यांस वाटत नाही. सामान्य मनुष्याचे डोके पूर्वापार चालत आलेल्या व लहानपणापासून अनेक द्वारांनी संपादिलेल्या साधारण कल्पनांनी ठिक्कीसारखे गच्च भरून गेलेले असते. त्यात एखादी नवीन कल्पना शिरू देण्यास त्याला अतिशय प्रयास पडतात. खच्चून भरलेल्या व सुतळीने तोंड शिवलेल्या पोत्यांचे दोन टाके तोडून त्यातील पायली-दोन पायली धान्य बाहेर काढल्याशिवाय ज्याप्रमाणे त्यात नवीन धान्य साठविणे शक्य नसते, त्याप्रमाणे वेड्यावाकड्या विचारांनी ज्याच्या मनातील तीळन् तीळ जागा व्यापून टाकली आहे त्याच्या मनातील वतनदार होऊन बसलेल्या काही विचारांस हुसकून लावल्याशिवाय तेथे नवीन विचारांची डाळ मुळीच शिजत नाही! कोणतीही गोष्ट आचारात आणण्यापूर्वी किंवा तिजविषयी लोकांत चर्चा सुरू करण्यापूर्वी ती चांगली आहे अशी ज्याच्या त्याच्या मनात पक्की खात्री झाली पाहिजे. मनुष्य एकांतात बसला आहे, स्वच्छ उदकाप्रमाणे किंवा आरशाप्रमाणे मनाचे दर्पण पुढे मांडले आहे आणि त्यात प्रतिबिंबित झालेल्या विचारांचे व कल्पनांचे हुबेहूब स्वरूप अवलोकन करीत आहे अशा स्थितीत एखाद्या आगंतुक विचाराचे प्रतिबिंब त्या दर्पणात पडू देऊन त्याच्या रूपाची व आकाराची इतरांच्या रूपाशी व आकाराशी तुलना करण्यास त्याला भीती कशासाठी वाटावी? अभ्यासाच्या खोलीचे दार लावून घेऊन मनाच्या कपाटाची दारे खुली टाकण्यास व त्यातून पाहिजे त्या विचारास बाहेर पडू देण्यास व पाहिजे त्यास आत शिरू देण्यास ज्याची छाती होत नाही, तो मनुष्य कुजक्या कस्पटापेक्षाही नादान होय असे म्हणण्यास हरकत नाही. पण असलेच मनुष्य जगाच्या सांप्रत स्थितीत जेथे तेथे फार आढळतात; निदान हिंदुस्थानात तरी ते असावे त्यापेक्षा फार फाजील आहेत; आणि हा फाजीलपणाच आमच्या चिरकालीन दैन्यावस्थेस आद्य कारण झाला आहे. स्वतंत्रपणे विचार करता करता तो बोलून दाखविण्याचे धैर्य येते व बोलता बोलता क्रिया करण्याचीही इच्छा उत्पन्न होते. मनाच्या देवडीतून जी कल्पना जोराने निसटते ती वाचेच्या किंवा कायेच्या देवडीवरील रखवालदारास फारशी डगमगणारी नसते! मनातल्या मनात पाहिजे त्या विषयाविषयी हवा तसला विचार करण्यास कशाचीही भीती नसता, पुष्कळांची मने तसे करण्यास का कचरतात कोण जाणे. बहुधा त्यांना अशी दहशत वाटत असेल, की जे विचार लोकमताने अश्लाघ्य किंवा त्याज्य मानले आहेत, त्यांना आपण आपल्या मनात आश्रय दिला तर कदाचित आपल्या मनातील चांगल्या विचारांस ते हुसकून लावून त्यांची जागा बळकावतील; आणि या आगंतुकांचे एकदा का वर्चस्व झाले म्हणजे

आपल्या तोंडावाटे ते बाहेर पडू लागतील; आणि न जाणो आपल्या आचरणावरही त्यांचा परिणाम होऊ लागून त्याबद्दल लोक आपणांस दूषण देऊ लागतील. नवीन विचाराविषयी मनुष्यांच्या मनात जी दुर्मुखता दृष्टीस पडते तिचे खरे कारण हेच असेल व त्यामुळे इतके लोक विचाराच्या कामी गतानुगतिक होत असतील, तर आज आम्हांस जी स्थिती प्राप्त झाली आहे ती अगदी स्वाभाविकपणे प्राप्त झाली आहे असे म्हटल्यावाचून गत्यंतर नाही; कारण, या देशात अशाच लोकांचा भरणा फार आहे व या भरण्याचे प्रमाण असेच राहणार असेल, तर या देशाचे डोके वर निघण्याची आशा करणे शुद्ध वेडेपण होय. पृथ्वीवर आजपर्यंत जे स्वतंत्र व सुखी देश होऊन गेले आणि आजमितीस ज्या देशांत ती सुखे नांदत आहेत, त्या देशांत मधून-मधून स्वतंत्रपणे विचार करणारे अनेक पुरुष होऊन गेले व होत आहेत हे स्पष्टपणे दाखविता येणार आहे. अशा पुरुषांकडून वेळोवेळी बऱ्यावाईटाची चर्चा झाल्याखेरीज कोणत्याही देशाची प्रगती होण्याचा संभव नाही. अपसर्गकारी कारणांचा लय आणि उत्सर्ग कारणांची उत्पत्ती व अभिवृद्धी झाल्याशिवाय जिला आपण सुधारणा म्हणतो ती कशी होणार? ज्या गोष्टीपासून त्रास किंवा अडचण होते त्या दूर करणे, आणि ज्यापासून सोय व सौख्य होते त्या जवळ आणणे याचेच नाव सुधारणा. तेव्हा चांगल्या गोष्टी कोणत्या व वाईट कोणत्या याचा विचार करण्यास जर कोणी तयार नसेल व यदाकदाचित तसे करण्यास कोणी प्रवृत्त झाला असता त्याची विटंबना होईल, तर चांगल्या-वाईटाचे परीक्षण होणार कसे, आणि जे चांगले असेल ते लोकांपुढे येऊन ते त्यांच्या अंगीकारास पात्र होणार कसे? कोणतीही गोष्ट अमलात आणण्यापूर्वी तिचा हवा तितका खल करण्यास आमची बिलकूल हरकत नाही; इतकेच नाही, तर तसे झाल्याखेरीज सामान्य लोकांनी कोणत्याही नवीन गोष्टीचा स्वीकार करू नये असे आमचे मत आहे. पण जेवढे जुने तेवढे निर्दोष व चांगले असा आग्रह धरून बसून जर कोणी नवीन गोष्टीचे चिंतन व चर्चा करणार नाही तर रूढ विचारांतले व आचारांतले प्रमाद दूर होणार कसे व नवीन विचारांचे व आचारांचे चांगुलपण प्रस्थापित होऊन ते रूढ होणार कसे? आपल्या देशातील लोकांस नवीन विचारांची जशी भीती वाटते, तशी दुसऱ्या कोणत्याही देशातील लोकांस वाटत नसेल. उदा., देव आहे किंवा नाही हा प्रश्न आपला आपणांस विचारण्याची कितीकांची छाती होणार आहे? तसेच, वेद पौरुष आहेत की अपौरुष आहेत, जातिभेद अस्तित्वात कशामुळे आले व ते चटसारे मोडून टाकले असता काय परिणाम होतील, मुंज, लग्न वगैरे संस्कार केव्हा, कोणी व कशासाठी स्थापले आणि ते मुळीच नाहीसे केले तर काय होईल, पुरुषांप्रमाणे स्त्रियांनी अविवाहित राहण्यास, किंवा वाटेल तेव्हा हवे त्याशी लग्न करण्यास काय हरकत आहे, पुरुषांप्रमाणे स्त्रियांस सारे राजकीय हक्क का देऊ नयेत, एका बायकोने पाच-चार

नवरे करण्यास अथवा दहापाच लोकांनी पाच-चार बायका ठेवण्यास किंवा करण्यास प्रत्यवाय का असावा, जेवढी रोगी व कुरूप मुले अस्तित्वात येतील तेवढी एकदम मारून टाकण्याबद्दल कायदा का नसावा, ज्या रोग्यांचे रोग वैद्यांच्या मताने असाध्य ठरतील व ज्या रोग्यांचे जीवित रोगांच्या असह्य यातनांमुळे अत्यंत कष्टमय झाले आहे अशांस विष किंवा गोळी घालून यातनामुक्त का करू नये, रक्तपितीच्या रोग्यासारखे रोगी मोठ्या नदीत किंवा समुद्रात बुडवून त्या रोगाचा बीमोड करण्यास काय हरकत आहे, पाहिजे त्याला पाहिजे त्या स्त्रीशी समागम करण्याची परवानगी दिल्यास काय परिणाम घडतील, व्यक्तीचा अथवा कुटुंबाचा संपत्तीवरील हक्क नाहीसा करून देशातील साऱ्या संपत्तीचे सारे लोक समाईक मालक का न मानावे, आळीपाळीने साऱ्यांस साऱ्या तऱ्हेची कामे करण्यास लावून उच्चनीचत्वाचा भाव मोडून टाकण्याचा प्रयत्न का करू नये, लोकसत्ताक राज्यपद्धतीशिवाय इतर प्रकारच्या राज्यपद्धती नाहीशा करण्यास काय हरकत आहे वगैरे प्रश्नांचा आपापल्या मनाशी शांतपणाने विचार करण्याची गोष्ट तर राहूच द्या, पण असले प्रश्न कानांवर पडल्याबरोबर ज्यांचे धाबे गडबडणार नाही व हे ऐकल्याने आपल्या हातून मोठे पाप घडले असे ज्यांस वाटणार नाही असे किती लोक सापडणार आहेत? तथापि, एका काळी वैभवाच्या शिखरास चढलेल्या युरोपातील कित्येक देशांतल्या तत्त्ववेत्त्यांनी, मनुष्याने आपल्या आईशी किंवा सख्ख्या बहिणीशी लग्न करण्यास काय हरकत आहे किंवा ज्याला त्याला लग्न करण्याची व संतती वाढविण्याची सदर परवानगी असण्यापेक्षा ज्याप्रमाणे जातिवंत घोडे उत्पन्न करण्यास आपण विशेष प्रकारची व्यवस्था करतो, त्याप्रमाणे सुदृढ व स्वरूप मनुष्य उत्पन्न करण्यासाठी मनुष्य - पोळ संस्थानच्या खर्चाने का ठेवू नयेत अशाही प्रश्नांचा यथास्थितपणे विचार केला आहे. इतकेच नाही तर त्या प्रश्नांस त्या तत्त्ववेत्त्यांनी जी उत्तरे दिली आहेत त्यांच्या अनुरोधाने, त्या देशांतील राज्यकर्त्यांनी अनेक विलक्षण संस्था स्थापून त्या देशाच्या विचारावर, नीतीवर, वर्तनावर व इतिहासावर आश्चर्यकारक परिणाम घडवून आणला. युरोप खंडातील जुन्या ग्रीक लोकांसारखे लोक या पृथ्वीतलावर पुन: अवतरतील किंवा नाही याची बरीच शंका आहे. या अद्भुत लोकांनी आपल्या विचारविहंगमास पाहिजे तेवढ्या उंचीच्या भराऱ्या हव्या त्या दिशेने मारू दिल्यामुळे, ते पराकाष्ठेचे काल्पनिक लोक ठरले आहेत; इतकेच नाही तर त्यांनी आपल्या शौर्याने जे पराक्रम केले व बुद्धिसामर्थ्याने ज्या अनेक शास्त्रांचे पाये घातले ते आज अडीच-तीन हजार वर्षांनंतर शोधक विचारी लोकांच्या प्रशंसेस पात्र होत आहेत! तसेच, राजकीय विषयांत रोमन लोकांनी जी कीर्ती संपादली, ती मनुष्यजातीच्या अंतापर्यंत टिकेल असे खात्रीने म्हणता येणार आहे. युरोपातील अर्वाचीन राष्ट्रे आज हजार - पाचशे वर्षे प्लेटो, ॲरिस्टॉटल, जस्टिनिअन वगैरेंच्या ग्रंथांचे प्रेमपुरस्सर चालन व अध्ययन

करीत आहेत, पण अजून त्यांची तृप्तीच झाली नाही; तेव्हा त्यांचा त्यांस कंटाळा येण्याचे नाव कशाला पाहिजे? बरे, पण अलीकडील युरोपिअन लोकांना ग्रीक व रोमन लोकांविषयी एवढी पूज्यबुद्धी आहे म्हणून ते त्यांचे दोषाविष्करण करण्यास मागेपुढे पाहतात असे मात्र कोणी समजता कामा नये. त्यांच्या करामतीबद्दल ते त्यांची अतिशय प्रशंसा करतात हे जरी खरे आहे तरी त्यांची प्रमादस्थले ते कधीही छपवीत नाहीत. असा प्रकार कोणाकडून झालाच, तर तो थोडाबहुत तिकडील धर्माभिमान्यांकडून होतो! आमची गोष्ट याहून अगदी निराळी आहे. जे जे म्हणून जुने आहे ते ते सारे आम्हांस निर्दोष, पूज्य व संरक्षणीय वाटते. आमच्या मनाच्या या खोडीमुळे जमिनीत खोल पुरलेल्या खांबाप्रमाणे आमची स्थिती झाली आहे! जुन्या वेदान्तापलीकडे वेदान्त नाही, जुन्या गणितापुढे गणित नाही, जुन्या अलंकाराहून अलंकार नाही, जुन्या व्याकरणापुढे गती नाही, जुन्या न्यायापेक्षा दुसऱ्या न्यायात अर्थ नाही! असल्या भ्रमामुळे आमचे डोळे बांधल्यासारखे होऊन आज कित्येक शतके तेल्याच्या बैलाप्रमाणे आम्ही जुन्या शास्त्रांच्या आणि पुराणांच्या घाण्याभोवती घिरट्या घालीत आहो! हे आमचे परिभ्रमण केव्हा संपेल ते संपो; पण यातून सुटका झाल्याखेरीज कोणत्याही शास्त्रात किंवा कलेत आमचे पाऊल पुढे पडण्याचा संभव नाही! सायणाचार्य, पाणिनी, म्मट, दंडी, चरक, सुश्रुत, भास्कराचार्य वगैरे फार मोठे पुरुष होऊन गेले असे रोज सकाळी उठून म्हणा, आणि त्यांस व त्यांच्या ग्रंथांस पाहिजे तर साष्टांग नमस्कार घाला; पण यापलीकडे त्यांच्या नावाचे पोवाडे गात बसण्यात किंवा त्यांच्या ग्रंथांना पुन:पुन्हा प्रेमाने कवटाळण्यात काय अर्थ आहे? त्यात जेवढा ग्राह्यांश असेल तेवढा अलबत घ्या व त्याचे काळजीपूर्वक रक्षण करा. पण त्यांच्या कृतीत जी दोषस्थळे असतील ती काढून टाकून तीत नवीन भर टाकण्याचा प्रयत्न केल्याशिवाय तुमचा निभाव कसा लागेल? पुढील उपमेबद्दल कदाचित कोणास वाईट वाटेल, पण सारासार विचार करता एखाद्या पराक्रमी पुरुषाच्या बहुभाष विधवेप्रमाणे आम्हा भारतीयांची स्थिती झाली आहे असे आम्हांस वाटते! पतिनिधनामुळे नवीन संतानाची आशा खुंटलेली ती गतभर्तृका ज्याप्रमाणे असलेल्या अपत्यांचे दृढालिंगन करून 'आमचे पुरुष असे होते, आमच्या पुरुषांनी तसे केले' अशा प्रकारचे गुणानुवाद गाण्यातच आपले समाधान मानून घेते व आपल्या जीविताची कृतार्थता समजते, त्याप्रमाणे जुन्या थोर पुरुषांचे गुण गाण्यातच आमच्या पुरुषार्थाची परमावधी होऊन बसली आहे!

◆

काळजापर्यंत पोहोचलेली जखम

आमच्या राज्यकर्त्यांस आमच्याच फायद्याकडे लक्ष द्यावयाचे असते तर गोष्ट निराळी होती. पुष्कळदा आमच्या फायद्यापेक्षा त्यांना आपल्या देशाच्या व देशबांधवांच्या फायद्याकडे विशेष नजर पुरविणे भाग पडते! त्यांनी असे करावे हे अत्यंत स्वाभाविक आहे. पण व्यापारदृष्टीने पाहता इंग्लिश लोकांचा जो फायदा तो आमचाही फायदा असणे स्वाभाविक नाही. जे काम आमचे आम्हांस करता येण्यासारखे आहे ते आमचे आम्ही न करता स्वस्थ बसलो आणि ते दुसऱ्याकडून करून घेतले तर त्याबद्दल दुसऱ्यास जे वेतन, रोजमुरा किंवा किंमत द्यावी लागेल तिच्या मानाने आमचे नुकसान होणार आहे. या किमतीबद्दल आम्हांस विश्रांती मिळेल ही गोष्ट खरी, पण पोट भरलेले असले तरच विश्रांती सुखावह होते. लहान मुलांस भूक लागली असता ती रडत उठतात हे सर्वांस ठाऊक आहेच; व या गोष्टीत लहान मुलांप्रमाणे थोरांचीही स्थिती आहे. पोटात कावळे कोरू लागले असता स्वस्थ बसण्यापासून सुख कसे होणार? भुकेच्या यातनेपेक्षा कामाचे श्रम सहज साहण्यासारखे आहेत. इंग्लिश लोकांनी आमचा व्यापारधंदा आटोपल्यामुळे निरुद्योगापासून होणारे हाल आम्हांस सोसावे लागत आहेत. यावर कोणी असा प्रश्न विचारतील की, इंग्लिश लोकांस तुम्ही आपले धंदे नाहीसे करू का दिलेत? याचे उत्तर एवढेच आहे की, ज्या कारणामुळे आम्ही आपले राज्य त्यांना घेऊ दिले, त्याच कारणामुळे आम्ही आपले धंदेही आटोपू दिले! आणि राज्य परत मिळविण्यासाठी ज्या प्रकारच्या खटपटींचा उपक्रम आम्ही केला आहे त्याच प्रकारच्या खटपटी व्यापारधंदा फिरून हाती येण्यासाठीही चालविल्या आहेत. एक दुसऱ्याशी संलग्न आहे; तेव्हा साध्य होणार असतील तर दोन्ही एकाच क्रमाने साध्य होत जातील! भेद इतकाच आहे की, व्यापार - धंद्याच्या संबंधाने आम्हांस आमच्या सरकारशी विशेष राजरोसपणाने भांडता येते. तथापि हे भांडण घालीत असता ही गोष्ट ध्यानात ठेवली पाहिजे, की आधिभौतिकदृष्ट्या इंग्रज लोकांस हिंदुस्थानच्या राज्यापेक्षा हिंदुस्थानशी व हिंदुस्थान हाती असल्यामुळे सर्व आशिया खंडाशी करता येत असलेल्या व्यापारापासून अधिक फायदा होत आहे. तेव्हा जर आम्ही आपल्या व्यापाराचे पुनरुज्जीवन मनापासून करू लागलो, तर त्यांना उघडपणे जरी त्याला प्रत्यवाय करता येणार नाही तरी आमचा

सगळा व्यापार आमच्या हाती फिरून पडू देण्यापेक्षा आमचे राज्य ते आम्हांस अधिक आनंदाने परत देतील! आम्हा हिंदू लोकांस युरोपिअन किंवा अमेरिकन लोकांप्रमाणे नाना तऱ्हेच्या अनेक वस्तूंचा उपभोग घेण्याची हौस लागलेली नाही व त्या मानाने त्या वस्तू उत्पन्न करण्यास लागणारी चलाखी आमच्या येथे दृष्टीस पडण्याचा संभव नाही हे जरी खरे आहे, तरी ज्या थोड्या वस्तू आम्हांस लागतात, व ज्यांचा खप आम्हांमध्ये अधिकाधिक होत आहे त्या सर्व सरकारने काही वर्षे मदत दिल्यास येथल्या येथे कमी खर्चाने करता येण्यासारख्या आहेत हे त्यांना ठाऊक नाही किंवा समजत नाही असे नाही. पण व्यापाराच्या कामात सरकारने हात घालू नये हा सामान्य औपपत्तिक नियम - त्याचे मिष करून ते आमच्या व्यापाराकडे ढुंकूनदेखील पाहत नाहीत असे म्हणण्यास हरकत नाही. तथापि दिवसेंदिवस अधिकाधिक कंगाल होत जाणाऱ्या पंचवीस कोटी प्रजेचे बिनबोभाट राज्य करणेही काही सोपे नाही. विहिरीत पाणी नसेल तर ते पोहोऱ्यात येण्याचा संभव नाही, हे आमच्याप्रमाणे त्यांसही चांगले समजते. तेव्हा प्रजेची हलाखी दृष्टीस पडू लागली म्हणजे तिच्या चौकशीसाठी एखादे कमिशन नेमावे, शेतकऱ्यांस काही सूट किंवा तगाई द्यावी, करात एखादा फेरफार करावा, शेतकीची सुधारणा करण्याचे अवडंबर घालून कोठे एखादा कालवा काढ, कोठे तळे बांध, कोठे विहीर खण, कोठे कापसाचे किंवा गव्हाचे बी वाट, कोठे शेतकीचे प्रयोग करण्यासाठी एखादे फार्म (शेत) तयार कर, कोठे झाडे लाव, कोठे तोफा तोडून पाऊस पाडण्याचा प्रयत्न कर, कोठे गुरांचे इस्पितळ घाल, कोठे खताचे प्रयोग करून दाखीव, कोठे सावकाराला ओरबाडून शेतकऱ्याला वाचविण्याचा प्रयत्न कर, कोठे शेतकीची व्यवस्था पाहणारे खाते काढून त्यावर हुशार पण भारी पगाराचे अधिकारी नेम, कोठे रस्ते कर, कोठे झाडाचे छाट तोडू दे व जंगलातील गवत मोफत किंवा हलक्या किमतीने नेऊ दे, कोठे शेतीस व जनावरांस लागणाऱ्या मिठासारख्या वस्तूंवरील कर थोडाबहुत कमी कर याप्रमाणे निरनिराळ्या ठिकाणी निरनिराळ्या प्रसंगी क्षुद्र सुधारणा करण्यात येतात. पण अशाने कोठे अन्नास मोताद झालेली व उपाशी मरू लागलेली कोट्यवधी माणसे खाऊनपिऊन सुखी होणे शक्य आहे काय? काळजापर्यंत जाऊन ठेपलेली जखम नुसत्या मलमपट्टीने कशी भरेल? प्रसंगविशेषी काही काही विशिष्ट कारणामुळे अशी जखम एकाएकी वाहू लागली तर कदाचित असल्या पट्ट्यांनी तिचे तोंड काही वेळ दाबून धरवेल; पण पुन: काही कारण झाले की ती फिरून वाहू लागणारच. यासंबंधाने आमची प्रकृती बरीच दुरुस्त होण्यास आम्हांस चारदोन चांगलीच टॉनिके (रक्तवर्धक व शक्तिवर्धक औषधे) मिळाली पाहिजेत. कापूस, धान्य, लोखंड, तांबे, जस्त, पितळ वगैरे अत्यंत उपयोगी धातू, शेतकीस व इतर साध्या धंद्यास लागणारी यंत्रे वगैरे पाच-चार स्थूल वस्तूंचे व्यापार पूर्णपणे आमच्या हाती आल्याशिवाय

आम्ही आपली कात टाकून ताजेतवाने होऊ शकणार नाही. असले व्यापारच आमची रक्तवर्धक औषधे होत; पण ही आम्हांस आमच्या राज्यकर्त्यांपासून मिळण्याचा फारसा संभव दिसत नाही. फ्रान्स, युनायटेड स्टेट्स, जर्मनी, इटली, रशिया, जपान, स्वित्झर्लंड - फार काय, खुद्द इंग्लंड वगैरे देशांनी आपल्या व्यापाराच्या बाल्यावस्थेत त्याच्या वाढीकरिता सरकारच्या मार्फत काय काय प्रयत्न केले व अजूनही त्या त्या देशातील तारुण्याप्रत पावलेल्या व्यापारास प्रत्यक्ष व अप्रत्यक्ष केवढी मदत मिळत आहे हे पाहिले तर, इंग्लंडच्या व्यापारास धक्का बसेल या भीतीने आमच्या व्यापारास मिल्लसारख्या अर्थशास्त्र्यांनी ज्या प्रकारच्या उत्तेजनाची आवश्यकता व संयुक्तिकता आपापल्या ग्रंथांत प्रतिपादिली आहे व ज्या प्रकारचे उत्तेजन अमेरिकेतील स्वतंत्र संस्थानांच्या किंवा जपानच्या सरकारी अधिकाऱ्यांनी आपल्या व्यापारास देऊन त्यांची भरभराट करून सोडली आहे, त्या प्रकारचे उत्तेजन आमच्या व्यापारास देण्याबद्दल येथल्या किंवा इंग्लंडातल्या प्रमुख अधिकाऱ्यांपुढे तुम्ही केव्हाही गोष्ट काढली तर ते आपल्या दोनही कानांवर घट्ट हात ठेवून दांभिकपणाने 'शांतं पापम्' या मंत्राचा जप करीत सुटतील! जणूकाय लोकांच्या पैशाने लोक 'करा म्हणून प्रार्थना करीत असलेली' गोष्ट करण्यास प्रवृत्त होणे हे महापातक आहे! आमच्या व्यापारास व शेतकीस अर्थशास्त्राचे उल्लंघन न करता कोणत्या रीतीने मदत करता येईल याची चिकित्सा मि. जस्टिस तेलंग, रा.ब. रानडे, दादाभाई नवरोजी वगैरे अनेक अनुभविक शास्त्रज्ञ विचारी गृहस्थांनी केली आहे तिचा काय उपयोग? निजलेल्यास जागे करणे शक्य आहे, जागृयास जागे कोण करू शकेल? इंग्लिश लोकांच्या मनोधर्मात एकाएकी प्रचंड क्रांती झाल्याशिवाय त्यांच्या अंत:करणात जपान किंवा युनायटेड स्टेट्स येथील सरकारप्रमाणे आमच्या व्यापारवृद्धीविषयी कळकळ उत्पन्न होईल अशी आशा करणे व्यर्थ आहे.

◆

मूळ पाया चांगला पाहिजे

धर्मसुधारणा, आचारसुधारणा, राजकीय सुधारणा वगैरे सर्व केवळ व्यवस्थेकरिता केलेले आहेत. त्यांपैकी अमुकास पहिला नंबर, अमुकास दुसरा नंबर, अमुकास तिसरा नंबर असे काही ठरविता येणार नाही. ते सर्व मनुष्यांच्या वेगळाल्या व्यवहाराचे व्यंजक होत व त्या सर्वांची एकसमयावच्छेदेकरून सुधारणा होत जाणे म्हणजेच मनुष्याची किंवा त्यांनी बसविलेल्या राष्ट्रांची सुधारणा झाली असे म्हणता येईल, हे आम्ही वेळोवेळी दाखविलेच आहे. परंतु ते सर्वांस संमत नाही असे भोवतालच्या स्थितीवरून दिसते. कित्येकांस वाटते की, राजकीय सुधारणा सोपी आहे. सामाजिक सुधारणेविषयी जशी रणे पडतात तशी या राजकीय सुधारणेची गोष्ट नाही. त्याविषयी सर्व लोकांचे एकमत आहे. याकरिता सामाजिक सुधारणेविषयी व्यर्थ खटपट करून लोकांच्या शिव्याशापास पात्र होण्यापेक्षा व आपसात कलह माजवीत बसण्यापेक्षा सर्वांनी एकदिलाने राजकीय सुधारणेच्या मागे लागावे हा उत्तम पक्ष होय. वरील उपदेश योग्य आहे अशी आमची खात्री असूनही लोकसमुदायास न रुचणाऱ्या गोष्टी आम्ही आग्रहाने पुढे आणीत असतो तर त्यात आमचाच दोष झाला असता; परंतु वरील उपदेश करणारांनी नुसती वरवर नजर दिली आहे. त्यांनी शांतपणाने विचार केला असता त्यांचे मत खचित आमच्याप्रमाणे झाल्यावाचून राहणार नाही, व ते होईपर्यंत ज्या राजकीय सुधारणेपासून आपले सर्व पुरुषार्थ आपणांस प्राप्त होतील अशी कित्येकांची समजूत आहे ती राजकीय सुधारणाही होणे शक्य नाही, हे आम्ही दाखवणार आहो.

राजकीय सुधारणा आम्हांस पाहिजे असे आम्ही का म्हणतो? तर त्यापासून नफा होईल असे आम्हांस वाटते म्हणून. सामाजिक सुधारणा आम्हांस का नको? त्यापासून आमचे नुकसान होईल असे आम्हांस वाटते म्हणून. तात्पर्य, कोणती गोष्ट इष्ट आहे आणि कोणती गोष्ट इष्ट नाही हे आपण केवळ नफ्यातोट्याच्या तारतम्यावरूनच ठरवितो व येथेच चूक होते. हे आमचे म्हणणे सकृद्दर्शनी चमत्कारिक भासेल व ते तसे भासावे यात नवल नाही. कारण की, आजपर्यंतचे जगाचे सर्व व्यवहार नफ्यातोट्यावर दृष्टी देऊनच झाले आहेत, हल्लीही होत आहेत व पुढेही होत राहतील याविषयी आम्हांस शंका नाही. मग असे असून, येथेच चूक होते असे

आम्ही कसे म्हणतो, अशी पृच्छा सहज होणारी आहे व त्याचे उत्तर देण्याच्या ऐवजी आम्हीही वाचकांस उलट काही प्रश्न करतो व त्याचे जे उत्तर तेच वरील प्रश्नाचे उत्तर होय. धर्म या सदराखाली ज्या शेकडो बऱ्यावाईट गोष्टी आपण करतो त्यांपैकी बहुतेक फायद्याच्या दृष्टीनेच आपण करतो. अमुक झाल्यास अमुक करीन, तमुक करीन अशा अटीवरच शेंकडा नव्याण्णव धर्माचार होत असतात हे आपणा सर्वांस माहीत आहेच. बायकांचे वपन का करावे? तर त्यांच्या कबरीबंधाने नवऱ्यास बांधले जाऊ नये म्हणून. ऋतुप्राप्तीपूर्वीच कन्येचा विवाह का केला पाहिजे? तर आपल्या ४२ कुळ्या नरकात जाऊ नयेत म्हणून. सती का जावे? तर तसे केल्याने अनंत कालपर्यंत स्वर्गसुख मिळेल म्हणून. तात्पर्य, काही ना काही फायदा होईल अशी खरी किंवा खोटी समजूत झाल्यावाचून तो तो मनुष्य ते ते धर्माचरण करीत नाही. परंतु असे असूनही निष्काम भक्तीचा महिमा अधिक का वर्णिला जावा? या प्रश्नाचे उत्तर ज्यांस देता येईल त्यास आमच्याही म्हणण्याचा अर्थ समजेल. अमुक गोष्ट का केली पाहिजे, तर ते माझे कर्तव्य म्हणून; व अमुक गोष्ट का केली पाहिजे, तर त्यापासून मला फायदा होतो म्हणून. या दोन गोष्टींत फारच मोठा भेद आहे. आपले कर्तव्य समजून एखादी गोष्ट करणारा मनुष्य जसा नेटाने व निश्चयाने ती करतो, तसा फायद्यावरच नजर देणारा मनुष्य करू शकणार नाही.

वरील गोष्टी आता आपण लोकांस प्रिय असणाऱ्या राजकीय सुधारणेसच लावून पाहू. कायदेकौन्सिलात लोकनियुक्त सभासद असले पाहिजेत असे राष्ट्रीय सभेचे चालकही म्हणतात व इतर सर्व लोकही म्हणतात. परंतु या दोघांची दृष्टी अगदी वेगळी आहे. ज्या कायद्यांचा अंमल अमुक एका लोकसमुदायावर होत असेल ते कायदे करणे हा केवळ त्याच लोकसमुदायाचा हक्क आहे, ते करण्याचा दुसऱ्या कोणासही अधिकार नाही हे प्रमेय पुढे ठेवून वर्तन करणे व ज्याचे त्याने कायदे केल्यास त्यापासून अधिक सुख होते हा सिद्धान्त पुढे ठेवून वागणे यात जमीन-अस्मानाचे अंतर आहे. पुराणांतरी वर्णन केलेल्या रामचंद्रापेक्षाही अधिक न्यायी, अधिक प्रजाहितैषी असा राजा असून त्याने केलेल्या कायद्यापासून प्रजेस कितीही सुख होत असले, तथापि ते करण्याचा त्यास अधिकार पोहोचत नाही या तत्त्वावर नजर देऊन फायद्याकडे दृष्टी न देता आपले गेलेले हक्क योग्य उपायांनी मिळविण्याकरिता जे लोक हे आपले कर्तव्य समजून निश्चयाने यत्न करीत आहेत ते सामाजिक सुधारणा नको व राजकीय सुधारणा पाहिजे असा आग्रहही धरीत नाहीत.

इंग्रज गुन्हेगाराचा न्याय इंग्रज न्यायाधीशाने करावा व नेटिव गुन्हेगारांचा न्याय तेवढा वाटेल त्या न्यायाधीशाने करावा, असा पक्षपात का? गुन्हेगारांचा न्याय तोडणे हे काही त्याच्या रंगावर अवलंबून नाही. काळ्या रंगाच्या मनुष्याने एखादा गुन्हा केल्यास त्याचा न्याय करण्याची ज्यास योग्यता आहे तोच न्यायाधीश तोच गुन्हा

करणाराचा रंग गोरा असला की त्याचा न्याय करण्यास अपात्र कसा होतो? हे प्रश्न सर्वांस सुचणे अवघड नाही. परंतु त्याचा योग्य निकाल होण्यास नुसते त्या प्रश्नाचे शाब्दिक ज्ञान उपयोगी नाही. प्रश्न करणाराचे अंत:करण व ओठ यांच्यात विसंगता असेल तर त्याने कितीही आक्रोश केला तरी व्यर्थ होय. परंतु त्या दोहोंमध्ये संगती असेल तर विशेष आक्रोश करण्याची जरूर पडत नाही. अंत:करण व ओठ यांच्यांत तारायंत्र सुरू असेल तर हळू उच्चारलेल्या शब्दांसही विलक्षण जोर येतो व त्यापुढे सर्वांसही मान डोलवावी लागते. खऱ्या साध्वीच्या ईषत् वक्रदृष्टीने मोठमोठ्या बलाढ्य कामांधांची गाळण उडून जाते. आपण स्वत: अन्यायाचे वर्तन करणारास दुसऱ्याच्या अन्यायाबद्दल बोलण्याचा अधिकार पोहोचत नाही, तर उलट त्याची जीभ कचरू लागते, त्याचा शब्द तोंडातल्या तोंडात घोटाळू लागतो व असे झाले म्हणजे सिंहाचे कातडे पांघरणाऱ्या गर्दभाच्या बाहेर डोकावू पाहणाऱ्या लंबकर्णावरून त्याची परीक्षा होते व त्यास दुसरे भीत नाहीत. इतकेच नाही तर स्वत:ची फजिती उडण्याची मात्र उलट पाळी येते.

महाराची सावली पडली असताही विटाळ मानणारे लोक कितीही लांब जिभा करून आमचा रंग काळा असला व तुमचा रंग गोरा असला म्हणून काय झाले? रंगावर काही मनुष्याची पात्रापात्रता ठरत नाही वगैरे गोष्टी प्रतिपादू लागले, तथापि त्यांच्या शब्दास जोर येण्याचा संभव नाही व त्याचा परिणामही होणे नाही. त्या शब्दांस जोर येऊन, इतरांनी ते ऐकलेच पाहिजेत अशी खरोखर इच्छा असल्यास, 'ब्राह्मणोस्यमुखमासीत' हे पक्षपाती शास्त्र झुगारून देऊन, आपल्या मांडीला मांडी भिडवून शाळांतून बसण्यास महारांस मोकळीक दिली पाहिजे. पुरुषाची बायको गेल्यास त्यास जशी पुनर्विवाह करण्यास मोकळीक आहे त्याप्रमाणे विधवांसही दुसरा नवरा करण्याची परवानगी पाहिजे. बायकांच्या केसांचा जर मेलेल्या नवऱ्याच्या गळ्यास फास बसतो तर पुरुषांच्या शेंडीचाही मेलेल्या स्त्रीस का फास बसू नये? व एकास जर कोणी संन्याशी करीत नाही तर दुसरीला मात्र न्हाव्यापुढे का बसवावी? पुरुषाला बायको आवडत नाही एवढ्याच शुष्क कारणावरून वस्तुत: काडीमोड देण्याचा त्यास जर अधिकार आहे, व तसे करून तो जर धर्मबाह्य होत नाही तर एखाद्या स्त्रीला नवरा आवडत नसल्यास तिनेही त्याला काडीमोड दिली तर तिच्या नावाने मात्र खडे का फोडावेत? अटकाव करणे असेल तर दोघांसही करा, नसेल तर दोघांसही मोकळीक द्या. महार आणि ब्राह्मण, विधवा आणि विधुर व स्त्री आणि पुरुष यांच्यामधील अन्यायमूलक व्यवहार बंद करणे आपल्या स्वत:च्या हाती असून ते करण्याची ज्यांना नुसती वासनाही झाली नाही अशा लोकांनी जिंकणारे व जिंकलेले यांच्यांतील भेद मोडून टाकण्याचा विचार मनात तरी कशाला आणावा? व आणला तरी तो सिद्धीस कसा जावा?

तात्पर्य, लोकांनी आपल्याशी जसे वागावे असे आपणांस वाटते, तसेच आपणही दुसऱ्याशी वागण्यास तयार व्हावयाचे. त्यापासून हित असो वा अहित असो, त्याविषयी विचार करीत बसावयाचे नाही. खरे बोलल्यापासून नफा होवो, नुकसान होवो परंतु तसे करणे हे आपले कर्तव्य होय म्हणून जसे खरे बोलावयाचे; किंवा नीतीने वागले असता तोटा होईल अशी भीती असूनही जसे नित्याचरण सोडावयाचे नाही, तसेच कोणतीही गोष्ट असो, त्यापासून न्याय होत आहे किंवा ती करणे आपले कर्तव्य आहे एवढ्या विचारावरच तिच्या मागे लागावयाचे, त्यापासून होणाऱ्या सुखदुःखाची भवति न भवति करीत बसावयाचे नाही असा पूर्ण निश्चय करून जर लोक सुधारणेची कास धरतील तर ही सुधारणा पाहिजे व ती नको हा तंटा मिटणार आहे व सर्वच सुधारणा एकसमयावच्छेदेकरून होऊ लागतील.

◆

आणखी एक शहाण्याचा कांदा

लॉर्ड वुइलियम बेंटिंक याच्या कारकीर्दीत कॅप्टन ऑगस्टस् वुइलर्ड म्हणून एक उत्तर हिंदुस्थानात लष्करी अधिकारी होता. याच्या ग्रंथावरून त्याला गाण्याचा शोक फार असावा असे दिसते. त्याने आमच्या गायनशास्त्राविषयी जो अभिप्राय दिला आहे त्यावरून त्याची शोधकबुद्धी व्यक्त होते इतकेच नाही, तर त्याला आपल्या गाण्याचे मर्महीं बरेच समजले होते असे दिसते. याने आमच्या गायकांविषयी, वाद्यांविषयी व संगीतकलेविषयी जे लिहिले आहे ते वाचून त्याविषयी आपल्या अंतःकरणात कृतज्ञता उत्पन्न झाल्याखेरीज राहणार नाही. पण तो एवढेच करून स्वस्थ बसला नाही हे फार वाईट झाले. 'हिंदुस्थानचे संगीत' या नावाच्या ग्रंथात त्याला आमच्या गाण्याविषयी जे लिहावेसे वाटले ते लिहून गेल्यावर अनेक संगीतांच्या भाषांतरापासून आमच्या जुन्या चालीरीती कशा प्रकारच्या असाव्या याचे अनुमान करण्याचा प्रयत्न त्याने केला आहे व त्यात तो अगदी फसला आहे. कोणत्याही देशातील लोकांच्या काव्यावरून किंवा ताल-सुरात बसविलेल्या पद्यांवरून त्या लोकांच्या नीतीविषयी - विशेषतः लिंगविषयक नीतीविषयी - अभिप्राय देणे मोठे साहस होय, असे आम्हांस वाटते. कारण, 'श्रृंगार' हा काव्याचा प्रधान विषय असल्यामुळे आणि अतिशयोक्ती हा काव्यरसात्मा होऊन बसल्यामुळे काव्यांतर्गत स्त्री-पुरुषांच्या उद्‌गारांवरून कोणत्याही लोकांच्या नीतिमत्तेविषयी अटकळ करू गेल्यास तीत प्रमाद होण्याचा फार संभव असतो. 'मिस्टरीज् ऑफ धी कोर्ट ऑफ लंडन' या रेनॉल्ड्सकृत ग्रंथमालिकेवरून इंग्लिश लोकांच्या नीतीविषयी मत देणे न्याय्य होईल काय? संभावित इंग्लिश लोक उघडपणे ही कादंबरी वाचीत नाहीत व लोकांच्या दृष्टीस पडतील अशा ठिकाणी तिची 'व्हाल्मे' ठेवीत नाहीत; कारण, बीभत्स श्रृंगार त्यात ओतप्रोत भरला आहे असे सांगतात! तेव्हा ज्याप्रमाणे मिस्तरीची पुस्तके आंग्ल नीतीवर निबंध लिहिण्यास बसले असता आचारभूत मानता येणार नाहीत, त्याप्रमाणे उत्तर हिंदुस्थानातील हिंदू व मुसलमान गवय्ये आणि नायकिणी ज्या चिजा गातात किंवा वाजवितात, त्यावरून हिंदू नीतीचे प्रमाण बांधता येणार नाही. पण असे करण्याचे धाडस आमच्या आजच्या निबंधाच्या नायकाने केले आहे. अनेक चिजांच्या अर्थाचे मंथन केल्यावर आमच्या संगीतात बहुधा ज्या गोष्टींचा अंतर्भाव केलेला असतो असे त्याच्या नजरेस

आले, त्या या होत —

१. अनकूल होण्याविषयी वल्लभाची प्रार्थना.

२. वल्लभाच्या विरहामुळे कामिनीस होणारा शोक.

३. प्रतिस्पर्धिनी कामिनीविषयी द्वेषोद्‌गार.

४. सासू, नणंदा किंवा जावा यांचा डोळा चुकवून प्राणेशाची मुलाखत घेण्याची पंचाईत व मेखलांतील क्षुद्रघंटांच्या आवाजामुळे कोणास समजू न देता घरांतून बाहेर पडण्याची किंवा रस्त्यांतून जाण्यायेण्याची अडचण.

५. दयितावर ठेवलेल्या प्रेमास सासू व नणंदा यांजकडून होणाऱ्या प्रत्यूहाच्या संबंधाने कामिनीचे दुःखोद्‌गार.

६. सखीपाशी हितगुजाच्या गोष्टींचे कथन आणि इष्ट मनोरथ पूर्ण करण्याच्या कामी तिने साहाय्य करावे यासाठी तिची विनवणी.

७. संकेत चुकू न देण्याविषयी व प्रेमबंध शिथिल न होऊ देण्याविषयी सख्यांचा उपदेश.

याप्रमाणे हिंदुस्थानातील नायकिणींच्या तोंडी असलेल्या चिजांच्या अर्थावरून आमच्या बायकांस कामातुर ठरविल्यावर त्या इतक्या कामातुर कशामुळे होतात, याचा छडा काढण्याकडे वुइलर्डसाहेब वळले व त्या कामित्वाची त्यांनी जी तीन कारणे शोधून काढली ती ही – १. हिंदुस्थानातील पूर्वीची अनवस्था; २. अनेक बायका करण्याची चाल; व ३. हिंदू स्त्रियांचे अज्ञान. या तीन कारणांमुळे पूर्वी हिंदू स्त्रिया कामातुर होऊन व्यभिचार करण्यास प्रवृत्त होत, असे वुइलर्डसाहेबांचे म्हणणे आहे!

हिंदुस्थानात प्राचीन काळी प्रवास करण्यासाठी घर सोडून गेलेल्या तरुणांच्या तरुण पत्न्या चिंतेने व विरहव्यथेने व्याकुळ होत्सात्या मोठ्या कष्टाने आपले दिवस कंठीत. त्यांच्या नणंदा व जावा सकाळी उठून वेणीफणी करीत आहेत, दागदागिने घालीत आहेत व एकमेकींना विनोद करीत आहेत हे पाहून या विरहव्यथेने पीडलेल्या तरुणींना फार खेद होत असे. तथापि त्या बऱ्यावाईटाने आपला दिवसाचा वेळ कसातरी काढीत. पण रात्र येऊन जिकडेतिकडे सामसूम झाले व त्या आपल्या अंथरुणावर पडल्या म्हणजे पतिचिंतेत त्या इतक्या व्यग्र होऊन जात की उभ्या रात्रीत त्यांचा डोळा लागत नसे. अशा स्थितीत उन्हाळा गेल्यावर पावसाळ्याच्या आरंभास तरी आपले पती परत येतील आणि आपली त्यांची गाठ पडून आपणांस आनंदाचा दिवस दिसेल अशा आशेवर त्या वसंत व ग्रीष्म ऋतूंतील अत्यंत प्रखर दिवस व रमणीय रात्री मोठ्या कष्टाने लोटीत असत. हे ऋतु निघून जाऊन पावसाळ्याच्या आरंभास त्यांचे पती परत आले तर सारे ठीकच असे. पण दुर्दैवाने जर तसे घडले नाही, तर मात्र त्यांच्या दुःखास व

चिंतेस पारावार नसे. याप्रमाणे अनेक वर्षे वाट पाहिल्यावर पती परत येत नाहीत असे पाहून कामाग्नीने करपून गेलेल्या या तरुणींची काय अवस्था होत असेल याची वाचकांनीच कल्पना करावी. अशा संकटांत सापडलेल्या तरुण कन्यका अखेरीस निराश होऊन वाकडे पाऊल टाकण्यास तयार होत आणि सखीच्या साह्याने संकेतस्थानी पाहिजे तसले धाडस करून वल्लभांच्या गाठी घेत आणि अप्रशस्त रीतीने आपले मनोरथ पूर्ण करीत, व अशी स्थिती अनेक कुटुंबांत दृष्टिगोचर होत असल्यामुळे तिचे प्रतिबिंब तत्कालीन काव्यात व संगीतात पडले आहे, असे वुइलर्डसाहेबांचे म्हणणे आहे.

याशिवाय आम्हांस रूढ असलेले बहुपत्निकत्व हे आमच्या स्त्रिया व्यभिचारी असण्याचे दुसरे कारण आहे, असे या गृहस्थांचे मत आहे व ते काही खोटे नाही. एका पुरुषा दोघी नारी । पाप वसे त्याचे घरी ।। ही तुकारामोक्ती जर आमच्या लोकांस मान्य असेल, तर एकाच पुरुषाने तीन किंवा चार बायका करण्याची चाल ज्या वेळी रूढ असेल त्या वेळेस प्रत्येक स्त्री आपल्या पतीचे सारे प्रेम आपणांवर असावे म्हणून खटपट करीत असल्यामुळे, सापत्नमत्सर विकोपास जाऊन कुटुंबातील शांततेचा नाश होत असेल; इतकेच नाही, तर ज्या दुर्दैवी तरुणी आपल्या पतींच्या नजरेतून उतरल्या जात असतील त्यांचे मन त्यांच्या संसाराकडे न लागता बाह्यसुखाकडे जाऊ पाहत असेल असे मानण्यास काय हरकत आहे?

व्यभिचाराचे तिसरे कारण आमच्या स्त्रियांचे अज्ञान होय असे हे साहेब म्हणतात; पण त्याविषयी आम्हांस थोडी शंका आहे. ज्ञान आणि सद्गुण यांचा अन्योन्यसंबंध कितपत आहे हे अद्यापि चांगलेसे ठरलेले नाही. ज्ञानाचा प्रसार झाल्याने खून, दरोडे, मारामाऱ्या वगैरे मोठमोठ्या गुन्ह्यांची संख्या कमी होते असे पुष्कळ विचारी लोक कबूल करतात. पण खोटे बोलणे, बनावट कागद करणे, खोट्या साक्षी देणे, चतुराईने दुसऱ्यांस फसविणे, लाच खाणे, व्यभिचार करणे, खोट्या शपथा घेणे वगैरे कमी दुष्टपणाचे गुन्हे वाढतात किंवा कमी होतात याविषयी जितका संशय ॲरिस्टॉटल यास होता तितकाच हर्बर्ट स्पेन्सर यांसही आहे. तेव्हा अज्ञानामुळे आमच्या स्त्रिया विशेष व्यभिचारी होत्या व आता त्यांस थोडेबहुत लिहिता - वाचता येऊ लागले आहे म्हणून आमच्यांतील व्यभिचार कमी होऊ लागला असला पाहिजे, असे जर कोणी इंग्रज आम्हांस सांगू लागले तर त्यांचे आम्हांस हसू आल्यावाचून राहणार नाही ! कोणत्याही देशातील लोकांनी दुसऱ्या देशांतील लोकांस व्यभिचारी ठरविण्याचे धाडस करू नये, म्हणून आम्ही इंग्लिश लोकांच्या व्यभिचाराविषयी काहीएक म्हणत नाही; तथापि जर ते आपण होऊन तो दोष आमच्या स्त्रियांवर अविचाराने आणू लागतील, तर तुमच्या मडमांनी आमच्या स्त्रियांचे तीर्थ घेऊन त्या

पापापासून मुक्त व्हावे इतक्या त्या पवित्र आहेत असे म्हणण्यास आम्ही कधीही सोडणार नाही! हिंदुस्थानातील स्त्रियांच्या पातिव्रत्याइतके शुद्ध पातिव्रत्य बहुधा दुसऱ्या कोणत्याही देशात सापडणार नाही.

◆

महाराष्ट्रीयांस अनावृत पत्र

प्रिय देशबांधवहो! संमतीच्या बिलाच्या संबंधाने 'सुधारका'त अलीकडे आलेल्या काही निबंधांतील भाषेची तीव्रता पाहून, तुम्हांपैकी कित्येकांची मने त्यावर रुष्ट झाली असतील यात संशय नाही. 'न्यू इंग्लिश स्कूल', 'डेक्कन एज्युकेशन सोसायटी' व 'फर्ग्युसन कॉलेज' वगैरे लोकोपयोगी संस्थांची स्थापना व उत्कर्ष, त्याचप्रमाणे 'मराठा' किंवा 'केसरी' पत्रांचा अवतार, प्रसार आणि करवीरप्रकरण वगैरे गोष्टींशी या पत्राच्या नम्र लेखकाचा व रा.रा. बाळ गंगाधर टिळक यांचा असलेला संबंध ज्यांना ठाऊक आहे व हे दोघे इसम बरीच वर्षे एकमेकांशी कसे वागत होते हे ज्यांनी पाहिले आहे त्यांना 'सुधारका'सारख्या नवीन पत्राचे जनन, रा. टिळक व पाटणकर यांचा पहिल्या तीन संस्थांशी नुकताच घडून आलेला विश्लेष व प्रस्तुत वादात 'सुधारक' व 'केसरी' पत्रांच्या चालकांनी प्रत्यक्ष किंवा अप्रत्यक्ष रीतीने एकमेकांवर चालविलेला भडिमार पाहून या उभयतांच्या बेबनावास व फुटाफुटीस झालेली कारणे त्यास ठाऊक नसल्यामुळे विषाद वाटणे हे फार स्वाभाविक आहे. पण रा. टिळकांस ती कारणे अवगत असता, ज्या पत्राचे आधिपत्य त्यांच्याकडे आहे त्याच्या गेल्या अंकात 'ज्यांना वादांत स्वपक्षाची उणीव झांकण्यासाठी परपक्षावर आणि विशेषत: त्यांतील एकदोन व्यक्तींवर, अपशब्दरूपी गोळीबार करणें हीनपणाचें वाटत नाहीं, त्यांची कानउघाडणी करण्याच्या नादास लागणेंहि व्यर्थ होय. सार्वजनिक विषयावर वादविवाद करण्याच्या मिषानें खाजगी द्वेषाचें उट्टें काढण्याची अमूल्य संधि क्वचितच मिळते.' अशी दोन वाक्ये आहेत. ही वाक्ये जेव्हा आमच्या नजरेस पडली तेव्हा मात्र आम्हांस मोठा विस्मय वाटला! टिळक आणि आगरकर यांचा खाजगी द्वेष! आणि तो कशासाठी? टिळक आगरकरांचे किंवा आगरकर टिळकांचे काहीएक लागत नाहीत, आणि म्हणून एकाला दुसऱ्याचा 'खाजगी द्वेष' करण्याचे कारण आजपर्यंत झालेले नाही. इतकेच नाही तर त्यांपैकी निदान एकाच्या मताने तरी ते केव्हाच होण्याचा संभव नाही. त्या दोघांचा बेबनाव व फुटाफूट होण्यास ज्या समाईक संस्थांचे ते दोन सेवक होते, त्या संस्था चालविण्याच्या पद्धतीविषयी व त्यांच्या उत्कर्षाच्या साधनांविषयी कोणत्याही रीतीने एकवाक्यता न होणारा त्यांचा मतभेद कारण झाला व याच मतभेदामुळे प्रस्तुत वादात ते एकमेकांची मुर्वत न ठेवता

आपापल्या मतांचा आणि पक्षांचा विजय होण्यासाठी अन्योन्यांवर तुटून पडत आहेत, दुसरे काही नाही! अशा रीतीने आपापल्या देशविषयक विचारांचे प्राबल्य स्थापण्यासाठी अंत:करणपूर्वक झुंजणाऱ्या लढवय्यांचे संग्रामचातुर्य पाहत राहून व कौतुक करण्याचे विसरून जाऊन अशा युद्धप्रसंगी केवळ कर्णकटू टणत्कारांच्या श्रवणावरूनच प्रेक्षकांनी 'एकाला दुसऱ्याचा मत्सर उत्पन्न झाला आहे' किंवा कोणी कोणाचे 'खाजगी द्वेषाचे उट्टे काढून घेत आहे', असा कुतर्क करणे अत्यंत अनुदार होय! एका जननीच्या उदरातून अवतरलेल्या सहोदरात - देखील जर भांडण किंवा मतभेद झाल्याशिवाय राहत नाही, तर ज्यांचा एकमेकांशी कोणत्याही प्रकारचा कुलसंबंध नाही व ज्यांनी राजसेवेचा सामान्य मार्ग सोडून देऊन आपापल्या मनास प्रशस्त वाटेल त्या रीतीने आपल्या हयातीत आपल्या हातून होईल तेवढे देशकार्य करण्याचा निश्चय केला आहे त्यांचे विचार सर्वांशी न जुळले व ज्याला त्याला प्रसंगविशेषी आपापल्या विचारांचा पराकाष्ठेचा अभिमान उत्पन्न होऊन, एकदा उभयतांनी आरंभिलेल्या सामान्य गोष्टींस आमरण चिकटून राहणे स्वत:स किंवा इतरांस सुखास्पद व कल्याणप्रद होणारे नाही अशी खात्री झाल्यामुळे ज्याच्या मनास जी दिशा अत्यंत आक्रमणीय वाटेल त्याने ती धरणे यात नवल वाटण्यासारखे काय आहे हे आम्हांस समजत नाही! बांधवहो! विचारकलहाला तुम्ही इतके कशासाठी भिता? दुष्ट आचारांचे निर्मूलन, सदाचाराचा प्रसार, ज्ञानवृद्धी, सत्यसंशोधन व भूतदयेचा विचार इत्यादी मनुष्याच्या सुखाची वृद्धी करणाऱ्या गोष्टी विचारकलहाखेरीज होत नाहीत. आजपर्यंत या देशात हा कलह माजावा तितका कधीच न माजल्यामुळे, व बहुधा आमचे लोक 'गतानुगतिक'च असल्यामुळे हे भरतखंड इतकी शतके अनेक प्रकारच्या विपत्तीत खितपत पडले आहे! हा विचारकलह दुष्ट विकोपास जाऊ न देण्याविषयी मात्र खबरदारी ठेवली पाहिजे. नाहीतर त्यापासून पुढे खऱ्या लढाया आणि रक्तस्राव होण्याचा संभव असतो. सुधारक आणि दुर्धारक, चपल सुधारक आणि मंद सुधारक, थंडे सुधारक आणि गरम सुधारक अथवा नाना प्रकारच्या मतांचे नवे आणि जुने लोक यांमध्ये सांप्रतकाली जी दुही माजून राहिली आहे ती पाहून घाबरून जाण्याचे बिलकूल कारण नाही! पाश्चिमात्य शिक्षणामुळे ज्या दिवशी या वादास आरंभ झाला तो दिवस हिंदुस्थानच्या भावी इतिहासात महोत्सव करण्यासारखा होईल. त्या दिवशी अनेक शतके गाढ निद्रेत घोरत पडलेला हिंदुस्थान देश किंचित् जागा होऊन चाळवू लागला, किंवा प्रेतावस्थ झालेल्या त्याच्या विस्तीर्ण देहात ईशकृपेने पुन: एकवार चैतन्यावतार झाला असे म्हणण्यास हरकत नाही. त्या दिवशी त्याचे स्थाणुत्व नाहीसे होऊन त्याला जी यत्किंचित् गती मिळाली ती प्रतिवर्षी अगदी यव प्रमाणात का होईना, पण सारखी वाढत आहे व जो - जो हा विचारकलह निकराचा होऊ लागेल, तो - तो तो झपाट्याने होऊ लागणार आहे. आता किती

झाले तरी कलह तो कलह! तो कशाही प्रकारचा आणि कितीही सौम्य असला तरी त्यात अप्रिय असे काहीच नाही असे कोठून होणार? ज्या दोन मनुष्यांचा परस्परांशी संबंध आहे, त्यांपैकी एक दुसऱ्याच्या विरुद्ध जाऊ लागला म्हणजे कधी त्या दोघांस एकमेकांशी वर्दळीस यावे लागेल; कधी एकमेकांवर शब्दप्रहार करावे लागतील; कधी उभयतांनी आरंभलेल्या कामांतून अंग काढून घेऊन विलग व्हावे लागेल; कधी पदराला बराच खार लावून घ्यावा लागेल किंवा जिवाकडे न पाहता अहोरात्र मानसिक, शारीरिक कष्ट करावे लागतील; पण जोपर्यंत आपण-आपल्या विचारांच्या विजयासाठी व प्रसारासाठी भांडत आहो असे प्रत्येकाच्या मनात वाटत राहील तोपर्यंत न्यायसभेत पक्षकाराचे भांडण भांडणाऱ्या वकिलांच्या दिखाऊ वैराच्या फार पलीकडे अशा दोन व्यक्तींचे वैर जाईल असे आम्हांस वाटत नाही. आगरकर आणि टिळक यांच्या वैराचे स्वरूप याहून भयंकर नाही, असे निदान त्यांपैकी एकाला तरी वाटत आहे. तसेच या वैरामुळे या दोघांच्या व्यासंगात जे अंतर पडले आहे ते कमी न होता कदाचित अधिक होत जाण्याचा जरी संभव आहे, तरी जेव्हा खुद्द आगरकरांच्या किंवा आगरकरांच्या निकट आप्तांच्या डोळ्यांस पाणी येण्यासारखी काही अनिष्ट गोष्ट घडेल तेव्हा इतरांपेक्षा टिळकांस व जेव्हा टिळकांच्या घरी तसा अनिष्ट प्रकार घडेल तेव्हा आगरकरांस विशेष वाईट वाटून डोळ्यांस पाणी येईल व मतभेदामुळे उत्पन्न झालेल्या वैराचा एका क्षणात विसर पडून एक दुसऱ्याला मदत करण्यास सहज प्रवृत्त होईल!

धर्म, राज्य व समाज यासंबंधाने अलीकडे जे औपपत्तिक सिद्धान्त सर्वसामान्य होऊन बसले आहेत, त्यांविषयी आम्हा उभयतांत म्हणण्यासारखा मतभेद नाही. मनुष्याच्या बुद्धीचे व्यापार इंद्रियाधीन असल्यामुळे या बुद्धीचे, ब्रह्मांडाच्या आदिकारणांचे किंवा परमेश्वराचे यथार्थ ज्ञान होण्याचा संभव नाही, हे धर्मतत्त्व मनात बाळगून धर्मकल्पनांत किंवा धर्माचारांत जे फेरफार करावयाचे ते करीत गेले पाहिजे; राजकीय स्वातंत्र्य असल्याशिवाय कोणत्याही देशात ऐहिक सुखाची परमावधी व्हावयाची नाही; पाश्चिमात्य शिक्षणाचा प्रसार आणि इंग्लिश लोकांचे साहाय्य असल्याशिवाय आमचे डोके वर निघण्याचा संभव नाही, याकरिता राजनिष्ठा यत्किंचित ढळू न देता राजकीय हक्क संपादण्यासाठी जे करणे असेल ते आम्ही केले पाहिजे. नीतिप्रसार, संपत्त्युत्पादन, आरोग्यरक्षण वगैरे अनेक महत्त्वाच्या गोष्टी ज्ञानाधीन असल्यामुळे लोकशिक्षणाचे काम जितक्या झपाट्याने चालवेल तितक्या झपाट्याने चालविले पाहिजे; जातिभेद नाहीसा झाला पाहिजे; स्त्री - पुरुषांच्या ज्ञानात व स्वातंत्र्यात जेवढे अंतर राहू देणे अपरिहार्य असेल तेवढ्याहून अधिक राहिल्यास पूर्ण संसारसुख प्राप्त होण्याचा संभव नाही, म्हणून स्त्रियांची उन्नती करण्याबद्दल रात्रंदिवस झटले पाहिजे वगैरे धार्मिक, राजकीय, सामाजिक विषयांसंबंधाने स्थूल औपपत्तिक सिद्धान्त जसे

एकाला तसे दुसऱ्यालाही संमत आहेत. दोघांत जो मतभेद पडतो तो आज तारखेस हे सिद्धान्त अमलात आणण्यासाठी काय करता येईल व ते कोणत्या साधनाने करता येईल या बंधाने पडतो. या घटकेस साध्य असलेल्या सुधारणेची इयत्ता आणि तिची साधने यांविषयी टिळकांचे बहुतेक विचार सामान्य लोकांस मान्य होण्यासारखे असल्यामुळे किंवा त्यांस मान्य असलेल्या विचारांबाहेर जाण्यास टिळक तयार नसल्यामुळे त्यांचे वर्तन भवभूतीने रामचंद्रांकडून वदविलेल्या —

स्नेहं दयां च सौख्यं च यदि वा जानकीमपि ।
आराधनाय लोकानां मुञ्चतो नास्ति मे व्यथा ॥

(स्नेह, दया, सौख्य, फार तर काय, लोकांच्या संतोषासाठी मला जानकीचादेखील त्याग करावा लागला तरी त्याबद्दल खेद वाटणारे नाही!)

या श्लोकार्थाप्रमाणे होत आहे, व या क्षणी ते अत्यंत लोकप्रिय झाले असून, प्रत्येकाच्या तोंडातून त्यांचे नाव निघत आहे. पण लोकांना आज ज्या गोष्टी प्रिय आहेत त्या या हतभाग्य लेखकास पसंत नसल्यामुळे लोकछंदानुवर्तन त्याला अशक्य झाले आहे; इतकेच नाही तर लोकांस अप्रिय परंतु पथ्यकारक असे विचार त्यांच्या मर्जीविरुद्ध पुनःपुन्हा त्यांच्यापुढे आणणे हेच आपले कर्तव्य व जीविताचे सार्थक अशी त्यांची रूढ कल्पना झाली असल्यामुळे धार्मिक व सामाजिक गोष्टींत आपले ज्ञान विकटोपर्यंत जाऊन पोहोचले आहे व तत्संबंधक आचारात सुधारणा करण्यास म्हणण्यासारखी जागा राहिलेली नाही; निदान त्या कामात सरकारचे किंवा कायद्याचे साहाय्य घेतले असता सर्वथैव नुकसान होणार आहे असे समजणाऱ्या श्रद्धाळू, पंडितमन्य व देशाभिमानी म्हणवून घेणाऱ्या जनसमूहाच्या उपहासाचे व रोषाचे स्थान त्याने आपणांस करून घेतले आहे. तथापि, त्याला असा भरंवसा आहे की, म्हणण्यासारखी द्रव्यानुकूलता नसता, श्री. शिवाजीराव महाराज होळकरांनी देऊ केलेली दरमहा पाचशे रुपयांची नोकरी ज्याने 'मला नको' म्हणून सांगितले; विशेष बुद्धिसामर्थ्य किंवा शरीरसामर्थ्य नसता आज दहा-अकरा वर्षे जो उत्साहपूर्वक शिक्षकाचा आणि लेखकाचा धंदा करीत आहे; कवडीची किफायत नसता ज्याने सात-आठ वर्षे सर्वत्र प्रसिद्ध 'केसरी' पत्राचे बऱ्यावाईट रीतीने 'रकाने' भरून काढले, इतकेच नाही तर एका दुर्दैवी संस्थानिकास सुदशा यावी येवढ्याच बुद्धीने लिहिलेले लेख न्यायाधीशांस अप्रशस्त वाटल्यामुळे त्यांनी दिलेली शिक्षा त्याने आनंदाने साहिली; हाती असलेल्या पत्राचे मालक शुद्ध वाटेल ते लिहू देत नाहीत असे दिसून आल्याबरोबर त्यांच्या धमकावण्यांकडे बिलकूल लक्ष न देता समानशीलाच्या व विचारांच्या मित्रांचे प्रोत्साहन व साहाय्य मिळताच सर्वतोमुखी निंदा होत असलेल्या सुधारणेचा आणि सुधारकांचा पक्ष लोकांस वाटत असल्याप्रमाणे दुर्बल नाही; इतकेच नाही तर त्याचेच अखेरीस सर्वत्र साम्राज्य होणार आहे असे युक्तिवादाने

सिद्ध करून देण्यासाठी कोणत्याही गोष्टीची अनुकूलता नसता व लोकमत धडधडीत विरुद्ध असता नवीन पत्राच्या नसत्या उठाठेवीत जो जाणूनबुजून पडला; रूढ धर्माचारांतील आणि लोकाचारांतील व्यंगाचे निर्भयपणे आविष्करण करण्याचे भयंकर पाप हातून घडत असल्यामुळे, देशाभिमानी व धर्माभिमानी म्हणविणाऱ्या पत्रांकडून होत असलेला शिव्यांचा व शापांचा प्रचंड भडिमार ज्याला व ज्याच्या निरपराधी स्त्रीला एकसारखा सोसावा लागत आहे; स्वमताचे मंडन व तदनुसार होईल तेवढे वर्तन करण्यासाठी आपल्या फार दिवसांच्या मित्रांचाचसा काय तर रात्रंदिवस काळजी वाहून आणि कडेवर, खांद्यावर खेळवून ज्यांनी लहानाचे थोर केले अशा अत्यंत ममताळू व पूज्य आप्तांचाही दीर्घ रोष ज्याने आपणांवर करून घेतला आहे - अशा मनुष्याच्या लेखांत कितीही प्रमाद होत असले व केवढीही कटुता असली तरी ते समंजस मनुष्याच्या स्वल्प आदरास-निदान थोड्याशा अनुकंपेस तरी - पात्र झाले पाहिजेत. 'हा वेडापीर इतके हाल, संकटे व लोकापवाद सोसून ज्या अर्थी इतकी धडपड करीत आहे, त्या अर्थी ती लोकांस अंती हितावह होईल अशी निदान याच्या मनाची तरी खात्री झाली असावी,' असा विचार त्यांच्या मनात येऊन त्यांनी त्याच्या दोषांबद्दल त्यास क्षमा केली पाहिजे. त्यांनी तसे केले तर ठीकच आहे; पण नाही केले तरी त्यास विशेषसे वाईट वाटण्याचा संभव नाही; कारण, सारे जग त्यावर उलटले तरी पुढील कविवाक्यांचे स्मरण करून त्याला आपले समाधान करून घेता येते.

ये नाम केचिदिह न: प्रथयंत्ववज्ञाम् ।
जानन्तु ते किमपि तान्प्रति नैष यत्न: ।
उत्पत्स्यतेऽस्ति मम कोपि समानधर्मा ।
कालोह्ययं निरवधिर्विपुला च पृथ्वी ॥

अर्थ - खरोखरीच जे या गोष्टींत आमची निर्भर्त्सना करतात त्यांना काहीच समजत नाही व त्यांच्याकरिता हा आमचा प्रयत्नही नाही. माझ्या शीलाचा एखादा इसम कोठे तरी असेल किंवा निपजेल. पृथ्वी अफाट आहे व काल अनंत आहे!

विविध विचार

१
सुधारक सत्याग्रही असतो

ब्राह्मणेतरांच्या हातचा चहा पिण्यास आम्हांस दोष वाटत नाही; तर आमच्या नीच मानलेल्या महारांची स्थिती सुधारून त्यांची व वेदशास्त्रसंपन्न ब्राह्मणांची एक पंगत झालेली जर आम्हांस पाहता येती तर आम्ही मोठे कृतार्थ मानले असते. ही गोष्ट आमच्या देशबांधवांपासून आम्ही चोरून ठेवीत नाही. परंतु आमच्यातील जातिभेद नाहीसा व्हावा अशी जरी आमची मनापासून इच्छा असली, तथापि ख्रिस्ती लोकांशी कारणावाचून आम्ही का संसर्ग ठेवावा हे आम्हांस कळत नाही. म्हणून यापुढे तरी अशा अनावश्यक गोष्टी आमच्या सुशिक्षित लोकांच्या हातून घडणार नाहीत अशी आम्ही आशा करतो. सरतेशेवटी आमच्या धर्माभिमान्यांच्या कानांत एक गोष्ट सांगून या चहा प्रकरणाची आम्ही समाप्ती करतो. सुधारकांस आम्ही जातीतून हुसकून टाकावे म्हणजे त्यांची पीडा टळेल, असा जर ही ग्रामण्ये काढण्यात तुमचा हेतू असेल तर तो सफल होणार नाही ही तुम्ही खूण बांधून ठेवा. सुधारकांचे प्रयत्न केवळ त्यांच्या सुखापुरते असते तर तुम्हांपासून वेगळे होण्यास तुमच्या ग्रामण्याची त्यांनी वाटच पाहिली नसती; परंतु समाजसुधारणा ही त्यांस स्वत:च्या सोयीहून अधिक महत्त्वाची असल्यामुळे तुम्हांस सोडल्यावर त्यांनी सुधारणा करावी तरी कोणाची? तेव्हा होता होईल तो तुमच्या शिव्या, शाप व जुलूम यांस न भिता तुमच्या डोक्यात प्रकाश पाडण्याचा ते प्रयत्न करतील. परंतु तुम्ही हट्ट धरून त्यांस जातीतून काढू लागल्यास ते वाटेल ते करतील पण तुमचा पिच्छा सोडणार नाहीत. तुम्ही त्यांचा कितीही द्वेष करा, त्यांस कितीही झिडकारा पण फिरून ते येऊन तुम्हांस चिकटलेले आहेत असे तुमच्या दृष्टीस पडेल. त्यांची मगरमिठी ज्यास उकलता येईल असे कोणतेही ग्रामण्य तुमच्याने बसविता येणार नाही. त्यांच्या तुम्हांवरील भक्तीस-पाहिजे तर विरोधभक्ती म्हणा - पण तिचे तुमच्याने सत्त्वहरण होणार नाही, व सरतेशेवटी आपल्या प्रभावाने 'मन सुधारकी रंगले, अवघे जन सुधारक झाले' असे करून टाकल्याशिवाय ती राहणार नाही!

◆

२

मलमपट्ट्यांनी रोग बरे होत नाहीत

जगाची जी खरी स्थायिक सुधारणा होते ती विपत्तीच्या दर्शनाने उत्पन्न होणाऱ्या आकस्मिक हृत्क्षोभाने किंवा त्या विपत्तीच्या निरसनार्थ आवेशाच्या भरात काहीतरी सुचविलेल्या उपायाने होत नसते. विपत्तीचे निर्मूलन करण्याची प्रवृत्ती होण्यास ती पाहून खेद झाला पाहिजे व त्या खेदाबरोबर ती घालविण्याचा काहीतरी उपाय करावा असे वाटले पाहिजे. या दोन गोष्टी प्रथम झाल्याखेरीज मनुष्याच्या हातून कोणत्याही प्रचंड विपत्तीचे निर्मूलन होणार नाही हे खरे आहे. पण एवढ्या दोन गोष्टी झाल्या म्हणजे ते निर्मूलन होईलच असेही खात्रीने सांगता येत नाही. आपण ज्या भागात राहात आहो ते अनेक प्रकारच्या दारुण विपत्तींनी ओतप्रोत भरले आहे हे खरे आहे, आणि त्या विपत्तींची संख्या थोडी कमी झाल्याखेरीज आमची येथील वस्ती सुखावह होण्याचा संभव नाही, हेही खरे आहे. पण एवढ्यावरून विपत्ती दृष्टीस पडली, की ती नाहीशी करण्यासाठी प्रथमदर्शनी जो उपाय सुचेल तो करीत सुटावे असे सिद्ध होत नाही. कधीकधी अशा प्रकारच्या उपायांनी नफा न होता उलट नुकसान होते. सगळ्या झाडाला कीड लागून जाऊन ते अगदी वठून गेले असले व त्याची फळे आळ्यांनी भरून जात असली तर त्याच्या वरच्या सालीवर किंवा फळावर औषधोपचार करून काय फायदा होणार आहे? क्षारोदकादी ज्या उपायांची योजना करावयाची असेल त्यांचा परिणाम त्यांच्या अंतर्सालीवर किंवा मुळावर झाला तरच त्यापासून काही फायदा होण्याचा संभव आहे. ज्याप्रमाणे हाडापर्यंत जाऊन भिडलेला व्रण त्याच्या तोंडावर चोपडलेल्या तेलांनी किंवा मलमाच्या पट्ट्यांनी बरा होण्याची आशा नाही त्याप्रमाणे समाजाच्या हाडापर्यंत जाऊन खिळलेल्या व शेकडो वर्षे वाहत असलेल्या अमंगलाचाररूप व्रणांचे निराकरण भलत्याच प्रकारच्या कायद्यांनी होण्याचा संभव नाही.

◆

३

केल्याने होत आहे रे

विचाराने चांगली गोष्ट कोणती व वाईट गोष्ट कोणती याचा पूर्ण निश्चय करून वाईट टाकण्याचा व चांगली स्थापण्याचा प्रयत्न एका बाबीत केला असता जे धैर्य अंगी येते तेच पुढे तसली दुसरी गोष्ट करण्यास प्रवृत्त करते; आणि ही दुसरी गोष्ट करताना धैर्याचे भांडवल पहिल्यापासूनच अधिक असल्यामुळे पहिल्या प्रसंगाहून विशेष सुलभ रीतीने यश:प्राप्ती होते. याप्रमाणे एका गोष्टीत यश आले, दुसरीत

आले, तिसरीत आले असे होता होता नवीन नवीन गोष्टी करण्याचे धैर्य दिवसेदिवस अधिकाधिक वाढत जाऊन त्याचा पाहिजे त्या कामी उपयोग करण्यास उल्हास वाटू लागतो. उन्हाळ्याच्या प्रत्येक दिवसास भूमितिश्रेणीने वाढत जाणाऱ्या उष्णतेप्रमाणे मानसिक धैर्याची गोष्ट आहे; ते प्रत्येक दिवशी अधिकाधिक होत जाते. उलट, ते कमी होऊ लागले म्हणजेही भूमितिश्रेणीनेच कमी होते ! ज्याप्रमाणे आकाशात फेकलेला दगड खाली येऊ लागला म्हणजे प्रत्येक क्षणास मागल्या क्षणापेक्षा अधिक फूट उतरतो त्याप्रमाणे कोणत्याही कारणाने राष्ट्राच्या किंवा त्यातील एखाद्या व्यक्तीच्या मनास भयाने घेरले म्हणजे ते क्षणोक्षणी त्यास अधिकाधिकच ग्रासीत जाते!

◆

४

आजची सामाजिक असमता

विचार करणे, दुखदु:खाचा अनुभव घेणे व क्रिया करणे या तीन गोष्टींपैकी पहिलीत, दुसरीत किंवा तिसरीत प्रत्येक मनुष्य चूर होऊन गेलेला असतो. मोठमोठ्या ग्रंथांची पारायणे करावी; रात्रीच्या रात्री चिंतनात घालवाव्या; विचार व्यवस्थित झाला की तो पुस्तकद्वारा किंवा दुसऱ्या कोणत्या तरी साधनाने लोकांपुढे आणावा अशा रीतीने कित्येक लोक आपली आयुष्ये कंठीत असतात. अशांस बाह्य सुखांचा फार उपयोग सापडत नाही व बाह्य क्रिया करता येत नाही. वाचनापासून होणारा जो आनंद तोच यांचे स्थाईक व आवडते सुख आणि विचार करण्यास व लिहिण्यास लागणारी जी शारीरिक हालचाल तीच यांची बाह्य क्रिया. दुसरा वर्ग सुखाभिलाषी लोकांचा. यांस मानसिक सुखापेक्षा शरीरसुखाची चाड विशेष असते. वारुळात जशी एक खुशालचेंडू राणी मुंगी असते म्हणून सांगतात, तीसारखे सुखपरायण हे लोक होत. सुखोपभोगासाठी सर्व प्राणिमात्र धडपडत असतो व ज्यास जो प्राप्त होईल त्याने त्यापासून आनंद करून घ्यावा हे योग्य आहे; पण ज्या सुखोपभोगामुळे निरंतर तो घेता येण्याची शक्यता नाहीशी होते, बुद्धीस मांद्य येते, गात्रे नि:शक्त होतात, उत्साह नाहीसा होतो आणि कुटुंबास व राष्ट्रास कोणत्याही प्रकारचा फायदा न होता उलट नुकसान किंवा त्रास सोसावा लागतो अशा सुखोपभोगात निमग्न असण्यात काय फायदा आहे बरे? पण असे लोक कोणत्याही देशात थोडेथोडके नसतात. ज्या ठिकाणी अविद्या आणि वित्त यांचा संयोग दृष्टीस पडतो, त्या ठिकाणी व्यसनासक्ती दृष्टीस पडत नाही असे सहसा होत नाही. सुदैवाने ज्यांना सुखोपभोग करून घेता येत असेल त्यांनी सुखांची निवड करताना ती आपणांस व इतरांस शेवटपर्यंत हितावह होतील किंवा नाही एवढे पाहत जावे म्हणजे झाले. या सुखपरायण वर्गाशिवाय

लोकांचा आणखी एक तिसरा वर्ग असतो. या वर्गातील लोकांची क्रियाप्रवृत्ती फार जबरदस्त असते, व एका दृष्टीने यास समाजाचे आधारस्तंभ म्हणता येईल. यांनी काबाडकष्ट करून आवश्यकतेचे आणि चैनीचे पदार्थ उत्पन्न करावे आणि त्याचा उपभोग वरील दोन वर्गांतील किंवा मधल्या वर्गांतील लोकांनी घ्यावा, असे आजपर्यंत बऱ्याच अंशी होत आले आहे व पुढेही अल्प काळात या स्थितीत विशेष फेरबदल करता येईल असे वाटत नाही. तथापि निरपेक्ष बुद्धीने व आस्थापूर्वक परिश्रम केले असता, ही असमता थोड्या वर्षांत बरीच दूर करता येण्यासारखी आहे. ज्या देशात ही असमता वाढत जाऊ लागली असेल त्या देशाच्या ऱ्हासास आरंभ झाला आहे असे समजावे. जेव्हा त्या असमतेची परमावधी होते तेव्हा घनघोर राज्यक्रांती होऊन समाजचे समाज लयास जातात, धुळीस मिळतात किंवा त्यांत अपूर्व स्थित्यंतरे होतात.

विचार करणारे, उपभोग घेणारे व काम करणारे असे जे सांप्रतकाली प्रत्येक देशात तीन ठळक वर्ग दृष्टीस पडतात ते कायमचे नव्हत. हळूहळू प्रत्येक व्यक्तीस विचार, उपभोग आणि काम ही समप्रमाणाने करावी लागून, साऱ्यांच्या सुखानुभवाची इयत्ता सारखी होत जाणार आहे; व जो जो ती तशी होत जाईल तो तो खरी उन्नती होऊ लागली असे म्हणता येऊ लागेल. एवढे खरे आहे की, काही झाले तरी सर्वांच्या बुद्धी सारख्या तीव्र होतील व पाहिजे त्या कामात पाहिजे त्याला पडता येऊन ते उत्तम रीतीने वठविता येईल असे पूर्णपणे होण्याचा संभव फार थोडा आहे. तथापि, प्रस्तुतकाली निरनिराळ्या वर्गांतील लोकांत व स्त्रीपुरुषांत जे विलक्षण अंतर दृष्टीस पडत आहे ते पुष्कळच संकुचित करता येणार आहे, आणि ज्या देशांत ते तसे करण्याचा प्रयत्न झापाट्याने चालत राहील तेच देश अखेरीस तगतील. बाकीचे सर्वत्र जो जीवनार्थ कलह मोठ्या निकराने चालला आहे त्यात भांडता भांडता नाहीसे होतील. यासाठी ज्यांना हे अस्तित्वतत्त्व स्पष्टपणे कळून आले असेल व ज्यांच्या मनात कर्तव्यबुद्धी व परोपकारबुद्धी पूर्णपणे जागृत झाली असेल त्यांनी आपापल्या देशाचा जीवनार्थ कलहांत टिकाव लागण्यासाठी रात्रंदिवस निरपेक्ष बुद्धीने झटले पाहिजे. अशा प्रकारचे विचार समजले असून जे स्तब्ध राहतील त्यांच्या माथ्यावर देशास विपद्दशा आणल्याची आणि त्याचा नाश अपरिहार्य केल्याची भयंकर जबाबदारी येणार आहे. म्हणून सुशिक्षित देशबांधवहो! जर तुम्हांस इतर देशांकडून व पुढील संततीकडून बरे म्हणून घ्यावयाचे असेल व तुमची आज जी स्थिती आहे तीहून तुमच्या मुलांची व नातवंडांची स्थिती अधिक वाईट होऊ नये अशी तुम्हांस वास्तविक इच्छा असेल, तर ज्या दुर्मतांनी, दुराग्रहांनी व दुराचारांनी महारोगाप्रमाणे या देशाच्या बुद्धीचा, नीतीचा व शरीरसामर्थ्याचा हजारो वर्षे फडशा चालविला आहे त्याचे यथाशक्ती निर्मूलन करण्याचा तुम्ही प्रयत्न करणे अत्यंत उचित होय.

◆

५

जसा समाज तसा राजा!

राज्याचार व धर्माचार सामाजिक आचारापासून उत्पन्न होत असल्यामुळे समाजाच्या प्रथमावस्थेतील धर्म आणि राज्य यांचे स्वरूपही वर निर्दिष्ट केलेल्या रानटी सामाजिक आचारांच्या स्वरूपासारखेच असते. सध्या आपणांस गुलाम, गुन्हेगार आणि शत्रू यांतील भेद नीट समजतो व एकाच्या जागी दुसरा समजणे अशक्य वाटते. पण रानटी लोकांस अशा प्रकारचे वस्त्वंतर समजत नाही. ज्याच्याकडून त्यांना काही अप्रिय घडेल अशी भीती असते, त्यांस ते शत्रू किंवा गुन्हेगार समजून त्याचा पराभव करण्यास व त्याला गुलाम करण्यास उद्युक्त असतात. साक्षात पोटच्या पोरांपासून त्यांस त्रास होऊ लागला तर त्यांना मारून टाकण्याची त्यांस शंका वाटत नाही. मग इतरांची कथा काय? अशा स्थितीतील राजेही सामान्य मनुष्याप्रमाणे क्रूर असतात व ज्याप्रमाणे सामान्य व्यक्ती आपल्या सामर्थ्याचा दुसऱ्यास वचक राहण्यासाठी वर सांगितल्यासारखे निर्दयपणाचे वर्तन करण्यास प्रवृत्त होते, त्याप्रमाणे राजेही आपल्या प्रजेस व आपल्या शत्रूस आपली दहशत पडण्यासाठी अशाच प्रकारचे क्रूर वर्तन करतात. लढाईत जिंकलेल्या लोकांची डोकी उडविणे, हातपाय तोडणे, त्यांना मिरच्यांच्या धुऱ्या देणे, लिदीत पुरणे, तापल्या तोफांवर बांधणे, कडेलोट करणे, हत्तीच्या पायाखाली देणे, त्यांची नाके व कान कापणे आणि त्यांच्या घशात शिसे तापवून ओतणे हे निर्दयपणाचे प्रकार लढाईत कैद केलेल्या शत्रूकडील लोकांचा छळ करण्याकरता जसे योजण्यात येतात त्याप्रमाणे प्रजेपैकीही कोणी मनुष्याने अपमान केला, हुकूम तोडला किंवा बंडाचा घाट घातला तर त्याला शिक्षा करण्यातही योजण्यात येतात. राजापराधाकरिता सुळावर चढविणे, जेथे खून केला असेल तेथे सर्व लोकांसमक्ष फाशी देणे, भर चवाठ्यावर फटके मारणे हे सर्व सध्याही कित्येक ठिकाणी अमलात असलेल्या शिक्षेचे प्रकार सरकारच्या सामर्थ्याची दहशत लोकांस असावी एवढ्यासाठीच आहेत. राजा सिंहासनारूढ होतो म्हणजे तो मनुष्यांचा स्वामी होतो एवढेच नाही तर सिंहासारख्या बलवान हिंस्र पशूसही जिंकून त्याच्या पाठीवर बसतो असा या शब्दांत गर्भितार्थ आहे. सारांश काय की, अर्धवट सुधारलेल्या स्थितीत सामाजिक आचार जितके क्रूर असतात तितकेच राज्याचारही क्रूर असतात असे सहज सिद्ध करून देता येते. कारण, दुसरे पहिल्यापासून निघालेले असतात. ज्यांना हे विचार आपल्या समाजाच्या संबंधाने किती खरे आहेत हे पाहावयाचे असेल त्यांनी महाभारतातील काही गोष्टी वाचून त्यांचे आपल्या मनाशी शांतपणे चिंतन करावे. दु:शासनाच्या नरडीचा घोट घेऊन त्याच्या विदारलेल्या वक्ष:स्थलापासून निघणाऱ्या रुधिरात भिजविलेल्या हाताने द्रौपदीची वेणी घालण्याचा भीमाने केलेला पण आमच्या वाचकांच्या ध्यानात असेलच!

◆

६

हिंदुधर्माला लहानशी नोटीस

हे भीषण - बीभत्स - अमंगल हिंदुधर्मा, तुझ्या आज्ञेने आज शेकडो वर्षे स्मशानभूमीत आम्ही जी क्षौर केली, डोळ्यांतून पाणी गळत असता कणकीचे गोळे करून जे प्रेताच्या अनेक भागावर ठेवले, क्रव्यादाग्नीच्या भयाण ज्वालांभोवती मातीच्या गळत्या घागरी डोक्यावर घेऊन ज्या प्रदक्षिणा घातल्या व उत्तरीने गळ्यात दगड बांधून घेऊन व तोंडाला हात लावून तुझ्या नावाने काढू नये तसले जे ध्वनी काढले, त्या सर्वांबद्दल तू आम्हांस काय दिले आहेस? निर्दय वंचका! गाइचे दूध पिणे, नानाप्रकारचे जिन्नस यथेच्छ खाणे, पालखीत किंवा घोड्यावर बसणे, जोडा घालून सहल करणे, शवाबरोबर जाळलेल्या प्रियपत्नीच्या केसाच्या धुराच्या वासावरून जी आपणांस प्राप्त झाली आहे अशी कल्पना करून तिच्यासमवेत शय्येवर विहार करणे किंवा विश्रांती घेणे, मृत्युलोक सोडून वायुरूपाने पाताळाकडे किंवा स्वर्गाकडे संचार करीत असता कोणी शत्रू भेटला तर तलवारीने किंवा सोडग्याने त्याचा समाचार घेणे व अनेक प्रकारच्या दुर्गंधी द्रव्यांच्या समुद्रातून प्रवास करण्याचा प्रसंग आला असता दर्भाच्या होडग्यात बसणे अथवा तहान लागली असता मडक्यात घालून दिलेल्या पाण्याने ती भागविणे असल्या गोष्टी मेलेल्या मनुष्याच्या आत्म्याकडून किंवा जिवाकडून घडण्याचा संभव तरी आहे काय? मुळीच नाही. पण जबरदस्त पंचाक्षऱ्याप्रमाणे आम्हा साऱ्या अज्ञ लोकांस त्वा भारून टाकून केवळ गुलाम केले असल्यामुळे आज कित्येक युगे अगदी अशक्य गोष्टी आम्ही शक्य मानीत आहो व अत्यंत निंद्य कृत्ये वंद्य मानून तुझ्या संतोषाकरता ती बेलाशक करीत आहो! पण ध्यानात ठेव. या तुझ्या अश्लघ्य व निर्घृण वर्चस्वाचा अंत होण्याचा काल अगदी समीप येऊन ठेपला आहे! आजपर्यंत त्वा आम्हांस ज्या असह्य यातना भोगण्यास लावले आहेस, जी अनन्वित कर्मे आम्हांकडून करविली आहेस त्या सर्वांबद्दल तुझी पाळेमुळे खणून काढून विचारकुंडात पेटलेल्या प्रचंड अग्नीच्या कल्होळात तुझी आहुती देणाऱ्या नवीन ऋत्विग्वर्गाचा अवतार नुकताच झाला आहे! तेव्हा जर तुला आपल्या अस्तित्वाची आकांक्षा असेल तर वेळेवर शुद्धीवर ये आणि आमच्या सर्व शरीरभर कांचत असलेले तुझे पाश काढून घे, नाहीतर भरतखंडात तुझे नावदेखील राहणार नाही!

◆

७

भागूबाईची वीरश्री !

ब्रिटिश सरकारला आपल्या धर्मात हात घालू देणे बरोबर नाही, या विधानात

किती जीव आहे हे पाहू. धर्मात हात घालणे म्हणजे त्यात फेरफार करणे. लोकांच्या अन्य विचारांत फेरफार होत गेले म्हणजे त्यांच्या धर्मविचारांतही फेरफार होत जातात, हे कोणत्याही धर्माच्या इतिहासावरून सिद्ध करून देता येणार आहे. पाश्चिमात्य शिक्षणामुळे व इतर कारणांमुळे आम्हांसही आमच्या धर्मात थोडाबहुत फेरफार करावा असे वाटू लागले आहे. तेव्हा हा आता करायचा कोणी? सारे शंकराचार्य नि:सत्त्व होऊन बसले आहेत, सरकार परधर्माचे आहे, लोकांस आपण होऊन चळवळ करून नव्या स्मृती घालण्याचे सामर्थ्य नाही! तेव्हा सध्याच्या स्थितीस अनुकूल असे फेरफार कोण करणार? प्रतिपक्षी म्हणतात की, ते लोकांनी करावे. आम्ही म्हणतो की, मोठमोठे फेरफार सरकारच्या साहाय्यावाचून व्हावयाचेच नाहीत - निदान आम्ही जसल्या स्थितीत आहोत तसल्या स्थितीत तरी व्हावयाचे नाहीत. धर्मसंबंधी फेरफारांचा दुसऱ्या एका दृष्टीने विचार केला असता असे दिसून येईल की, त्यांपैकी काही लोकांच्या इच्छेविरुद्ध व काही सहजगत्या होत असतात. 'गाई माराव्या किंवा न माराव्या', 'कलालांची दुकाने घालावी किंवा न घालावी', 'यंत्रांवर किंवा देवस्थानांवर कर बसवावे किंवा नाही' - या व अशा प्रकारच्या इतर गोष्टींविषयी सरकारने आमचे मत विचारले नाही व आम्ही कधी दिले नाही. घरातल्या घरात थोडीबहुत टुरटुर केली असेल, पण उघडपणे असल्या गोष्टीत सरकारला विरोध करण्याचे धैर्य आम्ही कधीही दाखविले नाही. या गोष्टी सरकारच्या फायद्याच्या होत्या; आणि त्याने त्यांविषयी आमचे काय म्हणणे आहे हे पाहत न बसता त्या बेलाशक करून टाकल्या! यावरून असे दिसते की, आमच्या तोंडात मारणारा जबरदस्त इसम आम्हांला भेटला की आम्ही आपला गाल निमूटपणे त्याच्यापुढे करतो! पण जर तोच इसम केवळ आमच्या कल्याणाकरिता अमुक गोष्ट करू की नको असे आम्हांस विचारील, तर आम्ही आपल्या अधिकाराचा तोरा मिरविल्याशिवाय कधीही राहावयाचे नाही! भेकड व प्रतिष्ठाखोर हिंदू लोकांनो, ज्या वेळेस पोर्तुगीज लोकांनी ख्रिस्ती धर्मस्थापनेसाठी कोकणपट्टीत तुमचे अनन्वित हाल केले, त्या वेळेस तुमचा धर्माभिमान कोठे गेला होता? विषयलंपट नि:शक्त वाचाळ बाबूंनो, जेव्हा महंमदीयांनी हिंदुस्थानच्या एका टोकापासून दुसऱ्या टोकापर्यंत साऱ्या हिंदू लोकांस आपल्या धर्मवेडाने जर्जर करून सोडले व तुम्हा हिंदूंच्या मानांवर असिधारा ठेवून, तुम्हांकडून तुमच्या शेंड्या काढविल्या आणि तुम्हांस गोमांस चारले, तेव्हा तुमच्या धर्मरक्षणासाठी आताप्रमाणे तुम्ही नुसता आरडा तरी करावयाचा होता! त्या मुसलमानांच्या भीतीने अजून तुम्ही आपल्या बायका कुलपात घालून ठेवल्या आहेत हे तुम्हांस कळत नाही काय? आणि आता दयावंत ब्रिटिश सरकार केवळ परोपकारबुद्धीने आपल्या लहान पोरीवर जुलूम करू नका एवढे अदबीने सांगत असता त्यावर तुम्ही आपले धर्मास्त्र सोडता आणि कामाच्या झपाट्यात निराश्रित कुमारिकांची अंगे

विदारण्याचा हक्क आमच्या धर्मानें आम्हांस दिला आहे व सरकार तो काढून घेण्याचा प्रयत्न करील तर त्याला आमच्या असंतोषाचे फळ भोगावे लागणार अशी धमकी घालता! धिक्कार असो तुम्हांला, तुमच्या धर्माला आणि तुमच्या हक्काला!!!

◆

८

म्हणे जात का करीत नाही!

'जात का करीत नाही?' असा प्रश्न करणारे आपण काय बरळतो याचा क्षणभर तरी विचार करतात काय? जात करणे म्हणजे का चिखलाचे पार्थिव करून दोन घटकांनी फेकून देणे, का नदीला गढूळ पाणी आले असता तिच्या कांठांवर झरा उकरणे, का उन्हाळ्यासाठी घरापुढले अंगण खणून, सारवून स्वच्छ करणे, का चार दिवसांच्या उत्सवासाठी लव्हाळ्याने आच्छादिलेला मंडप घालणे - की आहे तरी काय? म्हणे 'जात करा!' आजपर्यंत काय थोड्या जाती झाल्या आहेत? परब्रह्म आणि माया या पहिल्या दोन जाती! पुढे हिंदुस्थान वसविण्यासाठी ब्रह्मदेवाच्या मुखातून, बाहूंतून, उरातून व पायांतून ब्राह्मण, क्षत्रिय, वैश्य व शूद्र या चार जाती अवतरल्या! या देवकृत चार जाती आम्हांस पुरेशा न होऊन आम्ही केवढा अतिपसारा करून ठेवला आहे हे या प्रश्नकारास ठाऊक नाही काय? जातींच्या अनेकपणापासून होणाऱ्या दुष्परिणामांची फळे आम्ही प्रतिदिवशी भोगीत असता हे अविचारी, स्वार्थसाधू किंवा भेकड लोक आम्हांस नवीन जात करावयास सांगतात, तेव्हा यांच्या शहाणपणाला काय म्हणावे? अथवा ते यांच्या अंगी आहे किंवा नाही याचाच संशय आहे! जातींमुळे आपला देशाभिमान किती संकुचित झाला आहे; जातींमुळे ज्ञान, कला, शास्त्रे वगैरे जेथल्या तेथे कशी कोंडल्यासारखीं झाली आहेत; जातींमुळे धर्मविचारांत व आचारांत किती मतभेद उत्पन्न होऊ तो परस्पर वैरास, छळास व मत्सरास कारण झाला आहे; जातींमुळे अन्नव्यवहार, विवाह वगैरेंच्या संबंधाने किती गैरसोय झाली आहे; जातींमुळे देशातल्या देशात किंवा परदेशी प्रवास करणे किती कठीण झाले आहे; जातींमुळे परद्वीपस्त व परधर्मीय लोकांपासून अलग राहावे लागत असल्यामुळे केवढे नुकसान होत आहे; जातींमुळे आमची भूतदया, आमचे बंधुप्रेम, आमची उदारता, आमची धर्मबुद्धी, आमची परोपकाररती, आमचे विचार यांचे क्षेत्र किती मर्यादित झाले आहे याची या 'धीर' सुधारकांच्या मनात खरी कल्पना कधीच येत नाही काय? किंवा ती येत असूनही ते आम्हांस आणखी एक नवीन जात काढण्यास सांगतात काय? कदाचित एके काळी या इतक्या जाती काही विशेष कारणांमुळे अस्तित्वात येणे अपरिहार्य होते. पण येथून पुढे जो या देशात नवीन जात काढण्याचा प्रयत्न करील, तो त्याचा हितचिंतक न समजता दुष्ट शत्रूच समजला

पाहिजे. आज ज्या आम्ही अनेक विपत्ती भोगीत आहो त्यांपैकी ज्यांचे जनन आमच्या जातिभेदापासून झाले नाही असे म्हणता येणार आहे अशा फारच थोड्या असतील! धर्मविषयक किंवा राज्यविषयक गोष्टींच्या संबंधाने मतभेद होऊन, निरनिराळे पंथ किंवा पक्ष उपस्थित होणे हा प्रकार आमच्यांतील जातिभेदाहून फार निराळा आहे. तसेच, अध्ययन व व्यवसाय यांच्या भेदाप्रमाणे तत्त्ववेत्ते, कवी, राजकारस्थानी, शिल्पी, वैद्य, वकील, सावकार, शेतकरी, ऋणको, धनको असे लोकसंख्येचे अनेक वर्ग होणे यातही कोणत्याही प्रकारचा अस्वाभाविकपणा नाही. पण येथे ज्या प्रकारचा जातिभेद रूढ आहे त्या प्रकारचा जातिभेद वृद्धिंगत न होता जितका क्षीण होत जाईल तितका बरा, असे कोणीही समंजस मनुष्य कबूल करील. असे असता जो मतभेद दहा-पाच वर्षांत चर्चेची टकळी चालली असता रसातळास जाणार व ज्या सुधारणा पाश्चिमात्य शिक्षणाचा सपाटा आणि ब्रिटिश अंमल यांमुळे शेंपन्नास वर्षांत सहज घडून येणार त्यासाठी नवीन जात करण्यास सल्ला देणारांचे सौजन्य किंवा दूरदर्शित्व यांचे काय वर्णन करावे!

◆

९

पायावाचून कळस उभारणारे शहाणे!

जे लोक राजकीय प्रकरणात स्वतंत्र असतात, ते सामाजिक व धार्मिक प्रकरणात स्वतंत्र असतातच असा नियम नाही. किंबहुना राजकीय स्वातंत्र्य असूनही सामाजिक व धार्मिक गोष्टींत अत्यंत तीव्र दास्यपाशाने सर्व प्रकारे जखडलेले असे अनेक लोक असतात. काही अंशी नष्ट झालेले राजकीय स्वातंत्र्य फिरून संपादणे अवघड आहे. कारण, ते हिरावणारा शत्रू परका असतो, व त्याचा मोड केला म्हणजे ते फिरून प्राप्त होण्यासारखे असते. सामाजिक व धार्मिक गुलामगिरीची तशी गोष्ट नाही. अगोदर फार वर्षांच्या संवयीमुळे अशा प्रकारची गुलामगिरी, गुलामगिरी आहे असे पुष्कळांस वाटेनासे झालेले असते. ज्याप्रमाणे शरीरात अनेक वर्षे ठाणे करून राहिलेल्या व्याधीपासून फारसा त्रास होईनासा होतो, त्याप्रमाणे जे कष्टावह सामाजिक व धार्मिक आचार - ते आपणांपाठीमागे केव्हा लागले, ते परिहार्य आहेत किंवा अपरिहार्य आहेत, त्यांचा अंमल आपणांवर कोणाकडून होत आहे, तो अंमल करण्याचा त्यांस काय अधिकार आहे वगैरे गोष्टींविषयी आपणांस गूढ अज्ञान असते – ते आचार त्रयस्थास कितीही पीडाकर वाटले तरी खुद्द आपणांस तसे वाटत नाहीत. तथापि, त्यापासून आपल्या शरीरावर व मनावर जे दुष्परिणाम होण्यासारखे असतात ते होतच असतात. मादक द्रव्यांचे सेवन नित्य करणाऱ्या मनुष्याच्या ज्ञानतंतूस येणारी क्षीणता त्याची त्याला किंवा त्यासारख्या इतर व्यसनी लोकांना नीट

समजली नाही म्हणून ती येत नाही असे म्हणणे ज्याप्रमाणे बरोबर होणार नाही, त्याप्रमाणे मूर्खपणाच्या सामाजिक व धार्मिक आचारांपासून राष्ट्रस्थितीवर होणारे दुष्परिणाम त्या राष्ट्रातील लोकांच्या लक्षात आले नाहीत म्हणून ते होत नाहीत असे म्हणणेही बरोबर होणार नाही. जोपर्यंत अशा रीतीने क्षीण झालेल्या लोकांत त्याहून श्रेष्ठ अशा लोकांशी झगडण्याचा प्रसंग आलेला नसतो तोपर्यंत त्यांची आयुष्ययात्रा केवळ कष्टमय असते असे म्हणता येत नाही. पण जेव्हा त्यांचा वरिष्ठाशी प्रसंग येऊन ठेपतो तेव्हा त्यांस आपल्या क्षीणतेचे भान होऊ लागते व एकाएकी जागृतावस्था त्यांस प्राप्त झाल्यासारखे होऊन, आपली अशी दशा का झाली असावी असे विचार त्याच्या मनात येऊ लागतात. हा उद्‌बोध योग्य वेळी होणे ही दैवाधीन गोष्ट आहे. शरीरातील व मनातील सारा जोम नाहीसा झाल्यावर जर हा उद्‌बोध झाला तर त्यापासून काहीएक फायदा होत नाही. नाड्या ठार बंद पडल्यावर संजीवनीने तरी काय चालणार? रुधिराभिसरण थोडेबहुत सुरू असले, छातीत, हातांत व पायात ते चालू आहे असे यत्किंचित जर व्यक्त होत असले तरच मात्रांचे वेढे उगाळण्यात आणि ते जिभेला लावण्यात काही अर्थ आहे.

पुष्कळांचा असा समज आहे की, सुधारणेचा आरंभ होणे तो राजकीय सुधारणेविषयी फारसा मतभेद असत नाही; त्यामुळे ती घडवून आणण्यासाठी एकमेकांस मदत करण्याच्या कामी एकाचा दुसऱ्याशी म्हणण्यासारखा विरोध येऊ शकत नाही. स्वातंत्र्य हे सर्वांस प्रिय आहे. आमची राजकीय सुधारणा म्हणजे आमच्या नष्ट झालेल्या स्वातंत्र्याच्या पुन:प्राप्तीविषयी प्रयत्न करणे होय. ही गोष्ट जितकी आम्हा महाराष्ट्रीयांस तितकीच वंगवासीयांस, गुर्जरस्थांस, तेलंगणस्थांस, कर्नाटकीयांस; पारसीकांस, महंमदीयांस व इतरांस इष्ट असणे स्वाभाविक आहे, व म्हणून त्यांचे एकीकरण होणे शक्य आहे व ते होऊ लागले आहे. सामाजिक व धार्मिक सुधारणांची तशी गोष्ट नाही. यासंबंधाने आमची काही प्रिय वस्तू कोणी नेली आहे आणि आम्हांस फिरून ती संपादावयाची आहे असे नाही. उलट, आमची आहे ती स्थितीच उत्तम आहे व तीत फेरफार करण्याचा प्रयत्न करणे हाच प्रमाद होय, असे आम्हांपैकी पुष्कळांस वाटत असल्यामुळे जे थोडे वेडेपीर सामाजिक व धार्मिक सुधारणेच्या छंदास लागले आहेत ते समाजात निष्कारण असंतोष व कलह उत्पन्न करून स्वत:स काही फायदा नसता अप्रिय करून घेत आहेत! हे असे न करतील तर सर्वांत इष्ट अशा ज्या राजकीय, व्यापारीय, शिक्षणीय व इतर सामान्य सुधारणा त्या एकमताने करण्यास पुष्कळांची प्रवृत्ती होणार आहे. सामाजिक व धार्मिक गोष्टींविषयी तंटे उपस्थित केल्यामुळे राजकीय गोष्टींत एकदिलाने वागणे दुरापास्त झाले आहे!

अशा प्रकारच्या आक्षेपकांस आम्ही असा प्रश्न करतो की, इंग्रज लोकांनी

तुम्हांस जिंकले त्या वेळेस तुम्हांत कोणत्याही प्रकारचे सामाजिक किंवा धार्मिक तंटे नव्हते. त्या वेळेस राजकीय सत्ता तुमच्या हाती असून सामाजिक व धार्मिक प्रकरणांत तुमचे पूर्ण ऐकमत्य आहे असे असून परशत्रूस तुम्ही हार का गेला? सैन्यबल, द्रव्यबल, संख्याबल इत्यादी यशाची बाह्योपकरणे तुमच्या हाती असून व धार्मिक आणि सामाजिक गोष्टींत तुम्हांत द्वैत माजलेले नसून तुमची अशी दाणादाण का झाली व पंचवीस-चाळीस वर्षांच्या आत तुम्ही इतके वीर्यहीन कसे झालात? आम्हांस असे वाटते की, पेशबाईचा जो मोड झाला तो आमची सामाजिक व धार्मिक स्थिती जशी पाहिजे होती तशी नव्हती म्हणून झाला. आणि तेथून पुढेही आम्हांस सुदशा प्रात होण्यास व ती कायम राहण्यास आम्ही आपली गृहस्थिती व धर्माचार सुधारण्याचा प्रथम प्रयत्न केला पाहिजे व तो करण्यास अत्यंत अनुकूल काल सांप्रत आला आहे. चांगली राजकीय स्थिती ही चांगल्या गृहस्थितीचे व धर्मपद्धतीचे फळ आहे. सबब या दोहोंच्या सुधारणेस प्रथम लागले पाहिजे.

◆

१०
फुंकरांनी भडकणारी ज्वाला

ज्याप्रमाणे कालाचा क्रम थांबविणे अशक्य आहे त्याप्रमाणेच मनुष्याच्या स्थित्यंतरास खळ पाडणे अशक्य आहे. तथापि हे सत्य अज्ञ लोकांच्या लक्षात नीट न येत असल्यामुळे व आपण ज्या स्थितीत आहो तीच स्थिती अत्युत्तम असे अप्रबुद्ध जनावरांप्रमाणे त्यांस वाटत असल्यामुळे कोणत्याही रीतीने त्या स्थितीत बदल करू पाहणारांचा ते द्वेष करतात आणि त्यांचे श्रम निष्फळ होण्याचा आपल्याकडून होईल तेवढा प्रयत्न करतात. अशा नित्य कलहामुळे समाजातील अवयवांचे प्रथम दोन स्थूल विभाग होतात. एक पुराणप्रियांच्या व दुसरा सुधारकांचा. पुढे दुसऱ्याचे दोन पोटभेद होतात; एक बोलक्या सुधारकांचा व दुसरा वागत्या सुधारकांचा. ज्या वेळेस काही केले तरी समाजातील बहुतेक लोक चांगल्या गोष्टीचा विचार करावयाचे नाहीत - इतकेच नाही, तर जो ती करण्यास प्रवृत्त होईल त्याचा ते छळ करण्यासही सोडीत नाहीत अशी स्थिती असते त्या वेळेस बहुधा अनेक प्रकारचे हाल व जाचणुकी सोसून व गरज पडल्यास निराळी जात करून घेण्यास किंवा मरण्यासही तयार होऊन आपल्या विचाराप्रमाणे आचरण करण्यास प्रवृत्त होणारे मताभिमानी सुधारक फार निघतात. आजपर्यंत नवीन धर्मपंथाचे जे स्थापक झाले आहेत त्यांचा इतिहास बहुधा अशा प्रकारचा आहे. साक्रेटीस, बुद्ध, महंमद, ख्रिस्त, ल्यूथर, राममोहन किंवा दयानंद यांपैकी लहानमोठ्या प्राचीन किंवा अर्वाचीन पाहिजे त्या महापुरुषाचे चरित्र घ्या. त्यावरून असे दिसून येईल की, ज्या सुधारणा झाल्याच पाहिजेत असा त्यांच्या

मनाचा दृढ ग्रह झाला होता, त्या सुधारणांस तत्कालीन बहुजनसमाज अत्यंत प्रतिकूल असल्यामुळे एक तर आपला हेका आपण सोडावा किंवा लोक जेवढा त्रास देतील तेवढा सहन करण्यास तयार होऊन आपला हेका आपण चालवावा - याशिवाय त्यांना दुसरा मार्गच नव्हता. अशा स्थितीत लोकांच्या निष्ठुर दुराग्रहामुळे सुधारकांच्या अंत:करणांत पेटलेली ज्वाला लोकांच्या उपरोधक फुंकरांनी न विझता अधिक जोराने भडकू लागते आणि ती त्या सुधारकांस मनाप्रमाणे आचरण करू लागल्याशिवाय चैन पडू देत नाही. मनाची अशी अवस्था झाली असता विचाराप्रमाणे न वागण्यापेक्षा लोकांनी केलेला छळ सोसणे हेच त्यांना अधिक सह्य व सुखावह वाटते.

◆

११
बोलके सुधारक काही नवीन नाहीत

सुधारणानिंदकांचा असा एक भ्रम आहे की, बोलके सुधारक काय ते अलीकडेच दृष्टीस पडू लागले आहेत. पण खरी गोष्ट तशी नाही. सुधारकांची ही जात पूर्वीपासून आहे! उदाहरणार्थ आपले पुराणिक, हरिदास, भिक्षुक, कर्मठ शास्त्री, जोशी किंवा अशाच प्रकारच्या दुसऱ्या कोणत्याही वर्गातील लोक घ्या. लोकांस धर्मोपदेश करावा, त्यांस नीती पढवावी व स्वत:च्या पवित्र व शुद्ध आचरणाने लोकांस उदाहरण घालून द्यावे हे या पूर्वपद्धतीच्या सुधारकांचे कर्तव्य होय. पण हे कर्तव्य नीट बजावणारे असले किती सुधारक निघतील बरे? स्त्रियांस मंत्रोपदेश करण्याच्या निमित्ताने त्यांस व्यभिचारपंकांत गूढ गोवून टाकणारे, पोथीपुढे ठेवलेल्या तांदळाचे गाठोडे बाजारी अंगवस्त्राच्या घरी नेऊन सोडणारे, लोकांस निर्लोभाच्या गोष्टी सांगून घरातल्या घरात किंवा परक्याच्या घरी हवा तसला अनाचार करणारे किंवा पैशासाठी प्राण सोडणारे अथवा भस्माचे लांबलचक पट्टे, मुद्रांचे छाप, दर्भाच्या मुष्टी, शालजोड्यांचे लपेट, रेशीमकाठी धोतरांच्या निऱ्या, रुद्राक्षांच्या व स्फटिकांच्या माळा, टाळ व करताल इत्यादी वाद्ये, नाना प्रकारची भजने व नाच, गीत व जीवात्मा आणि परमात्मा यांतील भेदाभेदाविषयी कधीकधी न समजणारी व कधी समजणारी चर्चा इत्यादी धार्मिकपणाच्या दिखाऊ साधनांनी बायाबापड्यांस व अज्ञ पुरुषांस बुचाडणारे पहिल्या चालीचे दुर्वृत्त दांभिक सुधारक काय थोडे आहेत! पण त्यांनी शेणमार करण्याची, अपंक्त करण्याची किंवा अलीकडील बोलक्या सुधारकांवर जी वाक्शरांची वृष्टी होत असते तशा प्रकारची वृष्टी करण्याची इच्छा कधी कोणास झाली आहे काय? कधी नाही. कारण चांगली गोष्ट हातून प्रत्यक्षपणे न घडली तरी ती सांगत फिरणे हा काही दोष नाही असा मनुष्यांचा पक्का समज होऊन गेला आहे, असे यांच्या अशा

प्रकारच्या आचरणावरून उघड होते. तेव्हा सुधारणानिंदकांनी सध्याच्याच बोलक्या सुधारकांवर इतके तुटून पडणे शुद्ध वेडेपण होय. वाद करताकरता ज्या चांगल्या गोष्टी ठरतील त्यांचा अंगीकार त्यांच्याकडूनचसा काय, खुद्द सुधारणानिंदकांकडूनही हळूहळू होत जाईल अशी आमची खात्री आहे!

◆

१२
कैद्यांविषयीचे समाजाचे कर्तव्य

तुरुंगात येणारे सर्वच कैदी चोरी, खून, खोटे कागद, विश्वासघात यांसारखे वाईट गुन्हे करून आलेले असतात असे नाही. एखादे वेळेस निरपराधी मनुष्याला क्षुल्लक कारणावरून किंवा गुन्ह्याच्या संशयावरून तुरुंगात जावे लागते. वास्तविक पाहिले तर शेंकडा तीस कैदी मात्र खरोखर गुन्हेगार सापडतील, बाकीच्या दोन-तृतीयांशात विलक्षण प्रकारची भेसळ असते. कित्येकांना बाहेर पोटाला मिळत नाही म्हणून ते कोणाची काहीतरी कुरापत काढून शिवीगाळ किंवा मारामारी करतात आणि तुरुंगात येऊन पडतात. काहीजण अज्ञानामुळे किंवा मूर्खपणामुळे कायद्याच्या तावडीत सापडतात व नसत्या अपराधाबद्दल त्यांच्यावर टकोरी झोडण्याचा प्रसंग येतो. कित्येक दुसऱ्याच्या नादी लागून फसून येतात. कित्येक शुद्ध वेडे असतात व शहाणे सरकारी अधिकारी नीट चौकशी न करता त्यांना उचल की दे तुरुंगात टाकून, असे करतात. तुरुंग म्हणजे लोकांस असे वाटते की, एकत्र केलेल्या दुष्ट लोकांचे वसतिस्थान होय. त्याच्या भिंताडावरून आलेला वारा लागला तरी अपाय होण्याची भीती असते. पण ही भीती अगदी निराधार आहे. लोकांनी तुरुंगांचा विनाकारण एवढा बागुलबोवा करून ठवेला आहे. शिवाय लोक समजतात त्याप्रमाणे त्यात मनुष्यजातीचा अत्यंत निंद्य भाग असतो असे मानले तरी त्याचा तिरस्कार करणे आपणांस योग्य नाही. लोक अपराध करतात याचे कारण त्यांना शिक्षण मिळत नाही हे होय. श्रीमंत व सुशिक्षित घराण्यांतील लोकांकडून फारसा गुन्हा होत नाही, हे निरनिराळ्या देशांतल्या तुरुंगाच्या रिपोर्टांवरून सिद्ध होते. कोणत्याही देशातील एकंदर तुरुंगांची आणि त्यांतील लोकांची संख्या कमी होत जाणे हे त्या देशाच्या वाढत्या सुधारणेचे चिन्ह होय. लोकांनी सुशिक्षित व सदाचरणी होऊन स्वत:ची व सार्वजनिक कामे नेकीने करावी आणि संसारवृक्षाच्या स्वादु फलांचा उपभोग घ्यावा हाच ऐहिक सुधारणेचा मुख्य उद्देश होय. उच्च कुलात जन्मास येणे हे कोणाच्या स्वाधीन नाही. अभिजनत्व ही बाह्योपाधीवर अवलंबून राहणारी साहजिक गोष्ट होय. ती ज्यास परिश्रमाशिवाय प्राप्त झाली त्यांना फुशारकी मारण्याचे कारण नाही. मनुष्यतेला कलंक आणणारे अपराध ज्या देशात घडून येत असतात, त्या देशातील सुधारणा

कितीही प्रबल झाली असली तरी तीत काही हशील नाही. सबब, सर्व सदय, देशाभिमानी, सुशिक्षित आणि श्रीमंत लोकांनी अपराधी मनुष्यतेचा कंटाळा न करता ती सद्गुणी करण्यासाठी रात्रंदिवस झटले पाहिजे.

◆

१३
मातृभाषा हेच शिक्षणाचे खरे माध्यम

देशातील शिक्षणक्रम देशी भाषांत चालणे किती उचित आहे हे ध्यानात आणून तसे होण्याची खटपट करीत असणे हे तर एकीकडेच राहिले, पण बाकीच्या विषयांप्रमाणे देशी भाषांस युनिव्हर्सिटीच्या अभ्यासक्रमाचा एक विषयही आम्हांस करता येत नाही यावरून आमची आस्था, धमक, निश्चित विचार, देशकल्याणाची खरी कल्पना आणि कोणत्याही गोष्टीत यश येईपर्यंत तिचा पाठलाग न सोडण्याचा निर्धार ही व्यक्त होतात! युनिव्हर्सिटी आपल्या अभ्यासक्रमांत देशी भाषा घालीत नाही, युनिव्हर्सिटी अमके करीत नाही, युनिव्हर्सिटी तमके करीत नाही असे रडगाणे आता आम्ही किती दिवस गात बसणार? युनिव्हर्सिटी, सिंडिकेट, सेनेट, अभ्यासक्रम, शिक्षणालये ही सारी निश्चयाने परिश्रम केल्यास आपल्या हाती येणार आहेत व आपणांस त्यांना पाहिजे ते वळण लावता येणार आहे हे तुम्हांस केव्हा कळू लागणार? अगोदर देशी भाषांचा अभ्यास होऊ लागण्यात व पुढे त्या भाषांतच अभ्यास होऊ लागण्यात या देशाचे खरे हित आहे अशी तुमची पक्की खात्री झाली असेल तर युनिव्हर्सिटीचे नाक धरून तिच्याकडून या अप्रिय औषधाचा स्वीकार करविणे अशक्य आहे काय? ती मोठी सामर्थ्यवती आहे हे आम्ही कबूल करतो. पण तिला जेरीस आणण्याचा खरा उपाय तिच्यापुढे पदर पसरून 'यात आम्हांस भिक्षा घाल' अशी तिची दीनस्वराने प्रार्थना करीत बसणे हा नव्हे. असे करू लागलात की तिला अधिकच ताठा भरला म्हणून समजा. अभिमानाचा काटा अभिमानानेच काढला पाहिजे. युनिव्हर्सिटीची सूत्रे सध्या ज्यांच्या हाती आहेत त्यांना देशी भाषांचा किंवा देशी भाषांत वरिष्ठ प्रतीचा अभ्यास होऊ लागल्याने पाश्चिमात्य ज्ञानभांडारावर हल्ला करणे व त्या हल्ल्यात सापडलेल्या लुटीपासून आपले हित करून घेणे या गोष्टीस किती साहाय्य होणार आहे हे अद्यापि नीट दिसू लागले नाही, कितीही समजावून सांगितले तरी समजत नाही व कानाशी कितीही ओरडले तरी ऐकू येत नाही! असल्या लोकांस समजविण्यास, पाहविण्यास व ऐकविण्यास लेचेपेचे प्रयत्न उपयोगी नाहीत. देशाच्या एका टोकापासून दुसऱ्या टोकापर्यंत चळवळ करून दंग्याने यांची डोकी भणाणून सोडली पाहिजेत.

◆

१४

ऐसे कैसे रे सोवळे?

ज्यांना आपल्या सोवळ्याओवळ्याची हास्यास्पदता पाहावयाची असेल त्यांनी पुढील विशिष्ट उदाहरणांकडे किंचित नजर फेकावी. हरणाच्या कातड्यास पवित्र समजून आम्ही त्याचे तुकडे जानव्यात घालतो. वृद्ध संन्यासी त्याचे जोडे करतात व ते घालून ओवळे न होता पुडीस जातात! पूजाब्रह्मयज्ञादी धर्मकर्मे करण्यास या कातड्यासारखी पवित्र आसने नाहीत! यासंबंधीने आमचा असा प्रश्न आहे की, हरणाच्या किंवा वाघाच्या कातड्यासच इतकी शुचिर्भूतता कोठून आली? ज्या गाईच्या मूत्रप्राशनाने आणि मललेपनाने आम्ही आपणांस श्रावणमासी पुनीत करून घेतो, त्या गाईच्या कातड्यात हरणाच्या कातड्याइतकी पवित्रता का नसावी? तसेच, यज्ञात ज्याचे मांस-भक्षण करून आम्हांस अनंत पिढ्यांचा उद्धार करता येतो, व कदाचित जन्ममरणाच्या क्लेशापासून सोडवणूक करून घेता येते त्या आजच्या उबदार ब कमावलेल्या कातड्यास हरणाच्या कातड्याइतके पवित्र मानून संध्यादी कर्मे करताना त्याची आसने का वापरू नयेत? आता तंतुपटाच्या सोवळ्याओवळ्याची थोडीशी चिकित्सा करू. सध्या यासंबंधाने सोवळ्याच्या ज्या कल्पना रूढ आहेत त्याप्रमाणे नव्या धोतरास विटाळ नाही, कुणब्याच्या स्पर्शाने धोतरे विटाळत नाहीत, क्षौर करवून अंगरखा व पागोटे घालण्यास प्रत्यवाय नाही! याप्रमाणे वनस्पतीपासून उत्पन्न होणाऱ्या तंतूची हालहवाल आहे. या सदरात कागद, बोटवाती, सूतपुतळ्या वगैरे कापसाच्या चिल्हर वस्तूंचा समावेश करण्यास हरकत नाही. शाईचा ठिपका पडला की कोरा कागद सोवळा झाला! जणूकाय या कृष्णकलंकातच शुचिर्भूतत्व आहे. कुंकुमार्जनाने सूतपुतळ्या विधवांनीसुद्धा सोवळ्यात वापरण्यासारख्या होतात. परटाकडील भाताची खळ लाविलेली चिरगुटे एका शिंतोड्याने शुद्ध होतात, हा एक सोवळ्याचा चमत्कारिक प्रकार ध्यानात ठेवण्यासारखा आहे! वास्तविक पाहता कृमिज तंतूस किंवा जनावरांच्या लोकरीपासून केलेल्या तंतूस विशेष ओवळेपण चिकटलेले असावे; पण त्यास कापसाच्या चिरगुटापेक्षा अधिक किंमत पडत असल्यामुळे त्याची वस्त्रे कापसाच्या वस्त्रांहूनही शुद्ध होऊन बसली आहेत! पीतांबरांचे शुद्धत्व कशानेच बिघडत नाही! धाबळी तर सोवळ्याची खाण होऊन बसली आहे! हलक्या किमतीच्या नित्य वापरण्याच्या मुकट्यात व पीतांबरात म्हणण्यासारखा फरक नसतो. एक दुसऱ्यापेक्षा अधिक शुद्ध! अलीकडे वनस्पतिज तागी मुकटाही कृमिज मुकाट्याशी स्पर्धा करू लागला आहे. ही वापरण्याच्या चिजांची स्थिती झाली. खाण्यापिण्याच्या वस्तूंची दशाही यापेक्षाही विशेष बरी आहे असे नाही. एका दृष्टीने पाहता या खात्यात जितका गोंधळ व जितकी असंबद्धता आहे तितकी दुसरीकडे सहसा सापडणार नाही! हरभऱ्याची डाळ भिजवून वाटली,

आणि तिची चटणी केली तर ती निर्लेप होऊन फराळास चालते! पण तीच डाळ अगोदर भिजवून पाट्यावर न चिरडता, अगोदर जात्यात चिरडून मग तिच्या पिठात पाणी घातले की ते खरकटे झाले! त्याचे पिठले मुकटा लावून घेतल्याशिवाय तोंडात घालण्याची सोय नाही! भडबुंजाकडच्या पोह्याकुरमुऱ्यांसारख्या भाताच्या जाती राजरोसपणे खाण्यास काही हरकत नाही! पण बाजाराच्या भाजीभाताकडे किंवा पावबिसकुटांकडे ब्राह्मणाने पाहण्याची सोय नाही! दवाखान्यात कोणत्याही माणसाने कसलेही औषध दिले तरी ते चालते, पण ट्रेचरच्या दुकानचे लेमोनेड किंवा सोडावॉटर उघडपणे पिणे म्हणजे ब्राह्मण्याला हरताळ लावण्यासारखे होय! आगगाडीने किंवा साध्या गाडीने प्रवास करताना डब्यातील दशम्यांस किंवा त्याहून अधिक मोलाच्या फराळास कशाचाही स्पर्श झाला तरी चालतो पण आपत्कालीही कुणबिणीने केलेल्या भाकरीस स्पर्श करता कामा नये! अशा प्रकारची खेकटी किती म्हणून सांगावी? याप्रमाणेच मडकी, चुली, मेणबत्त्या, साबणाच्या वड्या वगैरे दुसऱ्या प्रकारच्या वस्तूंचीही विलक्षण स्थिती आहे. यांपैकी कित्येकांत चरबी असते हे ठाऊक असून त्या वापरण्याचा प्रघात पडत चालला आहे, व तसे ते कोणासही वावगे दिसत नाही. अलीकडे व्हाइट मिक्श्चर, शांपोटोचा बालकुक्कुटार्क व इतर मांसनिर्मित औषधे गुपचिपपणे घेण्याचा परिपाठ पडत आहे! असे असून ब्राह्मण्य जसेच्या तसे कायम ठवू पाहणाराच्या धर्माभिमानास किंवा अविचारास काय म्हणावे हे आम्हांस समजत नाही. कसेही झाले तरी थोड्या वर्षांत अशा प्रकारच्या सोवळ्याओवळ्याच्या संबंधाने बराच फेरफार होणार आहे व झाला पाहिजे यात शंका नाही. पण हा फेरफार बुद्धिपुरःसर प्रयत्न केल्याशिवाय हवातसा व लौकर होण्याचा संभव नाही.

◆

१५
धिक् तुमची विद्या

मनुष्यांच्या उद्योगाचे किंवा प्रवृत्तिप्रणीत मानसिक व शारीरिक चलनावस्थेचे दोन भेद आहेत. एक नियामक व दुसरा उत्पादक उद्योग. नियामक उद्योग म्हणजे ज्या उद्योगामुळे मनुष्यास आपल्या समाजात व्यवस्था ठेवता येते. राजे, मंत्री, लष्करी, शिपाई, न्यायाधीश, पोलीस, सामान्य नीतिशिक्षक वगैरे लोकांचा उद्योग पहिल्या प्रकारचा आहे; म्हणजे हे समाजयंत्राचे फक्त चालक किंवा व्यवस्थापक आहेत. शेतकरी, कोष्टी, सुतार, गवंडी वगैरे सर्व प्रकारचे कारागीर व धंदेवाले लोक दुसऱ्या वर्गात येतात. म्हणजे त्यांचा उद्योग उत्पादक आहे. सुधारलेल्या राष्ट्रांतील काही लोक पहिल्या प्रकारचा, काही दुसऱ्या प्रकारचा व काही दोन्ही प्रकारचे उद्योग करीत

असतात. देशाच्या विशिष्ट स्थितीप्रमाणे या निरनिराळ्या वर्गातील लोकांचे प्रमाण कमीअधिक होत असते. केवळ नियामक उद्योग करणारांची संख्या अगदी स्वल्प असून, थोडासा नियामक व पुष्कळ उत्पादक उद्योग करणारांची मोठी संख्या ज्या देशात असते तो देश विशेष सुखी असतो. अमेरिकेत सध्या अशी स्थिती आहे. त्यामुळे तेथील लोक इतर देशांतील लोकांपेक्षा प्रत्येक बाबतीत फार पुढे सरसावले आहेत. अमेरिकन लोकांस उत्पादक उद्योग करण्याचे जणूकाय वेड लागून गेले आहे व त्यामुळे संयुक्त संस्थाने इंद्रलोकतुल्य होऊन गेली आहेत. या संस्थानांच्या खालोखाल इंग्लंड व फ्रान्स हे देश आहेत. सगळ्याच देशांतील लोकांस सारखा उद्योग करण्याची स्वाभाविक व कृत्रिम साधने असतील व साऱ्यांस सारखे वैभव प्राप्त करून घेता येईल असे आमचे म्हणणे नाही. तथापि एक गोष्ट आम्हांस पक्की ठाऊक आहे की, कोणत्याही देशातील लोकांस प्राप्त होण्यासारखे जे सुख असेल ते त्यांना वर सांगितलेल्या पद्धतीने उद्योग केल्याशिवाय कधीही प्राप्त होणार नाही. ज्या लोकांस उत्पादक उद्योगाचा कंटाळा व काही हौस असली तर नियामक उद्योगाची. असे लोक मोठेपणास कधीही चढणार नाहीत. पण सध्या तर आमची तशी स्थिती होऊन गेली आहे. ज्याला त्याला अंमलदार व्हावयाला पाहिजे. सगळ्यांनी अंमलदार होऊन चैन करण्याची इच्छा धरल्यावर चैनीचे पदार्थ तरी उत्पन्न करणार कोण? उत्पादक उद्योग करण्याची हौस सार्वत्रिक होऊन संपत्ती व व्यापार वाढल्याशिवाय सर्वांस चैन तरी कोठून करता येणार? अंमलदार मुळीच नकोत असे आमचे म्हणणे नाही. पण शेरभर मसाला आणि मूठभर तांदूळ अशी स्थिती काय कामाची? १७८९ साली फ्रान्स देशात जी मोठी राज्यक्रांती झाली, तिच्या अनेक कारणांपैकी फाजील अंमलदार हे एक मुख्य कारण होते. जिकडेतिकडे अंमलदारांचा सुळसुळाट होऊन गेल्यामुळे देशातील वार्षिक संपत्तीचे उत्पन्न अगदी संपुष्टात आले होते; इतकेच नाही तर जे थोडे उत्पादक लोक काबाडकष्ट करून थोडीबहुत संपत्ती उत्पन्न करीत त्यांवर पराकाष्ठेचा जुलूम होऊ लागला होता. अंमलदार वाजवीपेक्षा अधिक झाल्याने उत्पादक रयतेचे दोन प्रकारांनी नुकसान होते. एक, त्यांच्या पगारासाठी तिला आपल्या प्राप्तीचा बराच वाटा द्यावा लागतो. दुसरे, त्यांच्या जुलमामुळे केलेले उत्पन्न आपल्या हाती लागेल किंवा नाही अशाविषयी तिला संशय येऊ लागतो. या दोन कारणांमुळे उत्पन्न करण्याची इच्छा मंदावते, आणि तसे झाले म्हणजे सर्वांचेच नुकसान होते. हाच परिणाम सरकारी अंमलदारांशिवाय इतर प्रकारचे अनुत्पादक लोक वाढल्यानेही होतो. फाजील धर्माधिकारी, फाजील नीतिप्रसारक, फाजील शिक्षक, फाजील अडते, फाजील लेखक (पत्रकर्ते, पुस्तककर्ते वगैरे), फाजील वकील, फाजील राजकारस्थानी या सर्वांच्या फाजीलपणात, म्हणजे त्यांची वाजवीपेक्षा जास्त संख्या होण्यात कष्टाळू रयतेचा फार तोटा आहे. अशा

प्रकारचे लोक मुळीच नसावेत असे आमचे म्हणणे नाही. तसे झाल्यास समाज मुळीच सुरळीत चालावयाचा नाही. पण त्याचे कमीपण त्याला जितके विघातक आहे तितके त्याचे अधिकपणही विघातक आहे. आमच्या इकडील अलीकडल्या सुशिक्षित लोकांनी सरकारी नोकरीवर सगळा जीव ठेवल्यामुळे आपली किंमत किती कमी करून घेतली आहे बरे? हाडांची काडे करून व शेकडो रुपये खर्च करून बी. ए. पर्यंत अभ्यास करावा, आणि पुढे फळ काय? तर रेव्हिन्यू खात्यात किंवा शाळा खात्यात ३०-३५ रुपये दरमहाची नोकरी! चांगला सुतारसुद्धा तुमच्या शाळेचा उंबरठा न चढता २५-३० रुपये सहज मिळवितो. हे या ग्राज्युएटांस समजू नये काय? तसेच कोठे १०-१२ रुपयांची जागा रिकामी झाली की तीबद्दल शेपन्नास मॅट्रिक्युलेशन पास झालेल्या उमेदवारांचे अर्ज! धिक् तुमची विद्या आणि तुमचे कर्तृत्व! कष्टाने संपादिलेल्या विद्येचा असा सवंग विक्रय करावयाचा काय? विद्यार्जनाने विकसित झालेली मने स्वतंत्र धंदे स्थापण्याकडे लावाल तर तुम्हांस अन्नाची किंवा मानाची काय वाण पडणार आहे? पण खांदा देऊन काम करण्याची व दुसऱ्याचे गुलाम न होता स्वतःच्या करामतीवर चरितार्थ संपादण्याची धमक आता कोठे राहिली आहे?

◆

१६

आमची अन्नान्न दशा!

काय ही आमची दशा! पृथ्वीतील साऱ्या लोकसंख्येचा सहावा भाग या देशात राहतो. येथील जमीन सुपीक, येथे सर्व प्रकारच्या हवा, व्यापाऱ्यांची जहाजे चालण्याजोग्या येथे मोठमोठ्या नद्या, येथील रानांत व डोंगरांत सापडणार नाही अशा एका एका झाडाचे नाव घेण्याची मुश्कील, बहुतेक धातूंचा हवा तेवढा पुरवठा, तीन हजार वर्षांची आमची पुरातन सुधारणा, युरोपातील राष्ट्रे अज्ञानतिमिरात घोरत पडली असता नाना प्रकारच्या विद्यांत व कलांत आमच्या आम्ही संपादिलेल्या प्रावीण्यामुळे सर्व पृथ्वीवर अद्यापि गाजत असणारा आमचा लौकिक - अशा प्रकारचे आम्ही हिंदू लोक असून, आज आम्हांस दुपारची नड कशी भागवावी अशी प्रतिदिवशी पंचाईत पडावी काय ? पंचवीस मनुष्यजंतूंपैकी प्रत्येकास एक दिवस नाही, दोन दिवस नाही वर्षेच्या वर्षे अर्धपोटी, दुसऱ्या दिवसाची चिंता करीत व झोपेची प्रार्थना करीत रात्रीच्या प्रहरी जमिनीवर अंग टाकण्याचा प्रसंग यावा आणि शरीरात व मनात उत्साहाचे पुनरुज्जीवन न होता, अंथरूण सोडून हातपाय ओढीत रोज सकाळी फिरून उद्योगास लागणे भाग पडावे हे किती शोचनीय आहे बरे! रात्रंदिवस दुष्काळाची धास्ती. अनेक प्रकारच्या रोगांनी - विशेषतः अपुऱ्या अन्नामुळे, वस्त्रामुळे व राहण्याच्या घाण

जागेमुळे उत्पन्न होणाऱ्या तापाने ज्याच्या त्याच्या घरात दृष्टीस पडणारी विपत्ती; गाल बसलेले, डोळे खोल गेलेले, साऱ्या अंगास वळ्या पडलेल्या; सारांश, भुकेने सर्व प्रकारे गांजून आयुष्यास कंटाळलेल्या लोकांचे गावोगावी व शहरोशहरी दिसणारे थवे - हे पाहून आमच्या नीतिमान, ज्ञानवान व दयावान राज्यकर्त्यांविषयी स्वाभाविकपणे जितकी पूज्यबुद्धी उत्पन्न व्हावी तितकी होणे शक्य आहे काय?

◆

१७
खरा सुधारक

लोकांच्या कल्याणाचा जो हेतू मनात धरला असेल तो कोणत्या उपायाने लौकर तडीस जाईल व कोणत्या साधनाने एकंदरीत आपल्याला किंवा दुसऱ्याला कमीत कमी त्रास होईल याचा शांतपणाने निश्चय ठरवून तदनुसार वर्तन करावे, हेच सत्पुरुषास योग्य आहे. हा निश्चय करताना खरी सुधारणा कशात आहे हे फारच काळजीने ठरविले पाहिजे. कारण, वारंवार होते काय की, विशिष्ट वासनाधीन किंवा मताधीन झालेल्या मनुष्यास वास्तविक सुधारणा कशात आहे हे नीट न समजून, जेवढे जुने असेल तेवढे फेकून देण्यात व कसल्या तरी नवीन गोष्टींचा अंगीकार करण्यात आपण सुधारणा करीत आहो असा भ्रम होतो! असल्या लोकांस सुधारक म्हणण्यापेक्षा दुर्धारक म्हणणे हेच बरे! उदाहरणार्थ, हिंदू धर्मात बरीच व्यंगे आहेत म्हणून यहुदी, महंमदी, ख्रिस्ती किंवा अशाच प्रकारच्या दुसऱ्या एका धर्माचा अंगीकार करणाऱ्या मनुष्यास विचारी ही संज्ञा सहसा देता येणार नाही. तसेच, आमचे काही रीतरिवाज मूर्खपणाचे आहेत, म्हणून प्रत्येक गोष्टीत परकीयांचे अनुकरण करणे हेही कोणत्याही दृष्टीने ज्याचे त्याला किंवा इतरांना परिणामी विशेष सुखावह होण्याचा संभव नाही असे आम्हांस वाटते. उदा. कित्येक प्रसंगी धोतरे नेसणे सोईस्कर नाही म्हणून युरोपिअन लोकांप्रमाणे दिवसभर पाटलोण घालून बसणे किंवा ते लोक विशेष कामाकडे कागदाचा उपयोग करतात म्हणून आपणही तसे करणे हे केवढे मूर्खपण आहे बरे? ज्या देशात आपले शेकडो पूर्वज जन्मास आले, वाढले व मरण पावले, ज्या देशातील हजारो पिढ्यांनी अनेक गोष्टींत मोठ्या कष्टाने केलेल्या अनेक सुधारणांचे फळ आपणांस आयतेच प्राप्त झाले - अशा देशातील धर्माचा, रीतिरिवाजांचा व लोकांचा सर्वथैव त्याग करणाऱ्या मनुष्यास खऱ्या सुधारकाची पदवी कधीही शोभणार नाही. स्वभूमीत, स्वलोकांत, स्वधर्मात आणि स्वाचारात राहून अविचारी व अज्ञान देशबांधवांच्या निंदेस किंवा छळास न भिता, त्यांच्याशी भांडून, कधी युक्तिवाद करून, कधी लाडीगोडी लावून अथवा सामर्थ्य असल्यास कधी त्यांना दटावून त्यांची सुधारणा करणे यातच खरी देशप्रीती, खरी बंधुता, खरा

देशाभिमान, खरे शहाणपण व खरा पुरुषार्थ आहे. याच्या उलट जे वर्तन करतात ते सुधारणा करीत नाहीत तर फक्त शृंखलांतर करतात! अशांच्या कपाळी लिहिलेली खरी गुलामगिरी कधीही सुटावयाची नाही. भरतखंडात अशा प्रकारचे नवीन गुलाम उत्पन्न होण्यापेक्षा ते आहे त्या प्रकारचे गुलामांचे राष्ट्र राहिले तरी हरकत नाही!

◆

www.ingramcontent.com/pod-product-compliance
Lightning Source LLC
LaVergne TN
LVHW092358220825
819400LV00031B/438